அறிந்த இடங்கள் அறியாத விடயங்கள்

சின்னையா சிவநேசன்

திருமதி பாக்கியம் கந்தையா

பெரிய அன்னைக்குக்
கண்ணீர் அஞ்சலி

தாய்க்குத் தாயாய் தாலாட்டி எமைவளர்த்து
ஓயாமல் ஒழியாமல் உழைத்து மாய்ந்து
தேயாமல் தேய்ந்து தேகத்தைக் கவனியாது
சேயெது வுமின்றிச் சென்றீரே மேலோகம்

பெரியம்மா எனப் பேரன்பாய் இருந்தோமே
உரிய பண்டங்கள் உவப்பாய் நீர் செய்து
அரிய முறையில் அவ்வப்போத னுப்பி வைத்தீர்
வறுமை அகற்றி நாம் வளமாக வாழ்ந்தோமே

கொடிய நோய் வந்த போதும் சோர்வின்றி
அரிய கருமங்கள் அன்பாய் நீர் செய்து
அறுவை சிகிச்சையின் பின் ஆறுதலா யிராமல்
குறுகியநும் வாழ்வை முடித்தே மறைந்தீரே

சிறுவர்களாய் எம்மைச் சீராட்டி வளர்த்து
பெரியவர்களாய் நாம் வளர்ந்து பணிவிடைகள்
பார்க்கக் கூட வாய்ப்பு எதுவும் தாராமல்
அரைவாசி காலத்தில் அவசரமாய்ச் சென்றீரே

இப்போது நினைத்தாலும் பாசமாய் நீங்கள்
எப்போதும் எமைப் பார்த்த நிகழ்வுகளும்
தப்பாமல் தந்த அன்புப் பரிசுகளும்
இப்போதும் நினைவில் பசுமையாய் உளவே

=== துறையூரான் ===

அணிந்துரை

அறிந்த இடங்கள் அறியாத விடயங்கள் என்ற இந்த பெயரே புத்தகத்தின் மேல் ஒரு சுவாரஸ்யத்தை உருவாக்குகிறது. ஆசிரியர் தமிழுக்காக ஆற்றிய தொண்டினை பார்க்கும்போது உடல் சிலிர்க்கிறது. அவரது தமிழ்ப்பணியைக் காணும் நமக்கே மூச்சு வாங்குகிறது.

வாழ்நாள் முழுவதையும் தமிழுக்கே அர்ப்பணித்துவிட்டார் என்பதை இவரது தமிழ்ப்பணிகள் வாயிலாக அறிய முடிகிறது. பயணக் கட்டுரைகளைப் படிக்கும் போது பொதுவாக அந்த இடத்திற்குச் செல்ல வேண்டும் என்ற ஆவல் ஏற்படும். இந்நூலைப் படிக்கும் போது ஆவலோடு சேர்த்து அங்குச் சென்று வந்ததை போன்ற அனுபவமும் கிடைக்கிறது. அவ்விடங்களுக்கு அடுத்த முறை செல்லும் போது ஏற்கெனவே பார்த்த இடத்தை இரண்டுமுறை பார்ப்பது போன்ற அனுபவம் கிடைப்பது உறுதி.

அனுமதி மறுக்கப்பட்ட நகரத்தின் கதையைக் கேட்ட சுவாரஸ்யமாக இருந்தது. விண்ணுலக கோவிலைப் பற்றிப் படிக்கும் போது வியப்படையாமல் இருக்க முடியவில்லை. பட்டுப் பூச்சியின் வரலாறு இதற்கு முன்பாகவே தெரியும் என்ற போதும் புதிதாகப் படிப்பது போன்ற உணர்வு ஏற்படுகிறது.

லூரே பெருங்குகை,ஜியோர்ஜியோ நீர் பிராணிக்காட்சிகாலை படிக்கும் போதே கண்முன் விரிகிறது. டிஸ்னி உலகத்தைப் பற்றி அறியும் போது பால்ய காட்சிகள் நினைவில் வந்து போகிறது. மொரோக்கோ-வில் நடந்த தமிழ்த் திருமணத்தைப் பற்றி அறியும் போது எங்குச் சென்றாலும் தமிழர் தமிழைக் கைவிடாமல் உணர்வில் கலந்து வைத்துள்ளார் என்பதை அறியும் போது மனம் அடையும் மகிழ்ச்சிக்கு அளவு இல்லை.

எளிமையான தமிழில் சிறப்பான நடையில் நேர்த்தியான வார்த்தைகளை அழகாக வடித்துள்ளார். இப்புத்தகத்தைப் படிக்கும் போது ஒரு நல்ல புத்தகத்தைப் படித்த அனுபவம் கண்டிப்பாகக் கிடைக்கும். இதுபோல நல்ல படைப்புகளைப் படைத்து தமிழுக்குத் தொண்டாற்ற ஆசிரியரை வாழ்த்துகிறேன்.

வாழ்த்துக்களுடன்

காவ்யா (B.Sc., Chemistry)
(இளம் கவி படைப்பாளர்)

என்னுரை

எமது வாழ்க்கையில் பல விடயங்கள் நாம் எதிர்பாராமலே நடைபெறுகின்றன. அவ்வாறு என் வாழ்க்கையில் பல விடயங்கள் நடைபெற்றன ,நடைபெறுகின்றன. நான் வெளிநாடு போவேன் என எதிர் பார்க்கவில்லை ஆனால் ஆசை இருந்தது .அது இறை அருளால் நிறைவேறி உள்ளது. அதன் பயனாகப் பல நாடுக ளுக்கும் பல இடங்களுக்கும் போகக் கூடிய வாய்ப்புக் கிடைத்தது. சிறு வயது முதலே பிரயாணங்கள் செய்வதில் எனக்கு நாட்டம் இருந்தது .எனது முதல் பிரயாணம் 12 வயதில் இராமேஸ்வரத்து க்கும் மதுரைக்கும் நடைபெற்றது. எனது மாமியாரின் அந்திமக் கிரியைக்காக மைத்துனருடனும் எனது தகப்பனாருடனும் சேதுக்கரைக்குப் புறப்பட்டேன். அதன் பின் 16 வயதில் மேற்படிப்பு க்காக சென்னை சென்றேன்.

சென்னைக் கிறிஸ்தவக் கல்லூரியில் படிக்கும்போது விடுமுறைக் காலங்களில் பங்களூர்,மைசூர் ,கோடைக்கானல் ,ஊட்டி, திருநெல்வேலி, மதுரை போன்ற பல் வேறு இடங்களுக்கும் செல்லும் வாய்ப்புக் கிடைத்தது. பின்னர் திருமணம் நடந்த இருவாரங்களில் மனைவியுடன் மும்பாய்,பங்களூர்,மைசூர்,ஊட்டி , திருச்சி போன்ற இடங்களுக்குப் போய் வந்தேன்.

பின்னர் 1980இல் நைஜீரியாவில் விரிவுரையாளாரக நியமனம் பெற்ற பின் பல நாடுகளுக்குப் போகும் வாய்ப்புக் கிடைத்தது. பின்னர் 1986இல் கனடாவுக்குக் குடிபுகுந்த பின் பிரயாண வாய்ப்புகள் கூடின. இதனால் இங்கிலாந்து , ஜேர்மனி,பிரான்ஸ், சுவிற்ஸர்லாந்து, ஹொலந்து ,அமெரிக்கா , சீனா, அவுஸ்திரேலியா , மலேஸியா,சிங்கப்பூர்,தாய்லாந்து, இந்தியா , ஹவாய், மெக்சிக்கோ, கியூபா, சென்ற் லூஸியா, சென்ற் வின்சென்ற், போன்ற 5 கிழக்கு கரிபியன் நாடுகள் ,போட்டொ ரிக்கொ, நைஜீரியா,இத்தாலி, கனடா போன்ற பல நாடுகளின் பிரதான நகரங்களுக்குப் பிரயாணஞ் செய்துள்ளேன். இது வாழ்க்கையில் கிடைத்த பெரும் பாக்கியம் எனக் கருதுகிறேன். இந்நாடுகள் பற்றி எழுதுவதானால் ஒரு பாரதக் கதைபோல் ஆகிவிடும். எனவே சில முக்கியமான இடங்கள் பற்றியே இந் நூலில் எழுதியுள்ளேன்.

இவ்வாறான பயணங்களால் பல நன்மைகள் ஏற்படுகின்றன என்பது உங்கள் பலருக்கும் தெரிந்திருக்கும் எனினும் சிலவற்றை இங்கு கூறலாம் என எண்ணுகிறேன்.

1 பல புதிய மனிதரைச் சந்திக்கும் வாய்ப்பு ஏற்படும். அவர்கள் கலாசாரம் வாழ்க்கை முறை பற்றி அறிந்து கொள்ளலாம்.

2.நீங்கள் புவியியல் மற்றும் வரலாறு பாடங்களில் படித்த இடங்கள், செய்திகள் ஆகியவற்றை நேரில் பார்க்கும் போது மகிழ்ச்சியாகவும், வியப்பாகவும் இருக்கும். இவை உங்கள் மனதில் ஆழமாகப் பதிந்துவிடும்.இவற்றைப் படிக்கும் போது இதெல்லாம் தேவையா என்று பல முறை நான் நினைத்ததுண்டு.

3. இயற்கையின் கொள்ளை அழகைக் காணும் வாய்ப்பு ஏற்படும். இதனால் மனப்பூரிப்பும் உற்சாகமும் உண்டாகும்.

4. அன்றாட வாழ்க்கை முறையிலிருந்து விலகிச் சில நாட்களுக்குப் புதிய, சுதந்திரமான வாழ்க்கையை வாழ்வதில் ஒரு ஆனந்தமும் நிம்மதியும் ஏற்படும்.

5. உங்களை நீங்களே அறிந்து கொள்வதற்கும் தன்னம்பிக்கையை வளார்த்துக் கொள்வதற்கும் பயணங்கள் வழிவகுக்கும்.

6. மன உளைச்சலை நீக்கி ஆரோக்கியத்தைப் பயணங்கள் தரும்.

இந்நூலில் உள்ள கட்டுரைகள் பல மாதங்களாக 'விளாம்பரம் " பத்திரிகையில் வெளிவந்தன .இதற்காக இதன் நிறுவினர் இராஜா மஹேந்திரனுக்கும் ஆசிரியர் பாமா மஹேந்திரனுக்கும் எனது நன்றியும் வாழ்த்துக்களும் உரித்தாகுக. இவ்வாறான தொடர் கட்டுரைகளை நூலாக்கியதில் இது மூன்றாவது நூலாகும்.இதை நன்முறையில் வடிவமைத்து மின்னூலாக்கிய விக்னேசுக்கு எனது மனமார்ந்த நன்றி. மேலும் இதற்கு மதிப்புரை வழங்கிய காவ்யா (B.Sc., Chemistry) அவர்களுக்கும் மனமார்ந்த நன்றி.

வணக்கம்.

சின்னையா சிவநேசன்

சுயவிபரம்

<u>சின்னையா சிவநேசன் – *B.Sc. , B.Ed., OCT.*</u>

புனை பெயர் : துறையூரான்.

பிறப்பிடம் : கொழும்புத்துறை மேற்கு , யாழ்ப்பாணம்.

ஆரம்பக் கல்வி : சுண்டிக்குழி பரியோவான் கல்லூரி.

உயர் கல்வி : சென்னை கிறிஸ்தவக் கல்லூரி , தமிழ் நாடு .

பட்டப் பின் கல்வி : இலங்கைப் பல்கலைகழகம் , கொழும்பு.

அறிவியல் இளவல் பட்டம் , சென்னைப் பல்கலைக் கழகம் .

ஒன்றாறியோ ஆசிரியச் சான்றிதழ்

ஆங்கிலம் இரண்டாம் மொழியாக்க் கற்பிக்கும் சான்றிதழ் (யோக் பலகலைக் கழகம்.)

<u>கல்விபணி</u>

<u>ஈழத்தில்</u>

ஆசிரியர் .1961 -62

உயிரியல் பாடநூல் மொழிபெயர்ப்பாளர் , பதிப்பாசிரியர்.-கல்வி வெளியீட்டுத் திணைகளம்.1962 -1973 .

அதிபர் : சிதம்பராக் கல்லூரி , வல்வெட்டித்துறை -1973 -1974 .

அதிபர் : கோப்பாய் கிறிஸ்தக் கல்லூரி.. 1975- 1980.

வடமாகாண அதிபர்கள் சங்கம் - செயலாளர் – 1977 & 78.

<u>நைஜீரியாவில்</u>

விரிவுரையாளர் , பரீட்சைப் பொறுப்பாளர் – கெசாவா ஆசிரியப் பயிற்சி கல்லூரி –கானோ, நைஜீரியா. 1980 -1986.

பரீட்சை ஆலோசகர் பயிற்சிச் சான்றிதழ் – 1984 – கானோ கல்வி ஆய்வு நிலையம் .

<u>கனடாவில்</u>

தொரொன்றோ மாவட்டக் கல்வி சபை – பகுதி நேர ஆசிரியர் .1997-2000 .

தொரொன்றோ மாவட்டக் கல்வி சபை – பாடசாலை சமூக ஆலோசகர் -1997-2003 .

யோக் மாவட்டக் கல்வி சபை : பகுதி நேர ஆசிரியர் , ஆலோசகர், மொழிபெயர்ப்பாளர்- 2003 -2013.

தமிழாசிரியர் - தொரொன்ரோ மாவட்டக் கல்வி சபை 1994-2003.

தமிழாசிரியர் - யோர்க் மாவட்டக் கல்வி சபை 2003.-2013

தமிழ்ப் பாடநூல் ஆசிரியக் குழு உறுப்பினர்.

ஆங்கில விரிவுரையாளர் _ அண்ணாமலைப் பல்கலைக் கழக ,கனடா வளாகம்.2004 முதல் இன்று வரை

சமயப் பணி

நிறுவுனரும் ஆயுட்கால உறுப்பினரும் முன்னாள் தலைவரும் - சிவயோக சுவாமிகளின் சிவதொண்டன் நிலையம் , கனடா – 1996 –2017.

சமய உரைகள்,நேர் காணல்கள் – தொலைக்காட்சி , வானொலி ,மேடைகள் ஆலயங்கள்,

சமயக் கட்டுரைகள்- பல்வேறு பத்திரிகைகள் ,சஞ்சிகைகள் .

சிவநெறிக் காவலர் பட்டம்- ஸ்காபரோ சித்திவினாயகர் ஆலயம்.

சைவ சமய மநாடுகள் : நெதலாந்து ,சுவிற்சலாந்து ,மதுரை.

தற்போது கீதவாணி வானொலியில் வைத்தியர் இலம்போதரனுடன் இணைந்து " விஞ்ஞானமும் மெஞ்ஞானமும் " என்ற நிகழ்ச்சியை நடத்தி வருகின்றார்.

சமூகபணி

ஆயுட்கால உறுப்பினரும், முன்னாள் செயலாளரும் தலைவரும் – இலங்கைப்பட்டதாரிகள் சங்கம்,கனடா. 1995 முதல்

ஆயுட்கால உறுப்பினரும் முன்னாள் தலைவரும் செயலாளரும் , –கனடா தமிழ் எழுத்தாளர் இணையம் – 1996 முதல் ---

தலைவர் – கனடா இந்து கலாசார மன்றம்.

நிறுவுனர் ,உப தலைவர் – கனடா தமிழ்ப் பெற்றோர் சங்கம் .

கனடா தமிழ்ப் பண்பாட்டு மநாட்டுக் குழு நிர்வாக சபை உறுப்பினர்- 1996 ,2005 .

ஒன்றாறியோ மாகாண தொண்டர் விருது – 5ஆம், 10 ஆம் 20ஆம்ஆண்டுகள்.

பத்தாண்டு விழாப் பாரட்டுப் பட்டயம் - கனடா தமிழ் எழுத்தாளர் இணையம்- 2003

எலிசபெத் மஹாராணியர் பொன்விழாப் பதக்கம்

கலைப் பணி

<u>வெளியிட்ட நூல்கள்</u> ;

1. நரி மாப்பிள்ளை (சிங்கள நரி பானா நாடகத்தின் தழுவல்)

2. தங்கச்சி கொழும்புக்கோ போகிறாய் ? (நாடகம்)

3. நாடும் நடப்பும் (வானொலிக் கலந்துரையாடல்கள்)

4. சிறுவர் பாடல்கள் (தமிழும் ஆங்கிலமும்)

5. கனடாவில் எம்மவர் (நாடகம்) .

6. கனடாவின் கதை (வரலாறு)

7. விஞ்ஞாணத்தின் விந்தைகள்

8. மின்வலைக் களஞ்சியம்

9. *Pearl Necklace (short stories)*

இலங்கையிலும் கனடாவிலும் மேடையேற்றிய நாடகங்கள்

1. மேகலை

2. நினைத்தது நடந்ததா ?

3. மத மாற்றம்

4. தங்கச்சி கொழும்புக்கோ போகிறாய் ?

5. அழையா விருந்து

6. நரி மாப்பிள்ளை

7. ஒன்றுபட்டால் (நாட்டிய நாடகம்)

8. மன மாற்றம்.

9. யாரடித்தார் ? (வடமாகாண ஆசிரியர் சங்கம் நடத்திய போட்டியில் 2ஆம பரிசு) 1976.

10. அலைகள் ஓய்வதில்லை (இலங்கைக் கலைக் கழகம் நடத்திய மாகாணப் போட்டியில் 2ம் பரிசு) 1977.

ஏராளமான நாடகங்கள் இலங்கை வானொலிக்கு 1962 முதல் 1973 வரை எழுதினார்.குறிப்பாக " எப்படி நடந்தது ? " என்ற தொடர் நாடகம் ஒரு வருடத்துக்கு இலங்கை வானொலியில் ஒலிபரப்பாகியது அப்போது "சானா "அதற்குப் பொறுப்பாக இருந்தார்.

கனடாவுக்கு 1986 இல் வந்த பின் பல வானொலி நாடகங்களை எழுதியும் தயாரித்தும் வருகிறார். இரு நாடங்கள் இங்கு மேடையேற்றப்பட்டன.

இவற்றுடன் பல்வேறு நிகழ்ச்சிகளில் பேச்சாளராகவும் பிரதம விருந்தினராகவும் ,பட்டி மன்றங்கள் ,கவியரங்குகள் ஆயவற்றிலும் பங்குபற்றுகின்றார்.

கவிதைகள்,பிரயாணக் கட்டுரைகள், விஞ்ஞானக் கட்டுரைகள் , சிறுகதைகள் ஆயன பத்திரிகள் ,சஞ்சிகைகளில் எழுதி வருகின்றார். மேலும் ஆங்கிலக் கவிதைகளைத் தமிழிலும் .தமிழ் சிறுகதைகளை ஆங்கிலத்திலும் எழுதுகிறார். இத்துடன் பாடசாலை மாணவர்கள் ,பெற்றோர்கள் பாடசாலையில் எதிர்நோக்கும் பிரச்சனைகளுக்கு வேண்டிய உதவிகளை இலவசமாகச் செய்துவருகிறார்.

<u>பொருளடக்கம்</u>

செஞ்சீனா பச்சையாகிறாதா ?

செஞ்சீனா பச்சையாகிறதா?
பயணக் கட்டுரை -1

நானும் எனது நண்பரும் (தேவகுரு) இருவாரச் சீனப் பயணத்தை மேற்கொண்டோம். இது ஒரு புதிய, எதிர்பாராத அனுபவமாக இருந்தது. எனவே அங்கு பார்த்தவை கேட்டவை இரசித்தவை போன்றவற்றை விளம்பரம் வாசகர்களோடு பகிர்ந்து கொள்ளலாம் என எண்ணினேன். அப்பயணம் பற்றிப் பார்க்கும் முன் சீனாவின் வரலாறு பற்றி அறிந்து கொள்வது நல்லது. அதுபற்றிப் பார்ப்போம்.

வரலாறு

கிழக்காசியாவில் தனிப்பெரும் அரசாகத் திகழும் சீனா, சீன மக்கள் குடியரசு (People's Republic of China) என அழைக்கப்படுகிறது. இதன் சனத்தொகை 1.381 பில்லியன் ஆகும். உலகிலேயே சனத்தொகை கூடிய நாடாகச் சீனா உள்ளது. இதன் தலைநகரம் பெய்ஜீங்(முன்னாள் பீக்கிங்). இந்நாட்டை ஆள்வது சீனாவின் கொமியூனிசக்கட்சி (பொதுவுடமைக்கட்சி).இது 22 மாகாணங்கள், 5 தன்னாட்சிப் பிரதேசங்கள், நேரடிக் கட்டுப்பாடுள்ள 4 மாநகர சபைகள் (பெய்ஜீங், ரியான்ஜின், ஷாங்காய், சொங்கிங் சுய அரசாட்சியுள்ள விசேட நிர்வாகப் பிரதேசங்கள் ஹொாங் கொங், மக்கௌ ஆகியவற்றைத் தன் கட்டுப்பாட்டுக்குள் வைத்திருக்கிறது.

இத்துடன் தைவான் தீவின் மீதும் தனக்கு ஆட்சியுரிமை இருப்பதாகக் கூறுகிறது. இதன் பிரதான நகரங்களாக ஷாங்காய், பெய்ஜீங், சொங்கிங், சென்ஷென், ரியான் சின், ஹொாங்கொங் ஆகியன விளங்குகின்றன. சீனா ஒரு வல்லரசு நாடாகவும் வரக்கூடிய வாய்ப்புக்கள் உள்ளன.

சீனாவின் பரப்பளவு 9.6 மில்லியன் சதுரகிலோ மீற்றர். இது உலகிலேயே அமெரிக்காவுக்கு அடுத்ததாகக் கூடிய நிலப்பரப்பைக் கொண்ட நாடாக உள்ளது. இது மிகவும் வேறுபட்ட நிலப்பரப்புக்களை அதாவது உலர்ந்த வடக்குப் பகுதியில்

ரெப்பீஸ் காடுகளையும், கோபி, ரக்ளமாகன் வனாந்திரங்களையும், ஈரமான உபஉஷ்ண வலயக்காடுகளையும் கொண்டுள்ளது.

இமாலயா, கரக்கோரம், பமிர், ரயான்ஷான் போன்ற மலைத்தொடர்கள் சீனாவை தெற்கு மற்றும் மத்திய ஆசியாவிலிருந்து பிரிக்கின்றன. திபெத்தியப் பள்ளத்தாக்கிலிருந்து ஆரம்பிக்கும் யங்சி (உலகின் 3வது நீளமானது), மஞ்சள் (உலகின் 6 ஆவது நீளமானது) ஆறுகள் மிகவும் அடர்த்தியான சனத்தொகைப் பிரதேசமான கிழக்கில் பாய்ந்து பசுபிக் சமுத்திரத்தை அடைகின்றன. சீனாவின் பசுபிக் கரையோரம் 14,500 கிலோமீற்றர் நீளமானது. மிகப்பழமை வாய்ந்த நாகரிகம் தோன்றிய நாடாகச் சீனா விளங்குகிறது. மஞ்சள் ஆற்றுப்படுக்கையின் வளமான பகுதியாகிய வடசீனாவில் பல்லாயிரம் வருடங்களுக்கு முன் நாகரிகம் தோன்றி நன்னிலையில் இருந்தது. அக்காலத்தில் அரச பரம்பரை ஆட்சி வழக்கத்திலிருந்தது. கி.மு 221 முதல் கின் அரச பரம்பரை நாட்டைக் கைப்பற்றி சீனப் பேரரசாக ஆண்டு வந்தது. இது பல தடவை சிதைந்தும், பரந்தும், புதுப்பிக்கப்பட்டும் பல மாற்றங்களுக்கு உள்ளானது. 1912இல் கடைசிப் பரம்பரை ஆட்சியை சீனக் குடியரசு கைப்பற்றி 1949 வரை ஆட்சி செலுத்தியது. பின்னர் ஏற்பட்ட உள்நாட்டுப் போரில் சீனக் கொமியூனிஸ்ட் கட்சி ஆட்சியைக் கைப்பற்றியது. இது ஒக்ரோபர் 1ஆம் திகதி 1949இல் சீனமக்கள் குடியரசை பெய்ஜிங்கில் நிறுவியது. இதற்கிடையில் சீனக் குடியரசின் முக்கியஸ்தர்கள் பலர் அருகிலிருந்த தைவான் தீவுக்குக் குடியேறித் தைபேயைத் தமது தலைநகரமாக்கி ஆட்சி புரிந்தனர். இவ்விரு ஆட்சியாளரும் தாமே சீனாவின் உரிமையைக் கொண்டிருப்பதாகக் கூறுகின்றனர்.

கடந்த 50 ஆண்டுகளாக உலகின் பொருளாதாரத்தில் பெருமளவைச் சீனா கொண்டு விளங்கி வருகிறது. இக்காலப்பகுதியில் பல பொருளாதார உயர்வுகளையும் தாழ்வுகளையும் சந்தித்துள்ளது. 1978இல் நடைமுறைப்படுத்தப்பட்ட பொருளாதாரச் சீரமைப்புக் காரணமாக துரிதமாக வளரும் நாடுகளுள் ஒன்றாகச் சீனா கணிக்கப்படுகிறது. 2014 ஆம் ஆண்டுக் கணிப்பின்படி உள்நாட்டு விளைபொருள் சேவைகளின் மொத்தப் பெறுமானத்தில் (Gross Domestic Product) உலகிலேயே சீனா இரண்டாவது நிலையிலும் வாங்கும் வலுவின் சம மதிப்பில் (Purchasing Power Parity) முதலாம் நிலையிலும் உள்ளது. மேலும் உலகின் பொருள் ஏற்றுமதி நாடுகளில் முதலாவதாகவும் இறக்குமதியில் இரண்டாவதாகவும் விளங்குகிறது. இத்துடன் சீனா அணு ஆயுதங்கள் உள்ள நாடாகவும் உலகின் மிகக் கூடிய நிரந்தர சேனையையும், இரண்டாவது கூடிய பாதுகாப்பு வரவு செலவையும் உடையதாகவும் விளங்குகிறது. சீனா, ஐக்கியநாடுகள் சபை உறுப்பினராகவும்

1971இல் பாதுகாப்புச் சபையின் நிரந்தர உறுப்பினராகவும் பணியாற்றுகிறது. இத்துடன் பல உலகின் முக்கிய நிறுவனங்களில் உறுப்பினராகவும் உள்ளது.

சீனாவின் உத்தியோக மொழி நிமயச் சீனம் அல்லது புற்றோங்குவா எனப்படுகிறது. பிறமொழிகள் பிரதேச மொழிகளாகக் கணிக்கப்படுகின்றன. திபெத்தியம், மொங்கோலியம், , சுவாங், உயுகுர் முதலியன. சீனாவின் பூர்வீகக் குடிகள் ஹன் (Hain) எனப்படுவர். இவர்கள் மொத்த சனத் தொகையில் 91.51%. எஞ்சியோர் சிறுபான்மையினர் . அரசாங்கம் ஒரு கட்சி சமத்துவவுடமை ஒற்றையாட்சி முறை. கட்சியின் பொதுக் காரியதரிசி, அரசாங்கத்தின் ஜனாதிபதியாக இருப்பார்.

பிரதம மந்திரியும் பிற கூட்டுச் சபைத் தலைவர்களும் ஆட்சியில் உதவி புரிவர். முதலாவது அரச பரம்பரை நிறுவப்பட்டது கி.மு 2070இல். கின் அரச பரம்பரையின் ஆட்சி ஆரம்பித்தது கி.மு 221இல் . தற்போதைய ஆட்சி 4ஆம் நாள் டிசம்பர் 1982இல் நிறுவப்பட்ட யாப்பின் பிரகாரம் நடைபெறுகிறது.

சீனா பற்றிப் பல முக்கிய தகவல்களைப் பார்த்தோம். இனி எனது பயணம் பற்றிப் பார்ப்போம்.. ரொறொன்ரோவிலுள்ள பசுபிக் மோல் என்றால் பலருக்கும் தெரியும். இதற்கு மேற்குப் பக்கத்தில் அதே வளவில் 'சினோராமா' என்ற பிரயாணமுகவர் நிலையம் ஒன்றுள்ளது. இந்நிறுவனம் சீனா, தாய்லாந்து, இந்தோனேசியா போன்ற தென் கிழக்கு நாடுகளுக்குச் சுற்றுலாப் பயணங்களை ஒழுங்கு செய்கிறது. இது ஆரம்பித்து ஏழெட்டு வருடங்கள் ஆகின்றன. இங்கே ஏறக்குறைய 15 பேர் வேலை செய்கிறார்கள். எல்லோரும் சீனர்களே. இந்நிறுவனம் தொலைக்காட்சியில் விளம்பரப்படுத்துவதை ஆங்கில அலைவரிசைகளைப் பார்ப்பவர்கள் பார்த்திருக்கலாம்.

மிகவும் நல்ல முறையில் இப்பயணங்களை ஒழுங்கு செய்கிறார்கள். எனவே நானும் எனது நண்பரும் ஒரு நாள் அங்கு தகவல்களைப் பெறுவதற்காகச் சென்றோம். அங்குள்ள தட்டுகளில் பல்வேறு சுற்றுலாக்கள் பற்றிய தகவல்களைத் தரும் கையேடுகள் அழகான படங்களுடன் இருந்தன. அதிலிருந்த ஒருகையேட்டில் சீனா, தாய்லாந்துக்கான வியத்தகு 15 நாட்கள் சுறுற்றுலாவைத் தெரிவு செய்தோம்.

செஞ்சீனா பச்சையாகிறதா?

பயணக் கட்டுரை – 2

சினோராமா மாதந் தோறும் பல்வேறு சுற்றுலாப் பயணங்களை ஒழுங்கு செய்கிறார்கள். எமது இந்தச்சுற்றுலாவுக்கு 6 மாதங்களுக்கு முன்னரே முழுத் தொகையையும் செலுத்தினோம். ஓரறையில் இருவர் தங்குவது என்ற அடிப்படையில் எமக்கு ஒருவருக்கு 3,250 கனேடிய டொலர்கள் என்ற அடிப்படையில் பணம் கட்டினோம். சுற்றுலாவுக்கு மூன்று வாரங்களுக்கு முன் சிலரை அழைத்து ஒரு தகவல் தரும் கூட்டமொன்றை வைத்தார்கள். இதில் பிரயாணங்கள் எவ்வாறான பஸ்களில் அமையும், உல்லாச விடுதிகளின் பெயர்களும் தொலைபேசி எண்களும், வழிகாட்டிகளின் தகவல்கள், பெரு நகரங்களிலும் வெளிப்புறங்களிலும் எவ்வாறு நடந்து கொள்வது , தேவையான கையிருப்புப்பணம், ஊழியருக்கு சன்மானம் கொடுப்பது , என்ன பாதுகாப்பான மருந்துகள் கொண்டு போக வேண்டும் நுளம்பு அணுகாத ஸ்பிறே, வயிற்றுக் கோளாறு, காய்ச்சல் மருந்துகள் முதலியன , பயனுள்ள சீனச் சொற்கள் (வணக்கம், நன்றி, எப்படிச்சுகம்) போன்ற பல முக்கிய தகவல்களையும், அணிய வேண்டிய உடுபுடவைகள், காலநிலை பற்றியும் எடுத்துக் கூறினார்கள். இது மிகவும் பயன் உள்ளதாக இருந்தது.

நாங்கள் கொடுத்த பணத்துக்கு 5 நட்சத்திர உல்லாச விடுதிகள் மூன்று நேர உணவு, பஸ் பிரயாணங்கள், வேக இரயில் பிரயாணம், றொறொன்றோவிலிருந்து பெஜ்ஹிங்குக்கும் அங்குள்ள சில பெருநகர்களுக்கும், பாங்கொக்குக்கும் செல்லும் விமானப் பயணம், சில விசேட நிகழ்ச்சிகளான சீன சர்க்கஸ் காட்சி, அருங்காட்சியகம்,, விலங்குகள் பூங்கா போன்றவற்றிற்கான அனுமதிச் சீட்டுக்கள் யாவும் அடங்கும். இவ்வாறான ஒரு பயணத்தை நாம் மேற்கொள்வதானால் பணம் அதிகம் செலவாவதுடன், இவ்வாறு பல்வேறு விடுதிகள் பஸ் பயணங்கள், சிறப்பு நிகழ்ச்சிகள், வழிகாட்டிகள் யாவும் ஒழுங்கு செய்வது முடியாத காரியம். மேலும் 'சினோராமா' நிறுவனத்துக்குச் சொந்தமான பஸ் வண்டிகளும், வழிகாட்டிகளும் ஆதரவான உல்லாச விடுதிகளும் ஏற்கனவே இருந்ததால் அவர்கள் யாவற்றையும் சிறப்பான முறையில் ஒழுங்கு செய்திருந்தார்கள். மேலும் இந்நிறுவனம் ஒரு அரச சார்புள்ள அல்லது அரச நிறுவனமாக இருக்கலாமெனக் கருத இடமுண்டு.

இக் கட்டுரையில் பயணம் பற்றி விரிவாகப் பார்ப்போம்.

2016 ஓகஸ்ட் மாதம் 24ஆம் திகதி காலை பியர்சன் சர்வதேச விமான நிலையத்தில் இருந்து புறப்பட்டு சிக்காகோ நகரைச் சென்றடைந்தோம். அங்கிருந்து மதியம் யுனைட்டட் விமானத்தில் பெய்ஜிங் நகருக்குப் புறப்பட்டோம்.. இவ்விமானத்தில் ஏறக்குறைய 280 பேர் பயணித்தனர். எங்கும் நிறுத்தாமல் விமானம் ஏறக்குறைய 12 மணித்தியாலங்களுக்குத் தொடர்ச்சியாகப் பயணித்து பெய்ஜிங் சர்வதேச விமான நிலையத்தை அடைந்தது. விமானத்தில் பிரயாணம் செய்தது அலுப்பாகவே இருந்தது. எனினும் உணவு, சிற்றுண்டி என மூன்று நான்கு முறை தந்து எல்லோரையும் விமானப் பணிப்பெண்களும் ஆண்களும் அன்பாகக் கவனித்தனர்.. எங்களுக்கு அருகில் சிக்காகோவிலிருந்து ஒரு 30 வயதுப்பெண், பெய்ஜிங்குக்கு அருகேயுள்ள நகர் (100மைலில் உள்ளது) பாடசாலை ஒன்றுக்கு ஆங்கிலம் படிப்பிக்கப் போவதாகக் கூறினார். தன்னோடு இன்னும் இரு பெண்கள் அங்கே செல்வதாகவுஞ் சொன்னார். சம்பாஷணையின் போது எங்கள் இருவரோடு தனது சுய வரலாற்றையும் பகிரந்து கொண்டார். தான் இன்னும் திருமணஞ் செய்யவில்லை என்றும் தனியாகவே வாழ்ந்து வருவதாகவும் தாயார் இறந்து விட்டதால் தகப்பானார் மறுமணஞ் செய்து வாழ்வதாகவும் கூறினார். இவ்வாறு பல விடயங்களைப் பேசிக்கொண்டு சென்றோம். ஏறக்குறைய பெய்ஜிங் நேரம் 3 மணியளவில் அங்கு போய் சேர்ந்தோம். விமான நிலையம் மிகவும் பெரிய கொட்டகை போன்ற அமைப்பில் பிரமாண்டமான அரைப் பூகோளம் போன்று வடிவமைக்கப்பட்டிருந்தது. கூரையின் வடிவமைப்பு கட்டிடக்கலைஞரின் கைவண்ணத்தைப் பறைசாற்றி நின்றது. எத்தனையோ நாடுகளிலிருந்து வந்திறங்கிய பிரயாணிகளின் தொகை எண்ணிலடங்கா. அதற்கேற்ப இருபதுக்கு ற்ப்பட்ட குடிவரவு உத்தியோகத்தர்களையும், வெளியே போகும் நிலையங்களையும் அமைத்திருந்தார்கள். யாவரும் ஒழுங்காகச் செல்வதை மேற்பார்வை செய்யவும் வழி நடத்தவும் பல இளைஞர்களும் யுவதிகளும் அங்கு கடமை புரிந்தனர். மிக விரைவில் நாம் வெளியேறினோம். . கனடாக் கடவுச்சீட்டும் சீனா விசாவும் எமக்கு வசதியாக இருந்தன. அங்கிருந்து ஒரு நிலக்கீழ் தொடர் வண்டிமூலம் 15 நிமிடங்கள் பிரயாணஞ் செய்து இன்னுமொரு நிலையத்துக்கு அழைத்துச் செல்லப்பட்டு வெளியே வந்தோம்.. எமது பயணப் பொதிகளை, மிக விரைவில் அங்கு கொண்டுவரப்பட்டு எமக்குக் கிடைத்தன.

வெளியே வந்தபோது "சினோராமா' என்று எழுதப்பட்ட ஒரு கொடியைப் பிடித்துக் கொண்டு ஒருவர் எமக்காகக் காத்திருந்தார். அவரோடு இன்னும் பலர் வெவ்வேறு

இடங்களிலிருந்து வந்து எமக்காகக் காத்திருந்தனர் ரொரொன்ரோவிலிருந்து புறப்படுவதற்கு முன்னரே எமக்கு பஸ்வண்டியின் எண் 3 என்றும் எமது வழிகாட்டியின் பெயர், நாங்கள் தங்கப் போகும் உல்லாச விடுதியின் பெயர், எங்களோடு பஸ்ஸில் பிரயாணஞ் செய்பவர்கள் பெயர் யாவும் ஒரு தாளில் அச்சடித்துக் கொடுத்தார்கள். பெரும்பான்மையானவர்கள் அமெரிக்காவிலிருந்தும். கனடாவிலிருந்தும் வந்திருந்தார்கள். எங்களது பஸ்வண்டியில் ஒரு இளம் தம்பதியும், ஒரு தாயும் மகளும் (இங்கிலாந்திலிருந்து வந்திருந்தனர்). அன்று எல்லாமாக 140 பேர் பல்வேறு இடங்களிலிருந்து வந்து சேர்ந்தனர். அவர்களை நான்கு சொகுசு பஸ்வண்டிகள் ஏற்றிக்கொண்டு குறிக்கப்பட்ட விடுதிகளுக்கு அழைத்துச் சென்றன. எமது வண்டியுடன் இன்னும் இருவண்டிகள் கிராண்ட் மெற்றோ பாக் ஹோட்டல் (Grand Metro Park Hotel) என்ற 5 நட்சத்திர விடுதிக்கு அழுத்துச் சென்றன. இது மிகவும் அண்மையில் கட்டப்பட்ட 22 மாடிகள் கொண்ட விடுதி. மிகவும் விசாலமான படுக்கை அறை, குளியல் அறை, பொதி அறை. உடுப்புகள் தொங்க விடும் சிறிய அறை (Close) போன்ற பல வசதிகள் நிறைந்த அறையாக இருந்தது. இது பெய்ஜிங்கின் ஒரு ஒதுக்குப்புறமான பகுதியிலிருந்தது. இதன் நாலாபாகத்திலும் பெரிய ஹோட்டல்களும் வியாபார நிறுவனங்களும் அமைந்திருந்தன. எமக்கு 18வது மாடியில் அறை ஒதுக்கப்பட்டிருந்து.

இவ்விடுதியின் வரவேற்பறையின் அமைப்பு பிரமிக்கத் தக்க வகையில் ட்டு டிவமைக்கப்பட்டு நிர்மாணிக்கப்பட்டிருந்தது. . இரவு உணவை வரவேற்பறைக்கு அருகே இருந்த உணவகத்தில் முடித்துக் கொண்டு விரைவில் நித்திரைக்குச் சென்றோம். எமது வழிகாட்டி லீசா என்ற பெண்மணி அவரின் இயற்பெயர் சீனப்பெயர். ஆனால் யாவரும் அழைக்க இலகுவாக இருக்க அவர் அப்பெயரை வைத்துக் கொண்டார். அடுத்த நாள் காலை 8மணிக்குக் கிளம்பத் தயாராகுமாறு எல்லோரையும் கேட்டுக் கொண்டார்.

இனி பெய்ஜிங் நகரம் பற்றிய வரலாற்றுப் பின்னணியைப் பார்ப்போம். உலகத்திலேயே அதிக சனத்தொகையைக் கொண்ட நாடாகிய சீனாவின் தலைநகரம் பெய்ஜிங். இது முன்பு பீக்கிங் என அழைக்கப்பட்டது. இதன் சனத்தொகை 21.5 மில்லியன் (2013 மதிப்பீடு. இதன் பரப்பளவு 16,410.54 சதுர கிலோ மீற்றர். கனடாவின் பரப்பளவில் ஏறக்குறைய 16% சதவீதமுள்ள பரப்பளவை மட்டுமே கொண்டுள்ள பெய்ஜிங் நகரம் கனடாவைக் காட்டிலும் ஏறக்குறைய 14 மில்லியன் மக்களை மட்டும் குறைவாகக் கொண்டுள்ளது என்றால் அங்குள்ள வாகனங்கள், தெருக்கள், மக்களின் நடமாட்டம் எப்படியிருக்கும் என்பதைக் கற்பனை பண்ணிப்

பாருங்கள். இதைவிட சாங்காய் என்ற நகரம் பெரியது. அதைப் பற்றிப் பின்னால் பார்ப்போம். இது மிங், கிங் இராஜ பரம்பதரையின் தலைநகரமாகப் பல நூற்றாண்டுகளாக இருந்தது. அதன்பின் 1911இல் சீனக்குடியரசின் தலைநகரமாக மாற்றப்பட்டது. இது சீனாவின் அரசியல், கல்வி கலாச்சார நகரமாக விளங்குவதால் இங்கு பலசரித்திரப் பிரசித்தி பெற்ற இடங்களும், முக்கியமான அரசாங்க, கலாச்சார நிறுவனங்களும் உள்ளன. இந்நகரம் தட்டையான நிலப்பரப்பையும் உலர்ந்த காலநிலையையும் கொண்டுள்ளது. இதன் எல்லைப்புறம் மூன்று பக்கமும் மலைத்தொடர்களால் சூழப்பட்டிருக்கும். நகரின் உட்புறத்தில் மூன்று குன்றுகள் மட்டுமே உள்ளன. இந்த நகரத்தின் வீதிகள் பெரும்பாலும் ஏறக்குறைய வட்டவட்டச் சுற்றுக்களாக அமைந்திருக்கும். இதனால் சுற்றுலாவுக்குச் செல்பவர்கள் இடங்களை இலகுவாகக் கண்டுபிடிக்க முடியும். இச்சுற்று வீதிகளுக்கு அப்பால் சீனாவின் பிரசித்தமான 'பெருமதில்' அமைந்துள்ளது. இது உலகிலுள்ள பெரும்பாலான பயணிகளை இங்கு வரவழைப்பதற்கும் அந்நாளைய மனிதனின் செயற்கரிய செயலை வியந்து பாராட்டுவதற்கும் காரணமாக உள்ளது. பெய்ஜிங் நகரம் 5 மாவட்டங்களாகப் பிரிக்கப்பட்டுள்ளது. இவை ஒவ்வொன்றும் ஒரு மாகாணமாகக் கருதக் கூடியவை. இவற்றைத் தவிர பெய்ஜிங்கின் சுற்றுப்புற ஊர்கள், கிராமங்கள் யாவும் பதினொரு மாவட்டங்களாகப் பிரிக்கப்பட்டுள்ளன. இவை நகரின் மத்தியிலிருந்து அதிக தாரத்திலுள்ளன. சீனப்பெருமதில் வடக்கிலுள்ள கிராமப்பகுதியில் அமைந்துள்ளது.

ஆகஸ்ட் 25 ஆம் திகதி காலை யாவரும் சொகுசு வண்டிகளில் புறப்பட்டு ரினென்மன் சதுக்கத்தை அடைந்தோம். இங்கே திருவிழாவுக்கு வந்த கூட்டத்தைப் போன்று மக்கள் நிரம்பி வழிந்தனர். பெரும்பாலும் உல்லாசப்பயணிகளும் கிராமப்புற மக்களுமாகக் காட்சியளித்தனர். அயல்நாட்டு உல்லாசப் பயணிகள் பெரும்பாலும் கூட்டுக் குழுக்களாக ஒரு வழிகாட்டியோடு இடங்களைச் சுற்றிப் பார்த்தனர். இந்த வழிகாட்டிகள் ஒவ்வொருவரும் ஒரு கொடியையும் ஒரு சிறிய ஒலிபெருக்கியையும் வைத்து யாவருக்கும் பல்வேறு மொழிகளில் விளக்கிக் கொண்டிருந்தனர். எம்மோடு அன்று மைக் என்றவழி காட்டி வந்தார். அவர் அங்குள்ள பல்வேறு கட்டிடங்களைப் பற்றியும் அவற்றின் வரலாற்றுப் பின்னணி பற்றியும் எடுத்துக்கூறினார்.

ரினென்மென் சதுக்கும் ஒரு பரந்த இடம். இதன் பரப்பளவு 18 உதைபந்தாட்ட மைதானங்களை ஒன்று சேர்த்தால் போல் அமைந்துள்ளது என வழி காட்டி கூறினார். எனவே இதன் பரப்பளவை நீங்களே ஊகித்துக்கொள்ளலாம். இச்சதுக்கம

ரினன்மென் ஸ்தூபி, மாவீரரின் நினைவு மண்டபம், மக்களின் பெருமண்டபத் தலைவர் மாவோ சேடொங்கின் நினைவு மண்டபம் என்ற கட்டிடங்களைக் கொண்டுள்ளது. ரினென்மென் ஸ்தூபியைத் தவிர்ந்த பிற இடங்கள் யாவற்றிலும் மக்கள் மணிக்கணக்காக வரிசையில் காத்திருந்தனர். எனவே நாங்கள் அண்மையில் சென்று ஒவ்வொன்றையும் பார்க்க மட்டுமே முடிந்தது. உள்ளே செல்வதானால் குறைந்தது 3 அல்லது 4 மணித்தியாலங்களுக்கு ஒவ்வொரு கட்டிடத்துக்கும் முன்னால் வரிசையில் நிற்க வேண்டும். மேலும் இவ்விடத்துக்கு வந்த ஞாபகத்திற்காக எமது குழுவினர் ஒரு கூட்டமாகப் படம் பிடித்துக் கொண்டோம். எமது வழிகாட்டி அதற்கு ஒழுங்கு செய்திருந்தார்.

செஞ்சீனா பச்சையாகிறதா?

பயணக் கட்டுரை – 3

சென்ற கட்டுரையில் ரியானென்மென் சதுக்கத்திலுள்ள பல கட்டிடங்களில் ஒன்றான ரியானென்மென் கோபுரம் பற்றிப் பார்த்தோம்.

2. ரியானென்மென் வாயில்

இது அனுமதி மறுக்கப்பட்ட நகரின் முகப்பு வாயிலாக அமைந்திருக்கிறது. இது ரியானென்மென் சதுக்கத்தின் வடக்கே அமைந்துள்ளது. இதற்கு முன்னால் சாங்கண் வீதி செல்கிறது. இதன் ஒளிப்படம் 2009இல் எடுக்கப்பட்டது. இவ்வாயில் முதன் முதலில் செங்கரியான் மென் என அழைக்கப்பட்டது. இது 1420 ஆம் ஆண்டு கட்டப்பட்டது. இது 1457இல் மின்னலால் தாக்கப்பட்டு முற்றாக எரிந்துபோனது. 1465இல் மிங் பரம்பரையைச் சேர்ந்த பேரரசன் செங்குவா தற்போதுள்ள வாயிலை பல மாற்றங்களோடு புதிதாகக் கட்டுவித்தான். பின்னர் கிங் பரம்பரை காலத்தில் 1645 இல் மீளமைக்கப்படும் வேலைகள் ஆரம்பித்து 1651இல் முடிவடைந்தன. 300 ஆண்டுகளாக இருந்தமையால் இது உடைந்தும் சில இடங்களில் சிதைந்தும் காணப்பட்டது. எனவே செள என்லாய் ஜனாதிபதியாக இருந்த காலத்தில் நவீன வசதிகளுடன் மறுசீரமைக்கப்பட்டது.

இக்கட்டிடம் 66 மீற்றர் நீளமும் 37 மீற்றர் அகலமும் 32 மீற்றர் உயரமும் உடையது. இதன் கூரை வழக்கமான இராஜ பரம்பரைக்குரிய அலங்காரங்களைக் கொண்டுள்ளது. வாயிலின் முன்னால் இருமருங்கிலும் இரு சிங்கங்களின் சிலைகள் உள்ளன. சீனப் பண்பாட்டின்படி கெட்ட ஆவிகளிலிருந்து சிங்கம் மனிதரைப் பாதுகாக்கும் என நம்பப்படுகிறது. இத்துடன் வாயிலுக்கு முன்னால் இரு கற்றூண்களும் நிறுவப்பட்டுள்ளன. இவை ஷஹோயியாகவோ என அழைக்கப்படுகின்றன.

இவ்வாயிலுக்கு முன்னால் ஒருபக்கத்தில் சிறுமேடையொன்றுள்ளது. இது அனைத்துலகத் தொழிலாளர் தினத்தன்றும் (மே 1ஆம் நாள்) தேசிய நாள் (ஒக்ரோபர் 1ஆம் நாள்) அன்றும் தலைவர்கள் அமர்ந்திருக்கப் பயன்படுத்தப்படுகிறது. இதன் முன்னால் அரச நகரின் அகழி நீர் நிறைந்து காணப்படுகிறது. தற்போது இது அலங்கரிக்கப்பட்டு. விளக்கேற்றப்பட்ட நீரத்தாரகைகளுடன் காணப்படுகிறது.

1925இல் தேசிய அரசாங்கம் ஆட்சியிலிருந்த போது இவ்வாயிலின் மேலே சுன்யாட் சென் மறைந்த பின்னர் அவரின் படமொன்றும் தொங்க விடப்பட்டது. 1945இல் ஜப்பானைத் தோற்கடித்த பின்னர் சியாங் கைஷேக் இன் படம் மாட்டப்பட்டது. யூலை 07,1949 அன்று இரண்டாம் சீனா -ஜப்பானிய யுத்தத்தை நினைவு கோரும் முகமாக சூடே, மாசேதுங் ஆகியோரின் படங்கள் தொங்க விடப்பட்டன. பின்னர் ஒவ்வொரு ஆண்டும் ஒக்டோபர் 1ஆம் திகதிக்கு முன்னர் மாசேதுங்கின் படம் மட்டும் புதிதாக மாட்டப்பட்டு வருகின்றது.

3. சீனாவின் தேசிய அருங்காட்சியகம்

இது ரியானென்மென் சதுக்கத்தின் கிழக்கு பகுதியில் அமைந்துள்ளது. இது 1959ஆம் ஆண்டு சீன மக்கள் குடியரசின் 10ஆம் ஆண்டு நினைவைக் கொண்டாடும் முகமாகத் திறந்து வைக்கப்பட்டது. இது 16 ஏக்கர் நிலப்பரப்பில் கட்டப்பட்டுள்ளது.

இதன் முகப்பு நீளம் 1,027 அடியாகவும் உயரம் 130 அடியாகவும் (4 மாடிகள்) அகலம் 489 அடியாகவும் உள்ளன. இதன் மத்தியில் பதினொரு சதுரமான தூண்கள் அமைக்கப்பட்டுள்ளன.

இக்கட்டிடம் 4 ஆண்டுகளாகப் புதுப்பிக்கப்பட்டுப் புதுப் பொலிவுடன் மார்ச் 2011இல் மீண்டும் திறக்கப்பட்டது. புதிதாக 28 காட்சி மண்டபங்களும், நவீன களஞ்சிய அறைகளும் கட்டப்பட்டு 2.2 மில்லியன் தளப்பரப்பைக் கொண்ட மாபெரும் காட்சியகமாக விளங்குகின்றது. சென்ற கட்டுரையில் நான் குறிப்பிட்டவாறு நீண்ட வரிசையில் நிற்க விரும்பாமல் நாங்கள் எல்லோரும் அடுத்த கட்டிடத்துக்குச் சென்றோம். அத்துடன் எமது நிகழ்ச்சித் திட்டத்தின்படி ரியானென்மென் சதுக்கத்தில் ஒரு நாள் மட்டுமே தங்கியிருக்க முடியும். உண்மையில் இவ்விடத்திலுள்ள கட்டிடங்கள் யாவற்றையும் உள்ளே சென்று பார்ப்பதற்குக் குறைந்தது மூன்று நாட்களாவது வேண்டும்.

4.   *மக்களின் பெரு மண்டபம்*

இது ரியானென்மென் சதுக்கத்தின் மேற்குக் கரையில் கட்டப்பட்டுள்ளது. இது அரசாங்கத்தாலும் சீனாவின் பொதுவுடமைக் கட்சியாலும் சட்ட சபை அலுவல்களுக்கும் சில விழாக்களுக்கும் பயன்படுத்தப்படுகிறது.

சீன நாடாமன்றம், மக்களின் தேசிய மாநாடு, சீன மக்களின் அரசியல் ஆலோசனை மாநாடு யாவும் இங்கே நடைபெறுகின்றன. 1982 முதல் சீனப் பொதுவுடமைக்கட்சியின் தேசிய மாநாடு ஒவ்வொரு 5 ஆண்டும் இங்கே நடைபெறுகின்றது. மேலும் இம்மண்டபம் விசேட விழாக்கள், சமூக, அரசியல் அமைப்புக்களின் தேசிய மட்டக் கூட்டங்கள், முன்னாள் தலைவர்களின் நினைவுக் கூட்டங்கள் ஆகியவற்றுக்கும் பயன்படுத்தப்படுகிறது.

இக்கட்டிடம் சாங்போ என்பவரால் வடிவமைக்கப்பட்டு செப்ரெம்பர் 1959இல் திறந்து வைக்கப்பட்டது. இது 10 மாதத்தில் வேலையாட்களாலும் தொண்டர்களாலும் கட்டி முடிக்கப்பட்டது. இதன் தளம் 1,849,239 சதுர அடி பரப்பளவைக் கொண்டது. இது 356 மீற்றர் நீளமும் 206.5 மீற்றர் அகலமும் கொண்டது. இதன் மத்திய பகுதி 45.5 மீற்றர் உயரமானது.

இக்கட்டிடம் மூன்று பகுதிகளைக் கொண்டுள்ளது.

1. மத்தியபகுதி, பெரும் கேட்போர் கூடம், பிரதான கேட்போர் கூடம், மாநாட்டு மண்டபம், மத்திய மண்டபம், பொன்னிற மண்டபம், பிறமண்டபங்களைக் கொண்டுள்ளது.

2. வட பகுதியில்: அரச விருந்து மண்டபம், அரச விருந்தினர் மண்டபம், வடக்கு மண்டபம், கிழக்கு மண்டபம், மேற்கு மண்டபம், பிற விசாலமான மண்டபங்கள் அமைந்துள்ளன.

3. தெற்குப் பகுதியில் சீன மக்கள் மாநாட்டு நிரந்தர சபையின் காரியாலயம் அமைந்து உள்ளது. பெரும் கேட்போர் கூடத்தில் கீழ்த்தளத்தில் *3,693* பேரும், மேல்தளத்தில் *(மாடியில்) 3,515* பேரும் படிக்கட்டு இருக்கைகளில் *2,518* பேரும், மேடையில் *300* முதல் *500* பேர்வரையும் அமரலாம்.

எனவே ஒரே நேரத்தில் *10,000* பிரதிநிதிகள் அமரலாம். இதன் உட்புறக்கூரையில் ஏராளமான விளக்குகளும் மத்தியில் பெரிய செந்நிற நட்சத்திரமும் அமைக்கப்பட்டுள்ளன. பல்வேறு கூட்டங்களுக்கும் கலந்து கொள்வோர் எண்ணிக்கைகளுக்கும் ஏற்ப மாற்றியமைக்கக் கூடிய வகையில் கேட்டல், பார்த்தல் கருவிகள் பொருத்தி வைக்கப்பட்டுள்ளன. இத்துடன் பல்வேறு மொழிகளில் சமகால மொழி மாற்றம் வசதிகள் கொண்ட ஒரு மொழிக்களமும் அமைக்கப்பட்டுள்ளது.

அரச விருந்து மண்டபத்தின் பரப்பளவு *7,000* சதுர மீற்றர். இது *7,000* விருந்தினரை உபசரிக்கும் வசதிகளைக் கொண்டுள்ளது. ஒரே நேரத்தில் *5,000* பேர் அமர்ந்து உண்ணலாம். *(ரிச்சாட் நிக்சன் சீனாவுக்கு 1972இல் சென்றபோது இது நடைபெற்றது)* பிரதான கேட்போர் கூடமும், பிறமாநாட்டு மண்டபங்களும் *(30 உள்ளன)* விருந்தினர் எண்ணிக்கைகளுக்கேற்ப விருந்துகளுக்குப் பாவிக்கப்படுகின்றன.

பெரும் கேட்போர் கூடம், கட்சி மாநாடுகளுக்கும் பிற அரச பிரதிநிதிகளுகள் மாநாடுகளுக்கும் பாவிக்கப்படுவதுடன் முக்கிய தலைவர்களின் அரச மரணச்சடங்குகளுக்கும் பாவிக்கப்படுகிறது.

மாவோ சேதுங்கின் அரச மரணச்சடங்கு ரியானென்மென் சதுக்கத்தில் நடைபெற்றது. அண்மைக்காலங்களில் சங்கீதக் கச்சேரிகளும் இங்கு நடைபெறுகின்றன.

5. செங்கியாங்மென்

இது ரியானென்மென் சதுக்கத்தில் தெற்கிலுள்ள வாசல். இது நகரத்தின் உட்புறத்துக்கு வரும் தெற்கு வாசல் பாதுகாப்பு அரணாக விளங்கியது. இது வாசல் வீடு*(Gate House)* எனவும் அழைக்கப்படுகிறது.

இது 1419 ஆம் ஆண்டில் மிங் அரச பரம்பரைக்காலத்தில் கட்டப்பட்டது. இது வாசல் வீட்டையும், வில்வித்தைக் கோபுரத்தையும் கொண்டிருந்தது. இவை பக்கச் சுவர்களாலும் பக்கவாசல்களாலும் தொடுக்கப்பட்டு ஒரு வாசல் மேலுள்ள அடுக்கு மாளிகை போன்றிருந்தன. அரச நகருக்குள் வரும் வாசல், காப்பரணாக இது விளங்கியது. இதன் வெளிப்புறத்தில் நகரின் முதலாவது தொடர்வண்டி நிலையம் அமைக்கப்பட்டது. இது கியான்மென் நிலையம் என அழைக்கப்பட்டது. கிங் அரச பரம்பரையின் கடைசிக்காலத்தில் 1900இல் நடைபெற்ற பொக்சர் கலகத்தின் போது இவ்வாசல் கணிசமான வளவு சிதைவடைந்தது.

1914இல் இவ்வாசல் கட்டிடம் மீளமைக்கப்பட்டது. 1915இல் இக்கட்டிடத்தின் பக்க வாசல்கள் இடிக்கப்பட்டன. 1949இல் நடைபெற்ற சீனா உள்நாட்டுக்கு கலகத்தில் பொதுவுடமைக்கட்சி வெற்றி பெற்றபின் இவ்வாசல் வீட்டில் மக்களின் விடுதலைப் படையினர் பாதுகாப்புப் படையினர் வசித்தனர். பெஜிங் நகரத்தின் வாசல்கள் எல்லாவற்றுள்ளும் மிக உயரமாக விளங்கியது இதுவே (42 மீற்றர்).

பெஜிங் நகர நிலக்கீழ் தொடர்வண்டிப்பாதை அமைக்கப்பட்டபோது (1960) வடக்கு, தெற்கு வாசல்கள் இடிக்கப்பட்டன. ஆனால் செங்யாங்மென் இடிபடாமல் தப்பியது. தற்போது கியான் மென் சாலை இந்த வாசலுக்கும் வில்வித்தைக் கோபுரத்துக்கும் இடையால் அமைக்கப்பட்டுள்ளது. மேலும் கியான்மென் தொடர்வண்டி நிலையமும் இவ்விரு கட்டிடங்களுக்குமிடையில் அமைந்துள்ளது. பெஜிங் நகரின் ஒரு புராதன கட்டிடமாக இது விளங்குகிறது.

செஞ்சீனா பச்சையாகிறதா ?

பயணக் கட்டுரை – 4

அனுமதி மறுக்கப்பட்ட நகரம் (*Forbidden City*)

இது ரியனென்மென் சதுக்கத்தின் தெற்கே அமைந்துள்ள சரித்திரப் பிரசித்தி பெற்ற நகரமாகும். இதன் வரலாறு 15ஆம் நூற்றாண்டில் ஆரம்பமாகிறது. இது மிங் இராஜ பரம்பரையினால் அரச மாளிகையாகக் கட்டப்பட்டது. இது மிங் இராஜ பரம்பரையின் நடுப்பகுதியில் கட்டப்பட்டுப் பின் கிங் பரம்பரைவரை (1912) அரசர்கள் மாளிகையாக விளங்கியது. 1920 முதல் இது ஓர் அருங்காட்சியகமாகப் பாதுகாக்கப்பட்டு வருகிறது. மொங்கோல் யுவான் அரசபரம்பரையினர் இந்நகரத்தை பெய்ஜிங்கில் அமைந்திருந்தனர். இப்பரம்பரையின் ஆட்சி வீழ்ந்த பின்னர் மிங் பரம்பரையின் ஹொங்வு சக்கரவர்த்தி, பெய்ஜிங்கிலிருந்து தெற்கேயுள்ள நான்ஜிங் நகரத்துக்குத் தலைநகரை மாற்றினார். அத்துடன் யுவான் மாளிகைகளை 1369இல் அழிக்கும்படி கட்டளையிட்டார். பின் அவரது மகன் சூடி, 1402இல் அரசிளங்குமரனாக பெய்ஜிங் நகரிலிருந்து ஆட்சி செய்தான். பின்னர் இவன் தந்தையிடமிருந்து ஆட்சியைக்கைப்பற்றி ஆண்டபோது பெய்ஜிங் நகரத்தை இரண்டாவது தலைநகரமாக்கி, அனுமதி மறுக்கப்பட்ட நகரத்தின் கட்டிட வேலைகளை 1406இல் ஆரம்பித்தான்.. இந்நகரின் வடிவமைப்புப் பல கட்டிட வல்லுனர்களாலும் வடிவமைப் போராலும் மேற்கொள்ளப்பட்டு சக்கரவர்த்தியின் கட்டிடப் பிரிவினரால் ஆராயப்பட்டு ஏற்றுக்கொள்ளப்பட்டது.

இக்கட்டிட வேலைகள் 15 ஆண்டுகளாக நடைபெற்றன. 100,000 கட்டிட வல்லுனர்களாலும் ஒரு மில்லியன் வேலையாட்களாலும் கட்டப்பட்டது. மிக முக்கியமான மண்டபங்களின் தூண்கள் விலை மதிப்புள்ள போகி செனான் என்ற

மரக்குற்றிகளால் ஆக்கப்பட்டுள்ளன. இம்மரங்கள் தென்மேற்குக் காடுகளில் இருந்து கொண்டுவரப்பட்டன. தற்போது காணப்படும் தூண்கள் கிங் பரம்பரையின் போது பைன் மரத்துண்டுகளால் ஆக்கப்பட்டன. நிலத்தில் காணப்படும் கற்களும், பெருஞ்சிலைகளும்., பெய்ஜிங்குக்கு அருகேயுள்ள கற்சுரங்கங்களிலிருந்து வெட்டி எடுக்கப்பட்டன.

பெருங் கற்பாறைகளைக் கொண்டு வருவதற்காக வழிநெடுகலும் கிணறுகள் தோண்டப்பட்டன. பின்னர் இக்கிணறுகளிலிருந்து நீரை வழிகளில் ஊற்றிக் கடும்பனிக்காலத்தில் அது பனிக் கட்டியாக உறைந்தபோது அப்பாறைகளை இழுத்து வந்தார்கள்.

முக்கிய மண்டபங்களின் தரைகளில் ''பொன் செங்கற்கள்' என்றழைக்கப்பட்ட விசேடமான கற்கள் பதிக்கப்பட்டன. இக்கற்கள், சூசௌ. சொஞ்ஜியாங் பகுதிகளின் ஏழு கிராமங்களிலிருந்து கொண்டு வரப்பட்ட களிமண்களைச் சேர்த்துப் பல மாதங்களாக வேகவைக்கப்பட்டு விசேடமாகச் செய்யப்பட்டன. இவை மிகவும் அழுத்தமானவையாகவும் தட்டும்போது உலோகத்தில் தட்டும் போது எழுதம் சத்தம் போல் உள்ளவையாகவும் விளங்குகின்றன. இவற்றில் பெரும்பாலானவை *600 ஆண்டுகளின் பின்னும் அழியாமலுள்ளன.*

இந்த மாளிகையைச் சுற்றித் தோண்டப்பட்ட அகழியிலிருந்து எடுக்கப்பட்ட மண்ணைக் குவித்து ஒரு செயற்கைக் குன்றை உருவாக்கினர். இது கிங்ஷான் குன்று எனப்படுகிறது.

மாளிகை கட்டி முடிக்கப்படு முன்னரே சூட் ,பெய்ஜிங் நகருக்குக் குடியேறினார். மாளிகை 1420இல் கட்டி முடிக்கப்பட்டது. பெய்ஜிங் நகரம் உத்தியோக பூர்வமாகத் தலைநகரமாக்கப்பட்டது.. துர்அதிஷ்டவசமாக ஒன்பது மாதங்களின் பின் சிம்மாசன அறை உட்பட மூன்று பெரும் மண்டபங்கள் தீக்கிரையாகின. இவற்றை மீளக்கட்டியெழுப்ப *23 ஆண்டுகளாகின..*

1420 முதல் 1644 வரை மிங் பரம்பரையின் ஆட்சி பீடமாக இந்நகரம் விளங்கியது. 1644 ஏப்ரலில் லீ சீசெங்கின் தலைமையில் வந்த கலகக்காரர் ஆட்சியைக் கைப்பற்றினர். சொங்சென் என்ற மிங் பரம்பரையின் இறுதி மன்னன், ஜிங்சான் குன்றின் மீதேறி தூக்கிட்டு இறந்தான். லீசீசெங் சுன் பரம்பரையின் சக்கரவர்த்தியாகத் தன்னைப் பிரகடனப்படுத்தினான்.. ஆனால் மிகவிரைவில் முன்னாள் மிங் பரம்பரைப் படைத் தளபதி சூசங் கூயி, மஞ்சு படைகளுடன் சேர்ந்து

தாக்கியபோது நகரைவிட்டு ஓடினான். அப்போரின் போது அனுமதி மறுக்கப்பட்ட நகரின் சில பகுதிகளும் சேதமாக்கப்பட்டன.

கிங் பரம்பரை

ஒக்ரோபர் 1644 டோர்கன் என்ற இளவரசர் கிங் பரம்பரையே ,மிங் பரம்பரையை வென்று வட சீனா முழுவதையும் ஆளும் வல்லமை கொண்டுள்ளது எனப் பிரகடனப்படுத்தினார். 1860இல் இரண்டாம் கஞ்சாப் போரின்போது ஆங்கிலோ பிரெஞ்சுப்படைகள் அனுமதி மறுக்கப்பட்ட இந்நகரை தமது ஆதிக்க,த்தில் போர் முடியும் வரை வைத்திருந்தன. 1900 இல் பொக்ஸர் கலகத்தின்போது டௌவாகர் சிக்கி மகாராணி இந்நகரை விட்டு வெளியேறினார். ஓராண்டுக்கு இந்நகரை உடன்படிக்கைக்காரர் தமது ஆதிக்கத்தில் வைத்திருந்தனர்.

1912இல் இந்நகரின் கடைசி மன்னனாகிய பூயி தனது பதவியைத் துறந்தான். 24 சக்கரவர்த்திகளின் (14 மிங் பரம்பரையையும் 10 கிங் பரம்பரையையும் சேர்ந்த சக்கரவர்த்திகள்) ஆதிக்கத்திலிருந்து நகரம் சீனாவின் ஆட்சிபீட தானத்தை இழந்தது. எனினும் கிங் அரசமாளிகையும் புதிய சீனக் குடியரசுக்குமிடையில் கைச்சாத்திடப்பட்ட உடன்படிக்கையின்படி பூயியும் அவரின் குடும்பமும் மாளிகையின் உட்புறத்தில் வசிக்கவும்,, வெளிப்புறத்தை குடியரசு ஆட்சியினர் பயன்படுத்தவும் ஏற்பாடுகள் செய்யப்பட்டன. 1914 வெளிப்புற மாளிகையில் ஒரு அருங்காட்சியகம் நிறுவப்பட்டது.

1923இல் பூயியின் ஆங்கில ஆசிரியர் றெஜினோல்ட் ஜொன்ஸ்ரன், அரண்மனையிலுள்ள அலிகள் விலைமதிப்புள்ள பொருட்களைத் திருடிக் கடைகளுக்கு விற்பதைத் தெரிவித்தார். எனவே மன்னர் கணக்கெடுக்கும்படி தமது அதிகாரிகளுக்குக் கட்டளையிட்டார். அது ஆரம்பிப்பதற்கு முன்னரே அரும்பொருட்கள் சேர்த்து வைக்கப்பட்டிருந்த மண்டபம் தீப்பற்றியது. இதனால் பல பொருட்கள் நாசமாகின. அலிகளே அம்மண்டபத்துக்குத் தீ வைத்ததாக மன்னர் தனது வாழ்க்கை வரலாற்றில் குறிப்பிட்டிருந்தார்.. இதனால் மன்னர் தொடர்ந்தும் மாளிகையில் வசிப்பது மக்கள் மத்தியில் அதிருப்தியை ஏற்படுத்தியது. எரிந்த மண்டபம் 2005 ஆம் ஆண்டு வரைக்கும் மீளக்கட்டப்படவில்லை.

1924இல் பெங் யூசியாங் என்பவர் ஒரு சதித்திட்டத்தின் மூலமாக பெஜிங் நகரைக் கைப்பற்றினார்.. அவர் பூயியையும் அவரது குடும்பத்தையும் மாளிகையிலிருந்து வெளியேற்றினார். 1925இல் இந்நகரில் ஓர் அருங்காட்சியகம் நிறுவப்பட்டு அரும்பெரும் பொருட்கள் பட்டியலிடப்பட்டு, மக்கள் பார்வைக்காக

வைக்கப்பட்டன. இவை இன்றும் பாதுகாப்பாக வைக்கப்பட்டுள்ளன. ஜப்பானியரின் படையெடுப்பின் போது இவற்றைப் பாதுகாப்பதற்காக மூன்று பிரிவுகளாகப் பிரிக்கப்பட்டுக் கவனமாகப் பொதிகளாகக் கட்டப்பட்டு ஒதுக்குப்புறமான மேற்கு நகர்களான ஷான்சி, சிசுவான், குவாங்சி ஆகியவற்றுக்கு அனுப்பப்பட்டன. இரண்டாம் உலக யுத்தத்தின் போது இந்நகரை ஜப்பானியப் படைகள் கைப்பற்றின. 1945இல் யுத்தம் முடிவடைந்த பின்னர் மேற்கு நகரங்களுக்கு அனுப்பப்பட்ட அரும்பொருட்கள் நான்ஜிங்குக்கும் பெய்ஜிங்குக்கும் மீளக் கொண்டு வரப்பட்டன. 1940இல் சீனாவை உள்நாட்டுக் கலகத்தில் வென்ற சியாங்கைஷேக், இப்பொருட்களை தைவானுக்கு அனுப்பும்படி கட்டளையிட்டார். நான்ஜிங்கிலிருந்த சிறந்த பொருட்கள் அங்கு அனுப்பப்பட்டன. ஆனால் பெய்ஜிங்கிலிருந்து எதுவும் அனுப்பப்படவில்லை. நான்ஜிங்கிலிருந்து அனுப்பப்பட்டவை இன்று தைப்பே, தேசிய அருங்காட்சியகத்தின் முக்கிய பொருட்களாகக் காட்சிப்படுத்தப்பட்டுள்ளன.

சீனமக்கள் குடியரசின் கீழ்

1949இல் சீன மக்கள் குடியரசு ஆட்சி பிரகடனப்படுத்தப்பட்டது. ரியனென்மென் சதுக்கத்தில் இந்த ஆட்சியின் 20 ஆண்டு காலமாக அனுமதி மறுக்கப்பட்ட நகரை அழித்து மக்கள் பூங்கா அமைக்க வேண்டும் அல்லது வீதிகள் அமைக்க வேண்டுமெனப் பல திட்டங்கள் திட்டப்பட்டன. இதனால் சிம்மாசனம், சில கட்டிடங்கள், தோட்டங்கள், சிறிய வாயில்கள் போன்றவை அழிக்கப்பட்டன. 1966இல் நடந்த கலாசாரக் கலகத்தின் போது முன்னோரை வழிபடும் மண்டபம், சில கைவினைப் பொருட்கள் யாவும் அழிக்கப்பட்டன. மேலும் இப்பொருட்களும் நகரமும் சேதமடையா வண்ணம் அப்போதைய பிரதமர் சோ என்லாய், செங் காவலரிடமிருந்து பாதுகாப்பதற்காக ஒரு படையை அனுப்பி வைத்தார். 1966 முதல் 1971 வரை யாரும் இதற்குள் செல்வதைத் தடைசெய்து வாசல்கள் யாவும் மூடி வைக்கப்பட்டுப் பாதுகாக்கப்பட்டன. இதனால்தான் இதற்கு அனுமதி மறுக்கப்பட்ட நகரம் எனப் பெயர் வந்தது. சோ என்லாய் இவ்வாறு செய்யாமல் விட்டிருந்தால் சீனாவின் பழம் பெருமையை உலகம் அறிந்திருக்க முடியாது. 1987இல் யுனெஸ்கோ இந்நகரை உலகப் பாரம்பரிய இடமாகப் பிரகடனப்படுத்தியது. மிங், கிங் அரச பரம்பரையின் சீனப் பாரம்பரியம்,. கட்டிடக்கலை ஆகியவற்றின் முக்கியத்துவத்தையும் முன்னேற்றத்தையும் இந்நகரம் உலகுகுப் பறைசாற்றிக் கொண்டிருக்கிறது.

இன்றைய நிலை

இந்நகரின் பாதுகாப்பும் மீளமைப்பும் மாளிகை அருங்காட்சியகத்தின் பொறுப்பிலுள்ளது.உயர்மாடிக் கட்டிடங்கள் எதுவும் கட்டுவது இதன் அருகில் தடைசெய்யப்பட்டுள்ளது. 2005இல் இந்நகர் 1912க்கு முன் இருந்த அதே நிலைக்குக் கொண்டு வருவதற்காக 16 ஆண்டுத்திட்டம் ஆரம்பிக்கப்பட்டது. மாளிகையின் தீயினால் சேதப்படுத்தப்பட்ட பகுதி 2005இல் மீளமைக்கப்பட்டு, உட்புறம் வித்தியாசமாக வடிவமைக்கப்பட்டு. அரச விருந்தினரின் பாவனைக்காக ஒதுக்கப்பட்டுள்ளது. வர்த்தக நிலையங்களும், வியாபாரக் கடைகளும் இப்பகுதியில் தடைசெய்யப்பட்டுள்ளன. ஆனால் நினைவுச் சின்னங்கள் விற்கும் கடைகளும் படப்பிடிப்பு நிலையங்களும் இயங்குவதற்கு அனுமதிக்கப்பட்டுள்ளன. 2005இல் ஐபிஎம் (IBM) நிறுவனமும் மாளிகை அருங்காட்சியகமும் சேர்ந்து ஒரு முப்பரிமாண வீடியோ காட்சி ஒன்றைத் தயாரித்தன. அது இப்போது யூ ரியூப்பில் (YouTube Video-The Forbidden City-Be-Young Space Time இத்துடன் The Last Emperor Of China)என்ற இரு வீடியோக்களையும் நீங்கள் பார்க்கலாம். மேலும் இதுவரைக்கும் எழுதியகட்டுரைகளில் நான் பார்த்த இடங்களாகிய ரியனென்மென் சதுக்கமும் அனுமதி மறுக்கப்பட்ட நகரமும் ஒரே நாளில் பார்த்தேன். உண்மையில் இவற்றைப்பார்க்க மூன்று நாட்களாவது தேவை.

செஞ்சீனா பச்சையாகிறதா ?

பயணக் கட்டுரை – 5

விண்ணுலக் கோவில் *(Temple Of Heaven)*

இது அனுமதி மறுக்கப்பட்ட நகரத்தின் தெற்கே அமைந்துள்ளது. அதாவது அதன் தெற்கெல்லையில் இது கம்பீரமாகக் காட்சியளிக்கிறது. இது சமயக் கட்டிடங்கள் பல உள்ள ஒரு கூட்டுக் கட்டிடங்கள் பலவற்றைக் கொண்டுள்ளது. இங்கே மிங் மற்றும் கிங் மன்னர்கள், சிறப்பான அறுவடை வேண்டிப் பிரார்த்தனையை ஆண்டுதோறும் செய்வதற்காக நடத்தப்பட்ட விழாக்களில் பங்குபற்றினர். இது ஒரு ராவோக்களின் கோவிலாகக் கருதப்படுகிறது. எனினும் விண்ணுல வழிபாடு இதற்கு முன்னரே அரச பரம்பரையினரால் பின்பற்றப்பட்டு வந்துள்ளது.

இதன் வரலாறு

இக்கட்டிடம் 1406 முதல் 1420 வரைக்கும் யொங்கின் சக்கரவர்த்தியால் கட்டப்பட்டது. இவனே மறுக்கப்பட்ட நகரத்தையும் கட்டினான். பின்னர் 16ஆம் நூற்றாண்டில் இக்கட்டிடங்கள் விஸ்தரிக்கப்பட்டு விண்ணுலகக் கோவிலென ஜியாஹஜி சக்கரவர்த்தியால் மறுபெயரிடப்பட்டன. இத்துடன் இவனே கிழக்கே சூரியக்கோவில், வடக்கே பூமிக் கோயில், மேற்கே சந்திரன் கோவிலென்ற மூன்று முக்கிய கோவில்களையும் கட்டினான். பின்னர் குயான் லொங் சக்ரவர்த்தியின் காலத்தில் (18ஆம் நூற்றாண்டு) மீளமைக்கப்பட்டது. இரண்டாம் கஞ்சாப் போர்க் காலத்தில் இங்கே ஆங்கிலோ பிரெஞ்சுப் படைகள் தங்கியிருந்தனர். 1900இல் ஏற்பட்ட கலகத்தின் போது எட்டு நாடுகளின் கூட்டுப்படைகள் தங்கியிருந்தன. இது ஒரு வருடம் வரை நீடித்திருந்தது. இதனால் இதன் புனிதத்தன்மை கெட்டுப் போனதுடன் கட்டிடங்களும் இதன் பூந்தோட்டமும் பாதிக்கப்பட்டன. மேலும் படையினரால் பல அரும் பொருட்களும் களவாடப்பட்டன என்றும் கூறப்படுகிறது. கிங் அரச வம்சத்தினரின் வீழ்ச்சியின் பின்னால் இக்கட்டிடங்கள்

மேற்பார்வை செய்யப்படாமல் கிடந்தன. இதனால் இதன் பல மண்டபங்கள் இடிந்து போயின. 1914இல் சீனக் குடியரசின் தலைவரான யுவான் சிகாய் என்பவர் தன்னை சீனாவின் சக்ரவர்த்தியாகப் பிரகடனப்படுத்துவதற்காக இங்கே ஒரு மிங் பிரார்த்தனை விழாவை நடத்தினார்.

1918இல் இக்கட்டிடங்களும் பூங்காவும் பொது மக்கள் பார்வைக்காகத் திறந்து விடப்பட்டன.1998இல் யுனெஸ்கோ நிறுவனம் இதை உலகப் பாரம்பரிய இடமாகப் பிரகடனப்படுத்தியது. உலகத்தின் மிகப் புராதன நாகரிகத்தின் கட்டிடக்கலை, நில வடிவமைப்பின் உச்சக்கட்ட நிலையை இது எடுத்துக் காட்டுகிறது என அந்நிறுவனம் தெரிவித்துள்ளது.

கட்டிடங்களும் நிலவடிவமும்

கோவிலின் நிலப்பரப்பு 2.73 சதுரக்கிலோ மீற்றரையும் தத்துவார்த்தமாகக் கட்டப்பட்ட மூன்று கட்டிடங்களையும் கொண்டுள்ளது.

1. நல்ல விளைச்சலுக்காகப் பிரார்த்தனை செய்யும் மண்டபம், மூன்றடுக்குகளைக் கொண்ட வட்ட வடிவமான கட்டிடம், 36 மீற்றர் விட்டத்தையும் 38 மீற்றர் உயரத்தையும், பளிங்குக் கற்களாலான மூன்றடுக்கு அடிப்பாகத்தையும் இது கொண்டுள்ளது. ஆணியெதுவும் இல்லாமல் முற்றிலும் மரத்தால் செய்யப்பட்ட கட்டிடம் 1889இல் ஏற்பட்ட மின்னலின்போது முதலில் கட்டப்பட்ட இக்கட்டிடம் எரிந்து போனது. தற்போதுள்ளது பல வருடங்களுக்குப் பின்பு கட்டப்பட்டுள்ளது.

2. விண்ணுலக இராஜாங்க களஞ்சிய மண்டபம். ஒரடுக்குள்ள வட்டவடிவமான பளிங்குக் கற்களாலான அடிப்பாகத்தின் மேல் கட்டப்பட்டுள்ளது. இது பிரார்த்தனை மண்டபத்தின் தெற்கே அமைந்துள்ளது. அதன் வடிவத்திலுள்ள சிறிய மண்டபம் இதைச்சுற்றி வட்ட வழுவழுப்பான மதிலுள்ளது. இது எதிரொலிச் சுவர் எனப்படுகிறது. ஒது ஒலிகளை நீண்ட தூரங்களுக்குக் கடத்த வல்லது. களஞ்சிய மண்டபம் சிந்தூரம் பூசிய படிக்களைக் கொண்ட பாலத்தால் பிரார்த்தனை மண்டபத்தோடு இணைக்கப்பட்டுள்ளது. இப்பாலம் 36 மீற்றர் நீளமுடைய நடைப்பாதையைக் கொண்டுள்ளது. இது மெதுவாகக் களஞ்சியவறையில் இருந்து பிரார்த்தனை மண்டபத்துக்கு ஏறிக்கொண்டே போகும்.

3. வட்டமான பலிபீட மேடை. இது களஞ்சியவறையின் தெற்கே அமைந்துள்ளது. இது மூன்றடுக்குடைய வட்டமான பளிங்குக் கற்களாலான வெறுமையான மேடை இக்கற்களில் பல நுண்ணிய வேலைப்பாடுகளுள்ள பறக்கும் முதலைகள் போன்ற உருவங்கள் (Dragon) பொறிக்கப்பட்டுள்ளன. பலி பீடத்தின் பகுதிகள் அதாவது சிறு

கைப்பிடிச்சுவர்களும் படிகளும்,ஒன்பது எனும் புனித எண்ணாக அல்லது அதன் மடங்குகளாகக் கட்டப்பட்டுள்ளன. பலிபீடத்தின் நடுப்பகுதி விண்ணுலக இதயம் அல்லது மிக உயர்வான யாங் எனப்படுகிறது. இதிலமர்ந்து சக்கரவர்த்தி நல்ல காலநிலைக்காகப் பிரார்த்தித்தார எனக் கூறப்படுகிறது. இப்பலிபீடத்தின் வடிவமப்பு பிரார்த்தனை ஒலிகளை, விண்ணுக்குக் கேட்கும் வண்ணம் காவிச் செல்லுமாறு கட்டப்பட்டுள்ளதாகக் கருதப்படுகிறது. இது முதலில் *1530*இல் ஜியாங் ஜிங் சக்கரவர்த்தியால் கட்டப்பட்டது. பின்னர் *1740*இல் மீளவமைக்கப்பட்டது.

சடங்கு

சீனாவின் சக்கரவர்த்தி விண்ணுலக மைந்தனாகவும் அதன் பிரதிநிதியாகவும் மண்ணிலிருந்து பணியாற்றுவதாகக் கருதப்பட்டார். எனவே அவருக்கு மரியாதை செலுத்துவதுடன் காணிக்கை செலுத்துவதும் மிகவும் முக்கியமாகக் கருதப்பட்டன. எனவே இச்சடங்குகளுக்காகவே இக்கோவில் கட்டப்பட்டது. ஒருவருடத்தில் இரு தடவை சக்கரவர்த்தியும் அவரது பரிவாரங்களும் அனுமதி மறுக்கப்பட்ட நகரிலிருந்து ஊர்வலமாக வருவார்கள். அப்போது விசேட மேலங்கி அணிந்து மாமிசமுண்ணாது அவர்கள் வந்தார்கள். இச்சடங்கில் சக்கரவர்த்தி தனியாக இருந்து சிறந்த காலநிலைக்காகப் பிரார்த்திப்பார். இதன் உச்சக்கட்டமாக, பூமிக்கான மேடையில் பனிக்காலத்தின் நடுப்பகுதியில் (உத்தராயண, புண்ணியகாலம் (*Winter Solstices*) அமர்ந்து பிரார்த்தனை செய்வார். இச்சடங்குகள் யாவும் மிகவும் கவனமாகச் செய்யப்பட்டன. சிறு தவறு நேர்ந்தாலும் அது அபசகுணமாகக் கருதப்பட்டது.

குறியீடு

பூமி ஒரு சதுரத்தாலும் விண்ணுலகு ஒரு வட்டத்தாலும் பிரதிநிதிதுவப் படுத்தப்பட்டன. இக்கோவிலின் பல பகுதிகள் பூமிக்கும் விண்ணுலகுக்குமுள்ள தொடர்பைப் பிரதிபலிக்கும் வண்ணம். வட்ட, சதுர அமைப்புக்களைக் கொண்டிருந்தன. இக்கோவில் கட்டிடங்கள் யாவும் இரு சுற்றுமதில்களைக் கொண்டுள்ளன. வெளிச்சுவர் உயர்ந்த அரைவட்டமுனை, விண்ணுலகைக் குறிப்பதாகவும், உட்சுவர் குறைந்த உயரத்தையும் நீள்சதுர தெற்கு முனையையும் கொண்டு பூமியைக் குறிப்பதாகவும் அமைந்திருக்கின்றன.. பிரார்த்தனை மண்டபமும் வட்ட பலிபீட மேடையும் வட்டமாகவும் உள்ளன. இவை ஒவ்வொன்றும் சதுரமான தளத்தைக் கொண்டுள்ளன. இங்கும் விண்ணுக்கும் மண்ணுக்கும் உள்ள தொடர்பு வெளிப்படுகிறது.வட்ட பலிபீட மேடையின் வடிவம் சக்கரவர்த்தியின் குறியீடான ஒன்பதைக் குறிக்கும் வண்ணம்

32

அமைந்துள்ளது. நடுவிலுள்ள வடத்தட்டைச் சுற்றி 9 தகடுகளாலான ஒரு வளையம் அமைக்கப்பட்டுள்ளது. இதனைச் சுற்றி 18 தகடுகளாலான வளையம் உள்ளது. இவ்வாறு 9 வளையங்கள் அமைந்துள்ளன. இறுதி வெளி வளையம் 9+9 தகடுகளால் அமைக்கப்பட்டுள்ளது.

பிரார்த்தனை மண்டபத்தில் உட்புறம் நான்கு தூண்களும் இடையில் 12ஆம், வெளியில் 12மாக, முறையே நான்கு பருவகாலங்கள், 12 மாதங்கள் சீன மரபு மணித்தியாலங்கள் 12ஐக் குறிப்பிடுவனவாக அமைக்கப்பட்டுள்ளன. மேலும் இவையாவும் கூட்டாக (12 நடுத்தூண்கள், 12 வெளித்தூண்கள்) மரபு வழியாக சூரியக் காலங்களைக் குறிக்கின்றன. பிரார்த்தனை மண்டபத்தின் கிழக்கே ஏழு நட்சத்திரக் கற்கூட்டம், ரைசான் மலையின் ஏழு உச்சிகளையும் குறிக்கின்றன. மேலும் மண்டபத்துக்கு ஆதாரமாக முக்கியமான நான்கு பாயும் முதலைகள் வரையப்பட்ட உயர்ந்த தூண்கள் உள்ளன. இவை புராதன இராஜ மாளிகைகளிலுள்ளவை போன்று அமைக்கப்பட்டுள்ளன.

இம்மண்டபங்களைச் சுற்றியுள்ள தோட்டப்பகுதி மிகவும் விசாலமானது. இக்கட்டிடக் கூட்டம் 660 ஏக்கர் பரப்பில் அமைந்துள்ளது. இங்கு விளையாட்டு மைதானங்கள், தேகப் பயிற்சிக்கூடங்கள், விளையாட்டுப்பகுதிகள் ஆகியன அமைக்கப்பட்டுள்ளன. இவ்வசதிகள் வளர்ந்தோர், பிள்ளைகள், வயோதிபர் முதலியோரால் பயன்படுத்தப்படுகின்றன.

ரியனென்மென் சதுக்கத்தின் தெற்குப் பகுதியிலுள்ள இக்கோவில் கட்டிடங்கள் யாவையும் கவனமாக இரசித்துப் பார்ப்பதற்கு ஒரு நாள் போதாது ஆனால் இது வரைக்கும் நான் எழுதிய பகுதிகள் யாவற்றையும் மேலெழுந்தவாரியாக

அவற்றின் முக்கியத்துவத்தை விளங்காமல் நாங்கள் யாவரும் ஒரே நாளில் பார்த்துவிட்டு வந்தோம். எமக்கு வழிகாட்டியாக வந்தவர் நாடோறும் இங்கு வருபவர். ஆதலின் அதோ அந்தக் கட்டிடம் மாவோவின் மண்டபம், அதற்கருகே அருங்காட்சியகம், இது அனுமதி மறுக்கப்பட்ட நகரம், இது விண்ணுலகக் கோயில் என மேலெழுந்த வாரியாகக் கூறிவிட்டு ஒரிடத்தில் அமர்ந்து விடுவார். நாங்கள் பிற சுற்றுலா வாசிகளுடன் சேர்ந்து பார்த்து விட்டு வந்தோம்.

செஞ்சீனா பச்சையாகிறதா ?

பயணக் கட்டுரை – 6

எமது பயணத்தின் இரண்டாம் நாள் காலை சொகுசு வண்டிகளில் ஏறிச் சீனாவின் உலகஅதிசயங்களில் ஒன்றான நீண்ட மதிலைப் பார்ப்பதற்காகப் புறப்பட்டோம். வழியில் பெய்ஜிங்கிலுள்ள பட்டுத்துணிகள் தயாரிக்கும் ஒர் ஆலைக்குச் சென்றோம். இதில் முக்கியமான ஒரு விடயத்தை இங்கு கூற விரும்புகிறேன். இந்தப் பிரயாணம் முழுவதும் இடங்களைக் காட்டுவதுடன் வழியிலுள்ள வியாபார நிலையங்களையும் காட்டிச் செல்வார்கள். இப்பயணத்தின் பின்னணியில் அரசாங்கம் ஈடுபட்டிருப்பதால் சுற்றுலாவுடன் சீனாவில் தயாரிக்கப்படும் பொருட்களும் விற்பனை செய்யப்படுகின்றன. பட்டு உற்பத்தியில் சீனா மிகவும் தொன்மையான வரலாற்றைக் கொண்டுள்ளது. இந்தியாவும் சீனாவும் இத்தொழிலில் மிகவும் நீண்டகாலமாகக் கோலோச்சி வருகின்றன என்பது யாவரும் அறிந்த விடயம். இத்தொழிற்சாலையில் ஏராளமானோர் வேலை செய்கிறார்கள். விற்பனைப் பிரிவில் அநேக இளம்பெண்கள் ஆங்கிலம் சரளமாகப் பேசி விற்பனையில் ஈடுபடுகிறார்கள். உள்ளே நுழைந்ததும் சுற்றுலாப் பயணிகளைக் கூட்டம் கூட்டமாகப் பிரித்து ஒரு வழிகாட்டி ஒவ்வொரு பகுதியாக அழைத்துச் சென்று விளக்கங்கூறிக் காட்டுகிறார். இத்தொழிற்சாலை மிகவும் பரந்து பல்வேறு பகுதிகளை உள்ளடக்கியதாக அமைந்திருக்கிறது. முதலில் பட்டுப் பூச்சிகளின் வரலாற்றை சுவரிலிருந்த ஒரு பெரிய வரை படத்தில் அப்பெண் விளக்கினாள்.

பட்டுப்பூச்சி எவ்வாறு முட்டையிலிருந்து பல்வேறு நிலைகளைத் தாண்டி வளர்கிறது என்பது வரைபடத்தின் மூலம் விபரிக்கப்பட்டிருந்தது. பட்டுப்பூச்சிகள் முசுக்கட்டைச் செடியின் இலைகளை உண்டு வளர்ந்து முட்டையிடும். முட்டையிலிருந்து புழுக்கள் வெளியே வந்து தம்மைச் சுற்றி ஒரு நூல் போன்ற மெல்லிய பொருளால் ஒரு கூட்டை அமைத்துக் கொள்ளும். இக்கூட்டை ஆங்கிலத்தில் ''கொக்கூன்' (Cockoon) என அழைப்பர். இந்தக் கூடு புழுவின் வாயிலிருந்து வெளிவரும் ஒருவகைத் திரவத்தால் தயாரிக்கப்படுகிறது. சிலந்தியும் இவ்வாறுதான் வலை பின்னும்.. இயற்கையில் இப்புழுக்கள் தமது வாழிடத்துக்காக அமைப்பதை மனிதன் அறிந்தோ அறியாமலோ தனக்குத் தேவையான பொருட்களாக மாற்றிப் பயன்படுத்துகிறான். இந்தக்கூடுகளை மரத்திலிருந்து

சேகரித்து கொதிநீரில் போட்டுப் புழுக்களைச் சாகடித்த பின்னர் கூட்டிலுள்ள நூலைப் பல படிமுறைகளின் பின் இயந்திர்களைப் பாவித்து பல்வேறு அழகிய விலை உயர்ந்த ஆடைகள், மேசை விரிப்புக்கள் ,தலையணை உறைகள், போர்வைகள் எனப் பல வண்ணப் பொருள்களைத் தயாரிக்கிறார்கள். இவையாவும் அங்குள்ள விற்பனைப் பகுதியில் மிகவும் அழகாகக் காட்சிப்படுத்தப்பட்டிருந்தன. அங்கு வந்த பல சுற்றுலாப்பபணிகள் அவற்றை வாங்குவதை அவதானித்தேன். இவற்றின் வலைகள் யு.எஸ். டொலரில் இருந்தன. பொருட்களின் வேலைப்பாட்டிற்கேற்ப விலைகள் வேறுபட்டிருந்தன. எனினும் கனடாவில் அவற்றின் விலைகளைக் காட்டிலும் அங்கு குறைவாகவே இருக்கும் என நினைக்கின்றேன். இப்பொருட்கள் பல்வேறு நாடுகளுக்கும் ஏற்றுமதி செய்யப்படுவதாக வழிகாட்டிய பெண் கூறினாள். புழுக்களின் வளர்ச்சிப் படிநிலைகளும் , கூடும் , இறந்த புழுக்களும் அங்கு பார்வைக்கு வைக்கப்பட்டிருந்தன. சாதாரணமாக ஒரு படுக்கை விரிப்பைத் தயாரிப்பதற்கு ஏராளமான கூடுகள் தேவைப்படும்.. பட்டுநூல் தயாரானவுடன் அதன் நெகிழ்வும் வலிமையும் கம்பி போன்றிருப்பதைக் காணக்கூடியதாக இருந்தது. ஒரு கூட்டை எவ்வாறு சிக்கு ஏற்படாமல் நூலாகத் திரிக்கலாமென அங்கிருந்த வேலையாட்கள் செய்து காட்டினர். நூலுக்குப் பல்வேறு நிறங்களில் சாயமேற்றிப் பல வண்ணப் பூக்கள் வடிவங்களாக அவற்றின் மேல் அச்சுக்கள் கொண்டு அலங்காரப் பொருளாகத் தயாரிக்கிறார்கள். தயாரான விற்பனைக்கிருந்த பொருட்களைப் பார்த்தபோது மிகவும் ஆச்சரியமாகவும் அழகாகவும் இருந்தன. மனிதனின் ஆற்றலும் கற்பனையும் கண்டுபிடிப்பும் வியப்புக்குரியன.

இங்கிருந்து இதற்கண்மையிலிருந்த 'ஜேட்' என அழைக்கப்படும் பளிங்குக் கற்களில் இருந்து பல்வேறு சிலைகள், நகைகள், அலங்காரப் பொருட்கள் தயாரிக்கப்படும் தொழிற்சாலைக்குச் சென்றோம்.

ஜேட் தொழிலின் தொன்மை வரலாறு

சமுதாயத்தின் உயர் மட்டத்திலிருந்தோரே ஜேட்டிலான பொருட்களை, அலங்கார வடிவங்களை, ஆபரணங்களை வாங்கிப் பயன்படுத்தினர். இத்தொழில் சீனாவில் மிகவும் தொன்மைக் காலமாக இருந்து வருகிறது. இக்கற்களின் இயற்கை நிறத்திற்கேற்ற வடிவங்களை அல்லது சிலைகளைச் செதுக்கி, மினுக்கி அழகிய அலங்காரப் பொருட்களாக வடிவமைக்கின்றனர்.

ஷாங் அரச பரம்பரையின் போதும் (கி.மு 1600- கி.மு 1100), ஷெள அரச பரம்பரையின் போதும் (கி.மு 100 - கி.மு 256) ஜேட் ஒரு தொழிலாக இருந்தது. இப்பொருட்கள் சமய வழிபாட்டிலும் அலங்காரத்திலும் பயன்படுத்தப்பட்டன. எல்லாக் காலங்களிலும் இப்பொருட்கள் விலை மதிப்புள்ளவையாகக் கருதப்படுகின்றன. தங்க நகைகளுக்கு நம்மவர் கொடுக்கும் முக்கியத்துவம் போன்று சீன மக்கள் இவற்றைக் கருதினர். இவற்றைச் செதுக்கும் சிற்பிகளின் கைவண்ணத்தில் பல அரிய அழகான வடிவங்கள், சிலைகள், ஆபரணங்கள் தயாரிக்கப்பட்டன. இவை உலகில் மிகவும் உயர்ந்த கலை வடிவங்களாகக் கருதப்படுகின்றன. இவை பல்லாயிரம் வருடங்களுக்கு நிலைத்திருக்கக் கூடியன. கல்லிலே கலை வண்ணங் கண்ட எமது சிற்பிகளைப் போன்று ஜேட் கலைஞர்களும் கல்லின் நிறத்துக்கும் வடிவத்துக்குமேற்ற சிலைகளைக்

கற்பனைத் திறனை வெளிக்காட்டும் வண்ணம் செதுக்கினர். தற்காலச் சீனாவின் தலைசிறந்த ஜேட் சிற்பியாக ஷியாங் கருதப்படுகிறார். "இலையுதிர் காலத்தின் மூன்று குறியீடுகள்' என்ற பச்சைக்கல் போத்தல் உன்னதமான கலைப் படைப்பாகக் கருதப்படுகிறது. இவரின் பிற படைப்புக்களான "இறால் தட்டு, 'நண்டுத் தட்டு', யாளித்தட்டுப், போன்றவையும் உலகப் பிரசித்தி பெற்றவை. இவரது படைப்புகளில் உயர்ந்த கலைத்திறனும், அதியுயர் கற்பனையும், கற்களின் நிறங்களுக்கேற்ப வடிவமைப்பும், லாவண்யமும் இருப்பதாக கலை விற்பன்னர்கள் கருதுகிறார்கள்.

நாங்கள் தொழிச்சாலைக்குட் சென்ற போது வழக்கம் போல ஒரு பெண் எங்களை வரவேற்று தொழிற்சாலையிலுள்ள பகுதிகளை விளக்குவதற்குத் தான் உதவுவதாகக் கூறினாள். சரளமாக ஆங்கிலம் பேசினாள். முதலில் அங்கு நிலத்துக்கடியிலிருந்து எடுக்கப்படும் கற்களை அடுக்கி வைத்திருந்தார்கள். உலகின் பல பாகங்களிலிருந்தும் இவை கொண்டு வரப்படுவதாகவும் ஆனால் பெரும்பாலானவை சீனாவிலேயே கிடைப்பதாகவும் கூறினாள். அதன்பின் அக்கல்லில் இருந்து எவ்வாறு வடிவங்கள் செதுக்கப்படுகின்றன என்பதைப் பார்த்தோம். .மின்சாரத்தில் இயங்கும் ஒரு பேனா போன்ற கருவியால் நுணுக்கமான பகுதிகள் செதுக்கப்படுகின்றன. அவ்வாறு செதுக்கிய சிறிய பொருளொன்றைக் காட்டி அவள் விளக்கினாள். அது சந்தோசப் பந்து என அழைக்கப்படுகிறது. இதை "சந்ததிப்பந்து', "அதிர்ஷ்டப் பந்து' எனவும் அழைக்கிறார்கள். ஒரு பந்துக்குள் பல உட்பந்துக்கள் செதுக்கப்பட்டிருக்கும். சிலவேளை உள்ளே 13 அடுக்குகள் வரை இருக்குமாம்.. ஓர் அடுக்கு ஒரு சந்ததியைக் குறிக்கும். வெளிப்புறத்தில் யாளி

அல்லது பீனிக்ஸ் பறவை செதுக்கப்பட்டிருக்கும். இது போன்று ''சிரிக்கும் புத்தா', சீனக் கோவா' போன்ற சிலைகளும் பிரசித்தமானவை. இவற்றை வீட்டில் வைத்தால் பணமும் பொருளும் கிடைக்குமென சீனமக்கள் நம்புகிறார்கள். வியாபார நிலையங்களிலும், வீடுகளிலும் தமது தகுதிக் கேற்ப சிறிய சிலைகளிலிருந்து பெரிய அதிக வேலைப்பாடுகள் கொண்ட சிலைகளை வைத்திருப்பதைக் காணக்கூடியதாக இருந்தது. கனடாவிலும் எமது மக்களுக்குகிடையே இப்பழக்கம் ஆரம்பமாகி உள்ளது. இச்சிலைகளைச் செதுக்குவதற்குப் பல படிமுறைகள் உள்ளன. கல்லின் நிறத்துக்கேற்ப என்ன வடிவத்தைச் செதுக்குவது எனச் சிற்பி முதலில் ஆலோசித்துப் பின் அதைச் செய்ய முயற்சிப்பார். ஒரு பெரிய சிக்கலான வடிவத்தைச் செய்வதற்குப் பல நாட்கள் அல்லது மாதங்கள் எடுக்கும். சிக்கலான வேலைப்பாடுள்ளவை விலை கூடியனவாக இருக்கும். சிலைகள் செதுக்கப்பட்ட பின்னர் அதை மினுக்குவார்கள். இதற்கும் மின்சாரக் கருவிகள் பயன்படுத்தப்படுகின்றன. இதன் பின்னர் இச்சிலைகள் மெழுகுகளால் மூடப்பட்டு அழகாக்கப்படுகின்றன. இதனால் அவை பளபளப்பாகவும் அழகாகவும் காட்சியளிக்கும்.

இவ்வாறான ஏராளம் சிலைகள் அங்கு ஒரு பகுதி முழுவதும் விற்பனைக்காக ஒழுங்கு செய்யப்பட்டிருந்தன. விலை கூடியவை கண்ணாடிப் பெட்டிகளில் மற்றவை அடுக்குத் தட்டுக்களிலும் வைக்கப்பட்டிருந்தன. ஒரு விலை கூடிய சிலை இரண்டும் இலட்சம் என விலை குறிப்பிடப்பட்டிருந்தது. அதை வாங்குவதற்கும் ஆட்கள் இருக்கிறார்கள் என்பது ஆச்சரியமானதே. ஏராளமான பெண்கள் ஒரே சீரான உடையணிந்து அங்கு விற்பனையாளர்களாகவும், வழி காட்டிகளாகவும் வேலை செய்கிறார்கள். ஏராளமான உல்லாசப் பிரயாணிகளும் வந்து போய்க் கொண்டிருந்தார்கள். எம்மோடு வந்த சிலர் சிறிய பொருட்களை வாங்கினார்கள். மதிய உணவை அங்கிருந்த போசன சாலையில் முடித்து விட்டு, சீனாவின் உலகப் பிரசித்தமான நீண்ட சுவரைப்பாரக்கப் புறப்பட்டோம்.

செஞ்சீனா பச்சையாகிறதா ?

பயணக்கட்டுரை - 7

சென்ற கட்டுரையில், பட்டுத் தொழிற்சாலை, ஜெட் தொழிற்சாலை பற்றிய விபரங்களைப் பார்த்தோம். அன்றே பிற்பகலில் சென்ற உலகப்பிரசித்தி பெற்ற சீனாவின் பெரும்மதில் பற்றிப் பார்ப்போம்.

இப்பெரும்மதில் சீனாவின் கிழக்கிலிருந்து மேற்காக, ஸ்ரெப்பி புல்வெளிகளில் வாழ்ந்த நாடோடிக் குடிகளின் படையெடுப்புக்களைத் தடுப்பதற்காகவும் பாதுகாப்புக்காகவும் கி.மு 7ஆம் நூற்றாண்டில் கட்டப்பட்டதாகும். இது கல், செங்கல், மரம் பிறபொருட்கள் மூலம் தனித்தனியாகக் கட்டப்பட்டுப் பின் ஒன்றாக இணைக்கப்பட்டதாகும். இதில் கி.மு 220 -206 ஆம் ஆண்டுகளில் கின்ஷி ஹ‍ு‍சவாங் என்ற சீனாவின் முதல் சக்கரவர்த்தியால் கட்டப்பட்ட மதில் மிகவும் புகழ் பெற்றது. இதன் சிதைந்த பகுதிகள் இன்னும் காணப்படுகின்றன. இது அவ்வப்போது மீளக்கட்டப்பட்டும், சீரமைக்கப்பட்டும் புதுப்பிக்கப்பட்டும் வந்தது. தற்போதுள்ள மதிலின் பெரும்பகுதி மிங் அரசபரம்பரையின் காலத்தில் (1368 -1644) கட்டப்பட்டது.

இம்மதில் பாதுகாப்பாக இருப்பதற்காகவும் எல்லைக் கட்டுப்பாட்டுக்காகவும், பட்டுப்பாதைக் கூடாக நடைபெற்ற பொருட்களின் மீது வரி வசூலிப்பதற்காகவும், குடிவரவு குடியகல்வுக் கட்டுப்பாட்டுக்காகவும் பயன்படுத்தப்பட்டது. பாதுகாப்பைப் பலப்படுத்தும் நோக்குடன் கண்காணிப்புக் கோபுரங்கள், காவல்படை நிலையங்கள், காவலாளிகள் தங்குமிடங்கள், சைகை காட்டுவதற்காக தீ அல்லது புகை எழுப்பும் நிலையங்கள் எனப்பல்வேறு கட்டிடங்கள் இம்மதில் மீது கட்டப்பட்டன. இத்துடன் போக்குவரத்துக்கும் இது பயன்படுத்தப்பட்டது.

இம்மதில் கிழக்கிலுள்ள டன்டொங்கிலிருந்து மேற்கிலுள்ள லொப் வாவி வரைக்கும் நீண்டு காணப்படுகிறது. இது உள்மொங்கோலியாவின் தெற்கு விளிம்பை எல்லையாகக் கொண்டுள்ளது. நவீன கருவிகளைக் கொண்டு அளந்து இதன் நீளம் 5500 மைல்கள் என நில அளவையாளர் கணக்கிட்டுள்ளனர். இது உண்மையாக 3889 மைல் மதிலையும் 223 மைல் அகழிகளையும்,

இயற்கைத்தடைகளான மலைகள், ஆறுகள் கொண்ட 1387 மைல் தூரத்தையும் கொண்டுள்ளது.

ஆரம்ப கால மதில்கள்

கி. 8 முதல் 5 ஆம் நூற்றாண்டு காலங்களிலேயே சீனர் மதில் கட்டும் வேலைகளில் ஈடுபட்டிருந்தனர். கின், வேய், சாவோ, கீ, யான், ஷொசன் மாநிலங்கள் ஒவ்வொன்றும் தமது பாதுகாப்புக்காக மதில் கட்டும் வேலைகளை மேற்கொண்டனர். சிறிய படைக்கலங்களான ஈட்டிகள் அம்புகள் ஆகியவற்றிலிருந்து பாதுகாக்கப்படுவதற்காக, மரப்பலகைகளைக் பெட்டி போன்று அடித்து அதற்குள் சல்லிக்கற்களையும் மண்ணையும் கலந்து மதில் கட்டினர்.

கின் அரச பரம்பரையின் முதல் சக்கரவரத்தியாகிய செங் என்ற அரசன் கி.மு 22இல் பல மாநிலங்களின் அரசர்களைத் தோற்கடித்து யாவற்றையும் ஒன்றிணைத்தான். இதனால் மாநிலங்களிடையே இருந்த மதில்களை இடித்து, வட எல்லையிலிருந்த சியோன்னு மக்களின் படையெடுப்பைத் தடுக்கவும் முன்னாள் சிற்றரசர்களின் மீளெழுச்சியை தடுக்கவும், ஏற்கனவே இருந்த மதில்களோடு சேர்த்துப் புதிய மதில்களைக் கட்டுவித்தான்.

மலைப்பகுதிகளில் கிடைத்த கற்களைக் கொண்டு மதில்கள் கட்டப்பட்டன. நிலப் பகுதிகளில் முன்னர் குறிப்பிட்டது போன்று மண்ணும் சல்லியும் கொண்டு மதில்கள் கட்டப்பட்டன. இவற்றின் நீளம் பற்றிய குறிப்பெதுவும் கிடைக்கவில்லை. இவற்றின் பெரும்பகுதி அழிந்தும் சிதைந்தும் விட்டன. இன்று சில பகுதிகள் மட்டும் எஞ்சியுள்ளன. இம்மதில்களைக் கட்டும் பணிகளில் ஆயிரமாயிரம் பேர் இறந்து போயினர் எனக் கூறப்படுகிறது. இதன் பின்னால் வந்த ஹான், சூய், வடபகுதி அரச பரம்பரையினரும் இவற்றை மீளப்புதுப்பித்தும் உடைந்த பகுதிகளைக் கட்டியும் பாதுகாத்தனர். இவ்வாறே பின்னால் வந்த அரச பரம்பரைகளான ராங், சொங், லியாவோ, ஜின் யுவான் பரம்பரையினரும் 10 -13 ஆம் நூற்றாண்டுகளில் மதில்கள் கட்டுவதிலும் பராமரிப்பதிலும் அக்கறை கொண்டனர்.

14 ஆம் நூற்றாண்டில் ஆட்சியிலிருந்த மிங் பரம்பரை மதில் கட்டுவதில் புதிய முறைகளைக் கையாண்டது. செங்கற்களையும், கற்களையும் பயன்படுத்திக் கட்டிய மதில்கள் கூடிய பலமுள்ளவையாய் இருந்தன. அத்துடன் மொங்கோலியப் படைகளின் தாக்குதலைத் தடுக்கும் நோக்குடன் 25,000 கண்காணிப்புக் கோபுரங்கள் கட்டப்பட்டன. மிங் பரம்பரை பல மஞ்சுபடைகளின் தாக்குதலை முறியடித்து தமது ஆட்சியைத் தக்க வைத்துக் கொள்வதற்கு இவை மிகவும் உதவின. 1644இல் லீ சீ

செங் கலகக்காரர் பெய்ஜிங் நகரைக் கைப்பற்றிய பின்னர் மஞ்சுக்களை கலகக்காரர்களை விரட்டியடிப்பதற்காக மிங் படைத்தளபதி வுசாங்குயி, ஷாங்காய் வாசற் கதவுகளைத் திறந்து உள்ளே விட்டான். அவர்கள் கலகக்காரரை விரட்டியடித்ததுடன் எஞ்சியிருந்த மிங் படையையும் தோற்கடித்து குயிங் பரம்பரையின் ஆட்சியை சீனா முழுவதும் ஏற்படுத்தினர். இவர்களின் ஆட்சிக்காலத்தில் மதிலுக்கு அப்பாலிருந்த மஞ்சூரியாவும் கைப்பற்றப்பட்டது. இதனால் மதில் கட்டும் வேலைகள் நிறுத்தப்பட்டன. ஆனால் மஞ்சூரியாவில் மிங்லியாடொங் மதில் என்றழைக்கப்படும் மதில் கட்டப்பட்டது. இது பாதுகாப்பதற்காக மட்டுமன்றி குடிவரவைத் தடுப்பதற்காகவும் எனக் கூறப்படுகிறது.

பெய்ஜிங் மாநகரசபையைச் சுற்றியுள்ள பெருஞ்சுவரின் பகுதி மிகவும் பிரசித்தமானது. இது அடிக்கடி மீளமைக்கப்படுகிறது. ஏனெனில் பெரும்பாலான சுற்றுலாப் பயணிகள் இங்கு வருகிறார்கள். சாங்ஷியாக்கோவுக்கு அண்மையில் உள்ள படாலிங் எனும் பகுதி மிகவும் பிரசித்தமானது. மக்கள் சீனக் குடியரவு பதவிக்கு வந்தபோது பொதுமக்கள் பார்வைக்காக இப்பகுதி திறந்து விடப்பட்டது. இதன் தெற்கே ஐயுயொங் பகுதி வாசல் உள்ளது. இங்கு பல காவலர் பெய்ஜிங் நகரைப் பாதுகாப்பதற்காக நிறுத்தப்பட்டுள்ளனர். இப்பகுதியின் நீளம் 25 அடியாகவும் அகலம் 16 1அடியாகவும் உள்ளது.

இம்மதிலானது மலைப்பகுதிகளில் செங்குத்தாகவும் மிகவும் சரிவாகவும், வளைந்தும் செல்கிறது. இதனைக் கட்டுவதில் வேலையாட்கள் பெருஞ் சிரமப்பட்டனர். ஜின்ஷான் லிங் பகுதியில் இது 7 மைல் நீளமாகவும், 16 அடி முதல் 26 அடி உயரமாகவும் அடியில் 20 அடி அகலமும் மேலே 16 அடி அகலமாகவும் உள்ளது. இது கடல் மட்டத்திலிருந்து 3220 அடி உயரத்தில் 67 கண்காணிப்புக் கோபுரங்களைக் கொண்டுள்ளது. 2009 இல் புதிய கருவிகள் மூலம் இதுவரைக்கும் அறியப்படாத மலைகளால் மறைந்திருந்த 180 கி. மீ. தூரமுள்ள மதில் கண்டுபிடிக்கப்பட்டது. 2015 ஏப்ரலில் நிங்சியா பகுதியில், 10 கி. மீ மதில் கண்டுபிடிக்கப்பட்டது. தற்போது மதிலின் கிராமப்புறப் பகுதிகள் கவனிப்பில்லாமல் சிதைந்து போகின்றன. சில கிராமவாசிகள் கற்களை வீடு கட்டுவதற்குப் பயன்படுத்துகிறார்கள். 2012இல் கலாசார நிலையத்தின் அறிக்கையின்படி 22% மதில் பகுதி மறைந்துவிட்டது. இன்னும் 20 ஆண்டு காலத்தில் சில பகுதிகள் மறைந்து விடலாமென எதிர்வு கூறப்படுகிறது. சில பகுதிகளைப் பாதுகாப்பதற்காக சீமெந்துக் கலவை பயன்படுத்தப்படுகிறது.

*1987*இல் இப்பெருமதில் யுனெஸ்கோ நிறுவனத்தால் உலகப் பாரம்பரிய நிலையமாகப் பிரகடனப்படுத்தப்பட்டது. நாம் பார்க்கச்சென்ற இடம் பெய்ஜிங் நகர வடக்கு எல்லையிலுள்ள பகுதி. இங்குதான் பெரும்பாலான சுற்றுலாப் பயணிகள் வருகிறார்கள். இதன் வாசல் புதுப்பிக்கப்பட்டு அருகே சுவர் புதிதாக எழுப்பப்பட்டு யுனெஸ்கோ நிறுவன அறிவித்தல் வாசகமும் பொறிக்கப்பட்ட அறிவிப்புப் காணப்படுகிறது. இரு மருங்கிலும் அழகான பூமரங்களும் பெரிய மரங்களும் நாட்டப்பட்டுள்ளன. இப்பகுதியைப் பராமரிப்பதற்காக நுழைவுக்கட்டணம் அறவிடப்படுகிறது. போசனசாலைகளும், நினைவுப்பொருள் விற்பனை நிலையங்களும் நிறையவே உள்ளன. உல்லாச வண்டிகள், கார்களுக்கான தரிப்பிடங்களும் விசாலமாக அமைக்கப்பட்டுள்ளன. இவ்விடத்திலிருந் மதிலைச் சென்றடைவதற்கு அரை மைலுக்கு மேல் நடந்தே செல்ல வேண்டும்.

இப்பகுதி ஒரு மலைப் பிரதேசத்திலிருப்பதால் ஏறுவது சுலபமல்ல. படிகள் விசாலமானதாகவும் கற்கள் பதித்தும் சுண்ணாம்பால் கட்டப்பட்டுள்ளன. பெரும்பாலும் கருங்கற்களாயிருப்பதால் நல்ல காலணி அணியவேண்டும். வயோதிபர்களும் கால் வாதமுள்ளவர்களுக்கும் அதிக தூரம் செல்வது கடினமாயிருக்கும். ஆங்காங்கே கண்காணிப்புக் கோபுரங்கள் உள்ளன. இவை உள்ளே படிகளையும் உச்சியில் பல திசைகளிலும் ஜன்னல்களையும் கொண்டுள்ளன. படிகள் ஒடுக்கமாயிருக்கும் ஒரு நேரத்தில் ஒருவர் மட்டுமே ஏறக்கூடிய இடவசதி உடையவை. இப்பகுதி வளைந்தும் ஏறியும் இறங்கியும் மலை உச்சிக்குச் செல்கிறது. பின் அங்கிருந்து கீழ் நோக்கி இறங்குகின்றது. சில இடங்களில் இளைப்பாறும் இடங்களும் உள்ளன. ஏறும்போது தண்ணீர்ப் போத்தல் எடுத்துச் செல்வது முக்கியம். . கால் வலிக்கும் . சில இடங்களில் தங்கியிருக்கலாம். . எம்மோடு வந்தவர்களில் சிலர் மலை உச்சிவரைக்கும் ஏறிச் சென்றனர். நாம் சென்ற வேளை பிற்பகலானதால் வெயில் குறைவாகவும் காற்று இதமாகவும் வீசிக் கொண்டிருந்தது. உண்மையில் அக்காலத்தில் நவீன இயந்திரங்களோ வசதிகளோ இல்லாதபோது இதைச் சீன மக்கள் கட்டினார்களே என்பது வியப்புக்குரியதே.

எமது அண்டை நாட்டிலும் இவ்வாறான மதில் கட்ட முயற்சிகள் மேற்கொள்ளப்படுன்றன. பொறுத்திருந்து பார்ப்போம்.

செஞ்சீனா பச்சையாகிறதா?

பயணக்கட்டுரை - 8

எமது பயணத்தின் ஆரம்பத்தில் நான்கு நாட்கள் பெய்ஜிங் நகரத்தில் பல்வேறு இடங்களைப் பார்த்த பின் ஐந்தாம் நாள் காலை நாம் தங்கியிருந்த ஆம்பர ஹோட்டலிலிருந்து சொகுசு வண்டிகள் மூலம் விமான நிலையத்துக்கு சென்றோம். அங்கிருந்த சொங்கிங் என்ற நகரத்துக்கு விமான மூலம் புறப்பட்டோம். அங்கு செல்வதற்கு ஏறக்குறைய 4 மணித்தியாலங்கள் சென்றன. இனி இந்நகர் பற்றிய வரலாற்றைப் பார்ப்போம். இது தென்மேற்குச் சீனாவிலுள்ள பெரிய நகரம். சீனாவில் ஐந்து தேசிய மத்திய நகர்கள் உள்ளன. இவற்றில் நான்கு மத்திய அரசின் நேரடிக் கட்டுப்பாட்டுக்குள் உள்ள மாநகர சபைகள் ஆகும். அவையாவன: பெய்ஜிங், சங்காய், ரியான்சின், சொங்கிங். மார்ச் 1997இல் சொங்கிங் மாநகர சபை ஆரம்பிக்கப்பட்டது. இதன் சனத்தொகை 2015இல் 30 மில்லியன் ஆகும். இதில் 18.38 மில்லியன் மக்கள் நகர்ப்புறத்தில் வாழ்கிறார்கள். சொங்கிங் நகரில் மட்டும் 8.5 மில்லியன் மக்கள் வாழ்கிறார்கள். 2010 ஆம் ஆண்டு சனத்தொகைக் கணக்கின்படி சீன மாநகரங்களில் கூடிய சனத்தொகையையும் பெரும் பரப்பளவையும் இந்நகரம் கொண்டது. இது 26 மாவட்டங்கள், 8 வட்டங்கள், 4 தன்னாட்சி வட்டங்களையும் கொண்டுள்ளது. சொங்கிங்குக்கூடாக ஜியாலிங் ஆறு ஓடி யங்சி ஆற்றுடன் கலக்கிறது. இந்த மாநகரம் சீன ஜனநாயகக் குடியரசின் போது சிச்சுவான் மாகாண,

மாநகர சபையாக இருந்து இரண்டாம் சீன யப்பான் போரின் போது யுத்த தலைநகராக விளங்கியது.(1937-1945)

சொங்கிங் மாநகரசபையின் அகலம் கிழக்கு மேற்காக 470 கிலோ மீற்றராகவும் நீளம் வடக்குத் தெற்காக 450கிலோ மீற்றராகவும் பரப்பளவைக் கொண்டுள்ளது. இதன் எல்லைகளாக கிழக்கே ஹபே மாகாணமும், தென்கிழக்கில் ஹூனானும், தெற்கே கீஷெனவும், சிசுவான் மேற்கேயும் வட மேற்கேயும், சான்ஷி வடக்கிலும் வடகிழக்கிலும் அமைந்துள்ளன. இதன் பெரும்பாலான பகுதி ஆறுகளாலும் மலைகளாலும் குறுக்கு நெடுக்காக ஆக்கிரமிக்கப்பட்டுள்ளது. வடக்கே டாபா மலைகளும், கிழக்கே வூ மலைகளும், தென்கிழக்கில் வூலிங் மலைகளும், தெற்கே டாலோ மலைகளும் உள்ளன. இப்பகுதி முழுவதும் வடக்குத் தெற்காக, பல ஏற்ற இறக்கங்களோடு யாங்சி ஆற்றுப்பள்ளத்தாக்கை நோக்கிச் சரிந்து செல்கின்றது. இதன் நிலப்பரப்பு காஸ்ற் *(Karst)* எனப்படுகிறது. அதாவது இது கரையக்கூடிய கற்களான முருகைக்கல், டொலமைற், ஜிப்சம் போன்றவற்றைக் கொண்டுள்ளன. இது நிலக்கீழ் நீரோட்டத்தையும், புதையும் துவாரங்களையும் குகைகளையுங் கொண்டிருக்கும். எமது யாழ். குடா நாடும் ஏறக்குறைய இதைப்போன்றதே. ஆனால் மலைகள் இல்லை.இம்மாநகர சபைக்கூடாக மேற்குக் கிழக்காக யாங்சி ஆறு ஓடுகிறது. இதன் நீளம் 665 கி.மீ இது வூமலைகளை மூன்று இடங்களில் ஊடறுத்துச் சென்று மூன்று பள்ளத்தாக்குகளை ஏற்படுத்தியுள்ளது. இவை குவாட்டூங், வுக்சியா, சீலிங் என அழைக்கப்படுகிறது.

சொங்கிங் நகரம் சில விசேடங்களைக் கொண்டுள்ளது. இது மலை மேல் அமைந்து சில பகுதிகள் யங்சி, ஜியாலிங் ஆறுகளால் சூழப்பட்டுள்ளது. இதனால் இது மலைநகரமென்றும் ஆறுகள் நகரமென்றும் அழைக்கப்படுகிறது. இரவில் பல மில்லியன் வண்ண விளக்குகளால் அலங்கரிக்கப்பட்டு அவற்றின் ஒளி ஆறுகளில் விழுந்து அழகாகக் காட்சியளிக்கிறது. இதன் தரைப்பகுதி மலைகள், ஆறுகள், காடுகள், நீருற்றுகள், நீர்வீழ்ச்சிகள், மலையிடைப் பள்ளத்தாக்குகள், குகைகள் எனப் பலதரப்பட்ட வடிவங்களைக் கொண்டு விளங்குகின்றது. முக்கியமாக நகரின் மத்திய பகுதி பெரிய ஒரு மலைப் பகுதியாக உளது. இது ஐக்கிய அமெரிக்காவிலுள்ள அப்பலாச்சின் மலைத்தொடர்கள் போல் காட்சியளிக்கிறது. இதன் அருகில் ரொங்குளோ மலையும் சொங்லியாங் மலையும் இரு இறங்கு பகுதிகளாக உள்ளன. இப்பகுதி பெரும்பாலான வருடம் முழுவதும் உஷ்ணமான ஆனால் ஈரலிப்பான காலநிலையைக் கொண்டிருக்கும். ஜூலை, ஒகஸ்ட்

மாதங்களில் இங்கு வெப்பம் 33 - 34 செல்சியசாகவும், பிறமாதங்களில் இதற்குக் குறைவாகவும் இருக்கும். பனிக்காலம் குறுகியதாகவும் எப்போதும் ஈரலிப்பாகவும், மப்பாகவும் இருக்கும். நாங்கள் சென்றபோது இவ்வாறான நிலையே காணப்பட்டது.

சொங்கிங்கின் மத்திய பகுதி, சீனாவின் பாலத் தலைநகரம் என அழைக்கப்படுகிறது. யங்சி, ஜியாலிங் ஆறுகளுக்கு மேலாகப் பல பாலங்கள் கட்டப்பட்டுள்ளன. ஜியாலிங் ஆற்றுக்கு மேலாக 1958இல் முதலாவது பெரும்பாலம் அமைக்கப்பட்டது . யங்சி ஆற்றுக்குமேல் முதலில் 1977இல் பாலம் அமைக்கப்பட்டது. 2014 வரைக்கும் யங்சி ஆற்றுக்குமேல் 20 பாலங்களும் ஜியாலிங் ஆற்றுக்கு மேல் 28 பாலங்களும் கட்டப்பட்டுள்ளன. இவை ஒவ்வொன்றும் வேறுபட்ட அமைப்பிலும் வடிவங்களிலும் அமைக்கப்பட்டுள்ளன. இதனால் சொங்சிங், பாலங்களின் அருங்காட்சிச்சாலை எனப்படுகிறது. இத்துடன் இங்கு உயர் தண்டவாள ட்ராம் வண்டி (Train Way) இயங்குகின்றது. இது யங்சி ஆற்றின் வடகரையையும் தென்கரையையும் இணைக்கும் பாலம் போன்ற தண்டவாளத்தில் ஓடுகிறது. இதன் நீளம் 3810 அடி. இதில் நாளாந்தம் 10,000 பேர் பயணிக்கின்றனர்.

சொங்கிங் விமான நிலையத்தில் இறங்கியவுடன் அங்கிருந்த சொகுசு வண்டிகள் எம்மை ஒரு பெரிய ஹோட்டலுக்கு நண்பகல் உணவுக்காக அழைத்துச் சென்றன. இந்த சுற்றுலா முழுவதும் ஒவ்வொருவருக்கும் ஒரு மேசை எண் முதலே தரப்பட்டிருந்தது. இதனால் சில சைவ உணவுக்காரர் எல்லோரையும் 8 ஆம் எண் மேசையின் ஒழுங்கு செய்திருந்தார்கள். பெய்ஜிங் நகரத்திலும் இதே முறை பின்பற்றப்பட்டது. நாங்கள் அங்கு போய் அங்குள்ள உணவுப்பட்டியலைப் பார்த்து விருப்பமான உணவைச் சொன்னால் அவர்கள் உடனே தயார் செய்து கொண்டு வருவார்கள் . எங்களுடைய மேசையில் சிக்காகோவிலிருந்து வந்த இரு இந்திய தம்பதிகள் இருந்தனர். எல்லாமாக நாங்கள் ஆறு பேர் இம்மேசையில் சென்ற விடமெல்லாம் ஒன்றாகச் சேர்ந்திருந்து உண்டோம். .சீன உணவகங்களில் ஒருவருக்கு ஒரு பியர் போத்தல் அல்லது ஒரு தண்ணிப் போத்தல் இலவசமாகத் தருவார்கள். அதற்கு மேல் தேவை என்றால் மூன்று அமெரிக்கன் டொலர் செலுத்திப் பெற்றுக்கொள்ளலாம். பெரும்பாலும் எல்லோரும் ஒரு போத்தலுடன் சமாளித்தனர். ஓரிருவர் மெலதிகமாக ஒரு போத்தல் பியரை வாங்கினர். எமது மேசையில் இரு பெண்கள் மட்டுமே இருந்தனர். உணவு சிறப்பாகவும்

போதியவளவும் இருந்தது. உறைப்புக்கு அங்க பலவகை சோசுக்கள் வைக்கப்பட்டிருந்தன. எனவே சாப்பாடு ஒரு பிரச்சினையாகவே இருக்கவில்லை. சுற்றுலாவை ஒழுங்கு செய்த சீனோராமா நிறவனத்தைப் பாராட்டாமல் இருக்க முடியாது. எல்லாம் நேரத்துக்கு ஒழுங்கு செய்யப்பட்டு, தரப்பட்ட பட்டியல்படி பின்பற்றப்பட்டது. நாம் சென்ற இடங்கள் யாவுக்கும் எங்களுடன் கூடவே ஒரு பெண்வழிகாட்டி வந்தார். நன்கு ஆங்கிலம் பேசுவார். சுற்றுலாத்துறையிடம் பட்டம் பெற்றிருந்தார். ஆங்கிலமும் ஸ்பானிய மொழியும் தெரிந்தவர். இத்துடன் சென்ற ஊர்கள் ஒவ்வொன்றிலும் உள்ளூர் வழிகாட்டியும் நாங்கள் ஏறிய வண்டியில் இருப்பார். அவர் அங்குள்ள முக்கிய சுற்றுலா இடங்களைப் பற்றிக் கூறிக் கொண்டே வந்தார். இவ்வாறு ஒவ்வொரு குழுவுக்கும் ஒழுங்கு செய்யப்பட்டிருந்தது. நாம் உணவை முடித்துக் கொண்டு அங்கிருந்த விலங்குக் காட்சிச் சாலைக்குச் சென்றோம்.

சொங்கிங் மாநகரத்தில் கார், மோட்டார் சைக்கிள், இரசாயனங்கள், புடவைகள், பல்வேறு இயந்திரங்கள். இலத்திரனியல் பொருட்கள் யாவும் தயாரிக்கப்படுகின்றன. இங்கு பத்தாண்டுகளுக்குள் முன் வருடமொன்றுக்கு 1மில்லியன் கார்களும் 8.6 மில்லியன் மோட்டார் சைக்கிள்களும் தயாரிக்கப்பட்டன. இப்போது இது 10 மடங்காகி இருக்கும்.. எனவே 8.4 மில்லியன் பேர் இங்குள்ள தொழிற்சாலைகளில் வேலை பார்க்கிறார்கள். இங்கு அமெரிக்க நகரங்களான: நியூயோர்க், வோஷிங்டன், சிக்காகோ போன்றவற்றிலுள்ள உயர்மாடிக் கட்டிடங்கள் போல பெரும் வியாபார நிலையங்களும் உள்ளன. வாகன நெரிசலும், சனநெருக்கடியும் இங்கும் காணப்படுகின்றன. சொங்கிங் விலங்குக் காட்சிச்சாலை, நகர் மத்தியிலிருந்து 8 கி.மீ தூரத்திலுள்ளது. இது யங்சியாசிங் என்ற இடத்தில் அமைக்கப்பட்டுள்ளது. இது 1953இல் ஆரம்பிக்கப்பட்டு 1955இல் பொதுமக்கள் பார்வைக்காகத் திறக்கப்பட்டது. இதன் பரப்பளவு 110 ஏக்கர். இங்கு விலங்குகளைப் பாதுகாப்பதுடன் விலங்குகள் பற்றிய ஆய்வுகளும் செய்யப்படுகின்றன. இங்கு முக்கியமாக அருகிவரும் விலங்குகளான: இராட்ச பண்டாக்கள் *(Pandas)* செந்நிறப்பண்டாக்கள், தெற்குச் சீனப் புலி, வெண்புலி, ஆபிரிக்க யானை ஆகியன காணப்படுகின்றன.

நாம் சென்றபோது வெளிநாட்டுச் சுற்றுலாப் பயணிகள் பலரைக் காணக்கூடியதாக இருந்தது. உள்நாட்டவரும் பெரும்பாலும் சிறுவர், சிறுமியர்களுடன் வந்திருந்தார்கள். பெரும்பாலும் அருகி வரும் விலங்குகள் இருந்த பகுதியிலேயே

பெரும்பாலான மக்கள் குழுமியிருந்தனர். காட்சிச் சாலை முழுவதும் சுற்றிப்பார்ப்பது ஒரு நாளில் முடியாத காரியம். நாம் நண்பகல் உணவுக்குப்பின் சென்றதால் நடப்பதும் சிரமாயிருந்தது. காலநிலையும் மந்தாரமாய் இருந்ததால் களைப்புத் தெரியவில்லை. அங்கு பல அழகான பூ மரங்களும் காணப்பட்டன. எனக்கு இலங்கையிலுள்ள பேராதனைப் பூங்கா ஞாபகத்துக்கு வந்தது. ஏறக்குறைய 4 மணித்தியலாங்களின் பின் எமது பஸ் வண்டிகளுக்குச் சென்றோம். அவர்கள் அங்கிருந்து எம்மை கப்பல் பயணத்துக்காக கப்பல் நின்ற இடத்துக்கு அழைத்துச் சென்றனர்.

செஞ்சீனா பச்சையாகிறதா?

பயணக்கட்டுரை – 9

சொங்கிங் நகரிலுள்ள விலங்குகள் காட்சியகத்திலிருந்து பஸ் வண்டிகள் மூலம், யங்சி ஆற்றின் கரையிலிருந்து 5 நட்சத்திரக் கப்பலுக்கு கொண்டு செல்லப்பட்டோம். கரையிலிருந்து கப்பல் நின்ற இடம் மிகவும் தாழ்வாக இருந்தது. அதற்குப் படிகள் கட்டப்பட்டிருந்தன. அந்தப்படிகளில் இறங்குவது வயதானவர்களுக்குச் சற்றுச் சிரமமாக இருந்தது. எமது பிரயாணப் பெட்டிகளை ஒரு கம்பின் இருபக்கத்திலும் கட்டிவிட்டுத் தோளில் சுமந்து சென்று பலர் கப்பலில் ஏற்றினார்கள். கப்பலின் உட்பகுதி வாசலில் யாவரும் தமது விபரங்களைப் பதிவு செய்தனர். இக்கப்பலில் 7 தளங்கள் இருந்தன. ஏறக்குறைய 350 பேர் இக்கப்பலில் பயணஞ்செய்யலாம். இக்கப்பல் சேவை 2013இல் ஆரம்பிக்கப்பட்டது. 5 நட்சத்திர விடுதியிலுள்ள அத்தனை வசதிகளும் இக்கப்பலில் உள்ளன. இதன் நீளம் 136 மீற்றர். அகலம் 19.6 மீற்றர். இதில் 148 அறைகள் உள்ளன. ஒவ்வொரு அறைக்கும் ஒரு வெளிமாடமும், பெரிய யன்னலும் உண்டு. நீங்கள் கொடுக்கும் பணத்துக்கேற்ப வசதியான அறைகளைத் தெரிவு செய்யலாம். ஆனால் எமக்கு ஒதுக்கப்பட்ட அறையில் இரு தனிக்கட்டில்களும், ஒரு மேசை, இரு நாற்காலிகள் தனிக்குளியலறை, உடுப்புகள் வைக்கும் தட்டுகளோடு கூடிய சிறிய ஒதுக்கறை,, விலைமதிப்பான பொருட்கள் வைக்கும் பாதுகாப்பான பெட்டி யாவுமிருந்தன.

நாம் கப்பலில் ஏறிக் குளித்து விட்டு உடுப்புகளை மாற்றிக் கொண்டு, கப்பல் பற்றிய விபரங்களையும், சுற்றுலாக்களையும், பாதுகாப்புக் குறிப்புகளையும் தரும் ஒரு கூட்டத்துக்குச் சென்றோம். . வழக்கமான பிரயாணக் கப்பல்கள் யாவற்றிலுமுள்ள ஒலிபெருக்கி மூலம் எல்லோரும் அழைக்கப்பட்டிருந்தார்கள். எமது அறைகள் 5ஆம் தளத்திலிருந்தன. அதே தளத்தில் தான் இக்கூட்டமும் நடைபெற்றது. கப்பலில் வேலை செய்யும் யாவரும் மிகவும் அழகாக ஆங்கிலத்தில் யாவற்றையும் விளங்கப்படுத்தினார். இன்னொரு பெண் சீன மொழியில் விளங்கப்படுத்தினார். பெரும்பாலான பெண்கள் ஆங்கிலத்தில் உரையாடினர். எம்மோடு பிரயாணஞ் செய்த, யாவரும் ஆங்கிலந் தெரிந்தவர்கள்

என்பது இங்கு குறிப்பிடத்தகுந்தது. அமெரிக்கா, கனடா, இங்கிலாந்து, அவுஸ்திரேலியா போன்ற நாடுகளிலிருந்து இவர்கள் கலந்து கொண்டனர். கூட்டம் 6 மணிக்கு ஆரம்பமாகி 7 மணியளவில் முடிவடைந்தது. 8:00 மணிக்கு இரவு உணவுக்குச் சென்றோம். உணவுச்சாலை 3 ஆம் தளத்திலிருந்தது. உணவுகள் யாவும் மூடப்பட்டிருந்த பெரிய கொள்கலன்களில் வைக்கப்பட்டு மேலே அவற்றின் பெயர்கள் எழுதப்பட்டிருந்தன. எனவே ஒரு கோப்பையைத் தூக்கிக் கொண்டு வேண்டிய உணவை எடுத்துக் கொண்டு உங்களுக்கு ஒதுக்கப்பட்ட மேசைக்குச் சென்று அமர்ந்து சாப்பிடலாம். அங்கு தேவையான கரண்டி, கைதுடைக்கும் துண்டுகள், நீர் முதலியன வைக்கப்பட்டிருந்தன. யாவும் மிகவும் அழகான மேசை விரிப்புக்கள் மேல் ஒழுங்கு செய்யப்பட்டிருந்தன. ஒவ்வொரு மேசைக்கும் இரு பெண்கள் தேவையானவற்றைக் கொண்டு வருவதற்காக அமர்த்தப்பட்டிருந்தனர். ஒரு பெரிய நகரும் போசனசாலையில் அமர்ந்து பேசிக்கொண்டும் வெளியிடங்களைப் பார்த்துக் கொண்டும் உணவுண்டோம். எமது 8 ஆம் எண் மேசையில் வழக்கமான யாவரும் அமர்ந்து சாப்பிட்டோம். அதன்பின் அறைக்குச் சென்று சிறிது இளைப்பாறினோம். இவர்களுடைய உணவு ருசியாகவும், பல்வேறு வகைகளாகவும் இருந்தன. இந்திய உணவு வகைகளும் இருந்தது ஒரு சிறப்பம்சம். அத்துடன் அவ்விடத்தில் காணப்பட்ட தாவரங்கள், பழங்கள், கிழங்குகள் யாவும் நன்கு சமைக்கப்பட்டிருந்தது சிறப்பாக இருந்தது.

அடுத்த நாள் காலை - (ஓகஸ்ட் 28, 2016) கோப்பி குடித்த பின் 15 நிமிடங்களுக்கு ராய்சீ பயிற்சி, முதல்நாள் கூட்டம் நடந்த இடத்தில் நடந்தது. இதில் சிலர் மட்டுமே கலந்து கொண்டார்கள். காலை உணவு 8 மணிக்கு வழங்கப்பட்டது. இரவு உணவைப் போன்று இதுவும் விரும்பிய உணவை எடுத்துச் சாப்பிடக் கூடிய வகையில் இருந்தது. வத்தாளங்கிழங்கு, இராச வள்ளிக் கிழங்கு, கப்பல் வாழைப்பழம், பப்பாப்பழம், அன்னாசிப்பழம் எனப் பலவகையான பழங்கள், சீரியல் வகைகள், பாண், கேக் வகைகள் எனப் பலவகையான உணவு வகைகள் இருந்தன. இதன் பின்னர் அக்கு பஞ்சர் பற்றிய ஒரு விளக்கவுரை இடம் பெற்றது. அதன்பின் மாசாஜ்ஜீம் அது பற்றிய விளக்கமும் நடைபெற்றது. அக்கூட்டத்தில் கலந்து கொண்டிருந்தவர்கள் சிலருக்கு இலவசமாக 5 நிமிடத்துக்கு மசாஜ் (உருவுகை) செய்யப்பட்டது. கப்பலின் மசாஜ் செய்யுமிடம் இருப்பதற்கு விளம்பரமாக இதைச் செய்தார்கள். 45 நிமிட உருவுகைக்கு 75 டொலர் செலுத்தவேண்டுமென அறிவிக்கப்பட்டது.

நானும் நண்பரும் கப்பலின் மேல் தளத்திலிருந்த நீச்சல் தடாகம், நடைபாதை ஆகியவற்றில் சிறிது நேரம் கழித்தோம். நாங்கள் கப்பலில் ஏறிச்சில மணித்தியாலங்களின் பின் இரவு முழுவதும் அது ஓட ஆரம்பித்தது. நண்பகலின் போது சியாவோ என்ற இடத்தை வந்தடைந்தது. இங்கு சியாபோ ஷாய் செங்கோயில் உள்ளது. கப்பலிலிருந்து இறங்கி ஒரு மைல் தூரத்துக்கு நடந்து செல்ல வேண்டும் இக்கோயிலுக்குச் செல்ல ஒரு தொங்கு பாலத்தின்மேல் நடந்து செல்ல வேண்டும். ஆட்கள் நடக்கும் போது அது ஆடிக்கொண்டே இருக்கும். பாலத்துக்குக் கீழே ஒரு ஆறு ஓடி வந்து யங்சி ஆற்றோடு கலந்து கொள்கிறது. சியோபோஷாய் என்பது ஒரு 600 அடி உயரமுள்ள மலை. இது யங்சி ஆற்றுக்கு அருகில் உள்ளது. இதன் உச்சியில் ஒரு கோயில் உள்ளது. இக்கோயிலுக்கு ஏறிச் செல்வதற்கு ஒரு சிவந்த கூடாரம் அமைக்கப்பட்டுள்ளது. இது மலையைக் குடைந்து கட்டப்பட்டுள்ளது. இது 9 அடுக்குகளைக் கொண்டுள்ளது. உட்புறத்தில் மரப்பலகைகளாலான படிகள் உள்ளன. மிகவும் அகலங்குறைந்த படிகளில் ஒருவர் மட்டுமே ஏறக்கூடியதாய் இருக்கும். இவை மிகவுஞ் செங்குத்தாக உள்ளன. எனவே மிகவும் சிரமப்பட்டே ஏறினோம். கூடாரத்தின் வாசல் மஞ்சள் நிறத்தில் அகலமாகக் கட்டப்பட்டுள்ளது. மலையின் உச்சியில் மஞ்சிறீயின் நினைவாக மூன்றடுக்கு மண்டபம் உள்ளது. இது சியான் பெங் சக்கரவர்த்தியினால் 1850இல் கட்டப்பட்டது. இதற்கு மேலே ஒரு புத்த கோயில் உள்ளது. இம்மண்டபம் கட்டுவதற்கு முன்னால் கோவிலுக்குச் செல்வதற்கு சங்கிலிகளால் இயங்கும் தட்டு ஒன்று பாவிகப்பட்டது.

தற்போது கோவிலுக்குச் செல்லும் வழியின் இரு பக்கத்திலும் பல கடைகள் உள்ளன. பெரும்பாலும் பின்னல் வேலைப்பாடுகள் உள்ள படுக்கை விரிப்புகள், கோவிலின் படம் போன்று தையல் வேலைப்பாடுகளால் செய்யப்பட்ட சுவரில் மாட்டக்கூடிய சேலைப்பாய்களும் பிற சீனக் கைவண்ணப் பொருட்களும் உள்ளன சுற்றுலாப் பயணிகள் நிறைய இவற்றை வாங்கிச் செல்வதைக் கண்டேன். விலையும் மலிவாக இருந்தது. உச்சியிலிருந்து இறங்குவதற்கு மலையின் எதிர்பக்கத்தில் சிமெந்தாலான அகலமான படிகள் அமைக்கப்பட்டிருந்தன. எனவே இறங்குவதில் சிரமம் ஏற்படவில்லை. ஏறக்குறைய 5 மணியளவில் கப்பலுக்குத் திரும்பினோம்.

ஆறு மணிக்குக் கப்பல் தலைவனின் ஒன்று கூடல் இடம் பெற்றது. இங்கு சிற்றுண்டிகளும் சாம்பெயினும் எல்லோருக்கும் வழங்கப்பட்டன. கப்பலில்

வேலை செய்யும் உயர் மாலுமிகளையும் பிற முக்கிய உத்தியோகத்தர்களையும் தலைவன் யாவருக்கும் அறிமுகஞ் செய்து வைத்தார். பின்னர் 8 மணிக்கு இராப்போசனம் முடித்துக் கொண்டு வந்தோம். 9 மணியளவில் அதே இடத்தில் கப்பலில் ஆண்களும் பெண்களுமாகப் பாட்டுப் பாடியும் நடனமாடியும் யாவரையும் மகிழ்வித்தனர். .சீன நடனங்களும், பலே நடனங்களும் இடம்பெற்றன. ஒரு ஆங்கில நாட்டின் இரவு விடுதியில் நடைபெறும் நிகழ்ச்சிகள் போன்று இவையாவும் அமைக்கப்பட்டிருந்தன. அழகான பெண்களும் ஆண்களும் வண்ண உடைகளில் பல்வேறு நடனங்களை ஆடினர். சுற்றுலாப் பயணிகள் சிலரும் அவர்களோடு சேர்ந்து ஆடி மகிழ்ந்தனர். இந்த மண்டபத்துக்கு அருகில் மதுக்கடை இருந்தது. இங்கு பல்வேறு மதுபானங்கள் விற்கப்பட்டன. இவற்றை வாங்குவதற்கு சீன ஜென் அல்லது அமெரிக்க டொலர் தேவை. ஒரு அமெரிக்க டொலர் 5 சீனஜென் என்ற மதிப்பில் இருந்தது. நாங்கள் அமெரிக்க டொலரையே பாவித்தோம். கடைகளிலும் அமெரிக்க டொலரையே விரும்பிக் கேட்டனர். அன்றைய பொழுது இன்பமாகக் கழிந்தது. கப்பல் மாலையில் ஓட ஆரம்பித்தது. காலையில் ஒரு முக்கிய மான இடத்துக்கு வந்து நிற்கும். கோவிலில் உள்ள இடங்களையும் வெவ்வேறு பகுதிகளையும் விளங்கப்படுத்துவதற்கு எங்களோடு ஒரு பெண் வந்தாள். அவள், தான் ஒரு பல்கலைக்கழக மாணவி என்றும் விடுமுறைக்காலங்களில் இவ்வாறு பணம் சம்பாதிப்பதாகவும் கூறினாள். எங்களுடைய பஸ்ஸில் ஆரம்பத்தில் பிரயாணஞ் செய்த யாவரும் ஒரே குழுவாகச் சுற்றுலா முழுவதும் கூடவே சென்றோம். இக்குழுவில் அமெரிக்கர்களும் கனேடியர்களும் இரு பிரித்தானியக் குடும்பத்தினரும் இருந்தனர். பெரும்பாலானவர்கள் அறுபது வயதைக் தாண்டியவர்கள் என எண்ணுகிறேன். இரு வாலிபர்களும் கன்னியர்களும் எங்கள் குழுவில் இருந்தனர்.

அடுத்த கட்டுரையில் 3ஆம் நாள் கப்பல் பிரயாணம் பற்றிப் பார்ப்போம்.

செஞ்சீனா பச்சையாகிறதா?

பயணக்கட்டுரை – 10

சொகுசுக் கப்பலில் இரண்டாம் நாள் பிரயாணத்தை தொடர்ந்தோம். இக்கப்பல் யங்சி ஆற்றில் பயணிக்கிறது என்பதை ஞாபகப்படுத்த விரும்புகிறேன். எனவே யங்சி ஆற்றைப் பற்றிப் பார்ப்போம். இது யங்சி ஜியாங் என்று அழைக்கப்படுகிறது. இது ஆசியாவின் நீண்ட ஆறாகவும் உலகின் மூன்றாவது நீளமான ஆறாகவும் கருதப்படுகிறது. இது சீனாவின் ஐந்திலொரு பகுதிக்கு நீரைக் கொடுக்கிறது. யங்சி ஆறு சீனாவின் பொருளாதாரம், பண்பாடு, வரலாறு ஆகியவற்றில் பெரும் பங்கு வகிக்கிறது. இது பல சூழல் தொகுதிக்களுக்கூடாக ஓ2டுகிறது. இத்துடன் பல உள்நாட்டு மற்றும் அருகிவரும் உயிரினங்களுக்கும் உறைவிடமாக விளங்குகிறது. சீன அலிகேற்றர், சிறகில்லா நீரப்பங்சா, சவுன்மீன், டொல்பின், ஸ்ரேஜியோன் மீன் ஆகியவை இவ்வாற்றில் வசிக்கின்றன. அண்மைக்காலமாக இந்த ஆறு தொழிற்சாலைக் கழிவுகள், விவசாயக் கழிவுகள், மண் சேர்க்கைகள், ஆகியவற்றால் மாசடைகிறது.. அடிக்கடி வெள்ளப் பெருக்கு ஏற்படுகிறது. மேலும் இந்த ஆறு யுனான் மாவட்டத்தின் மேற்கு பகுதிகளில் மூன்று கிளைகளாகச் செல்கிறது. இதனால் இப்பகுதியின் இயற்கை வனப்பையும் கலாசார முக்கியத்துவத்தையும் பேணும் நோக்கத்தோடு யுனெஸ்கோ (ஐக்கியநாடுகளின் சூழல் சமூகக்,கலாசார ஒன்றியம்) இதனை உலக பாரம்பரிய இடமாகப் பிரகடனப்படுத்தியுள்ளது. மேலும் இந்த ஆற்றுக்குச் சமீபமாக பலதரப்பட்ட போக்கு வரவு வலையமைப்பை, அதாவது இரயில் பாதைகள், பெருந்தெருக்கள், விமான நிலையங்கள் உள்ளடக்கிய அமைப்பை உருவாக்க நடவடிக்கைகள் மேற்கொண்டது.

நாம் இந்தப் பகுதியைப் பார்ப்பதற்காக 2016 ஆகஸ்ட் 29ஆம் திகதி, எமது பெரிய கப்பலிலிருந்து வேறு சிறிய படகுக்கள் மூலம் சென்றோம்.. மலையிடுக்கணுக்கு ள்ளாக ஓடக்கூடிய இப்படகில் 40பேர் வரை செல்லலாம்.. எனவே எமது குழு மட்டும் இப்பிரயாணத்தை ஆரம்பித்தது. இவ்வாறு பிற குழுக்களுக்கும் தனிப் படகுகள் ஒழுங்கு செய்யப்பட்டிருந்தன. நாம் சிறிய படகுகளில் ஏறிய இடம் குட்டாங் எனப்படுகிறது. எம்முடன் கூடவே ஒரு பெண் வழிகாட்டியும் பிரயாணஞ் செய்தார். இவர் படகு செல்லும் வழிகளிலிருந்த இடங்களைப் பற்றியும் அங்கு

வாழும் மக்கள் செய்யும் தொழில்களைப் பற்றியும் கூறிக் கொண்டே வந்தார். ஆற்றின் இரு மருங்கிலும் உயர்ந்த மலைக்குன்றுகள் உள்ளன. அவை சிலவிடங்களில் செங்குத்தாகவும் சில இடங்களில் சரிவாகவும் உள்ளன. சரிவாகச் செல்லும் இடங்களில் படிப்படியாகத் தரையை அமைத்து விவசாயம் செய்யப்படுகின்றது. சில இடங்களில் வாழை, பல்வேறு வகையான பழங்கள் முதலியன பயிரிடப்பட்டுள்ளன. இன்னுஞ் சில பகுதிகளில் தேயிலை பயிரிடப்பட்டுள்ளது. இத்தேயிலை வழக்கமான தேயிலைச் செடிகள் போன்றல்லாமல் இயற்கையாகவே வளர்ந்த காட்டுத் தேயிலை என்று வழிகாட்டி கூறினாள். நாங்கள் பிரயாணஞ் செய்த படகில் இத்தேயிலை பறிக்கப்பட்டு பைகளில் அடைக்கப்பட்டு விற்பனை செய்யப்பட்டது. ருசி பார்ப்பதற்கும் இதிலிருந்து தயாரிக்கப்பட்ட தேநீர் இலவசமாகத் தரப்பட்டது. நானும் இரு பைகளை வாங்கினேன். உயர் இரத்த அழுத்தம், நீரிழிவு போன்ற நோய்களுக்கு இதைப் பாவிப்பது நல்லது எனக் கூறினாள் அப்பெண்.

மேலும் சிலவிடங்கள் சமதரைகளாக உள்ளன. இப்பகுதிகளில் தொழிற்சாலைகளும். களிமண் தயாரிப்புகளும் செய்யப்படுவதைக் கண்டோம். படகு கரைக்கு அண்மையாகச் சென்றபடியால் நாம் அவற்றைக் காணக்கூடியதாக இருந்தது. மக்கள் வாழும் குடிமனைகளும் காணப்பட்டன. சில இடங்களில் மீன்பிடிப்புகளும் நடைபெற்றன. இது நல்ல நீர் ஆனபடியால் விவசாயத்துக்கும். தோட்டச் செய்கைக்கும் மிகவும் உகந்ததாக இருந்தது. ஆங்காங்கே சந்தைகளும் இருந்ததைப் பார்த்தோம். இதமான காற்றும் ஈரலிப்பான சுவாத்தியமுமாக இப்பகுதி இருந்தது. எனக்கு எமது தாய் நாட்டின் கண்டி, நுவரெலியாப் பகுதிகளை இக்காட்சிகள் நினைவூட்டின. இவ்வாறான பகுதிகள் குவிபெக், பிரிட்டிஷ் கொலம்பியா மாகாணங்களிலும் காணப்படுகின்றன.. எமது பயத்தின் முக்கியபகுதி இந்த ஆறு 3 மலையிடுக்கண்களுக்கூடாக செல்லும் பாதையில் அமைந்திருந்தது. இப்பயணம் பெரும்பாலும் சுற்றுலாப் பயணிகளால் மேற்கொள்ளப்படுகிறது என்பது குறிப்பிடத்தகுந்தது. ஏறக்குறைய மூன்று மணித்தியாலங்களுக்கு இப்பகுதியைச் சுற்றிப் பார்த்தோம். உண்மையில் இது வாழ்க்கையில் மறக்கமுடியாத சம்பவம். சீனப் பயணம் மேற்கொள்பவர்கள் பார்க்க வேண்டிய இடமிது.

இனி இந்த யங்சி ஆற்றின் உற்பத்தி பற்றிப் பார்ப்போம். இது பல கிளைகளின் சங்கமத்தால் ஆரம்பிக்கிறது எனச் சீன அரசாங்கம் கூறகிறது. அதாவது சிங்காய்

மற்றும் திபெத்தியப் பீட பூமியிலுள்ள டங்கினா மலைத் தொடரிலிருந்தது கிளம்பும் ரோற்றோக் கிளையிலிருந்து ஆரம்பமாகிறது என்கிறது. எனினும் பூகோள அடிப்படையில் இது 16,960 அடி உயரத்திலுள்ள டான்குக் கிளையிலிருந்து ஆரம்பமாகிறது. இக்கிளைகள் இரண்டும் இணைந்து கிழக்குநோக்கி சிங்காய் மாவட்டத்துக்கூடாக ஓடிப் பின் தெற்காக சிச்சுவான் திபெத் எல்லையிலுள்ள ஆழ் பள்ளத்தாக்குக் கூடாக யுனான் மாவட்டத்தை அடைகிறது. இப்பள்ளத்தாக்கில் ஓடும்போது இதன் உயரம் 16,000 அடியிலிருந்து 3,300 அடியால் குறைகிறது. இதன் பிரதான நீரோட்டம் 16,100 அடியாக உள்ளது. சொங்கிங்குக்கும் யிசாங்குக்கும் இடையில் இந்நதி 200 மைல் தூரத்தில் யங்சியின் மலையிடுக்கண்கள் வழியாகச் செல்கிறது. யிபின் என்ற இடத்தில் இது சிச்சுவான் படுக்கைக்குள் நுழைகிறது. இங்கே பல கிளைகள் இதனோடு இணைந்து நீர்மட்டத்தை அதிகரிக்கும். பின்பு சொங்கிங்குக்கும் ஹசபெய்க்கும் இடைப்பட்ட பிரதேசத்தல் உள்ள ஊஷான் மலையை ஊடறுத்து மூன்று மலையிடுக்கண்களுக்கூடாகச் செல்கிறது.

இங்கு இது பல வாவிகளிலிருந்து நீரைப் பெறுகிறது. ஊகான் என்ற இடத்தில் ஹன் ஆறு இதனோடு இணைகிறது. இதுவே இதன்பெரிய கிளையாகும். ஜியாங்சி என்ற இடத்தில் மிகப்பெரிய நன்னீர் வாவியான யொயாங் என்ற ஏரி ஆற்றுடன் இணைகிறது. பின்னர் இது அன்ஹூய் மற்றம் ஜியாங்சு மாகாணங்களுக்கூடாகப் பல வாவிகள் சிறு கிளைகளுடன் சேர்ந்து சங்காய் என்ற நகரில் கிழக்குச் சீனக் கடலில் கலக்கிறது.

செஞ்சீனா பச்சையாகிறதா?

பயணக்கட்டுரை – 11

அடுத்த நாள் (ஆகஸ்ட் 30) புதன்கிழமை காலை மூன்று மலையிடுக்கண்ணுக்கிடையில் கட்டப்பட்டுள்ள அணைக்கட்டைப் பார்ப்பதற்குச் சிறிய படகுகளில் காலை 8 மணிக்குப் புறப்பட்டோம்... இந்த அணை சாண்டோபிங் என்ற இடத்தில் யங்சி ஆற்றை மறித்துக் கட்டப்பட்டுள்ள நீர் மின்சார அணையாகும். இதுவே உலகில் உள்ள மிகப்பெரிய மின்சார உற்பத்தி நிலையமாகும். இது 2014இல் 98.8 ரெறா வாட் மின்சாரத்தை ஒரு மணித்தியாலத்துக்கு வெளியேற்றி உலக சாதனை படைத்தது. ஆனால் 2016இல் இடைப்பு அணை 103.1 (Twh) உற்பத்தி செய்து இதனை முறியடித்தது. இந்த அணைத்திட்டம் ஜூலை 2012இல் முடிக்கப்பட்டு பூரணமாக இயங்கத் தொடங்கியது. நிலக்கீழுள்ள நீர்ச்சுழலிகளும் சீராக இயங்கத்தொடங்கின.

கப்பல்களை உயர்த்தும் பொறிமுறை டிசம்பர் 2015இல் நிறைவேற்றப்பட்டது. ஒவ்வொரு நீர்ச்சுழலியும் 700 மெகாவாட்ஸ் மின்சாரத்தை உற்பத்தியாக்கியது. இந்த அணையின் முக்கிய பகுதி 2006இல் கட்டி முடிக்கப்பட்டது. இந்த அணைக்கட்டிலுள்ள 32 சுழலிகள இயக்குவதற்கு இரு சிறிய பிறப்பாக்கிகள் (generators) இணைக்கப்பட்டுள்ளன. இந்த அணைக்கட்டின் மூலம் 22500 மெ.வா. மின்சாரம் பெறப்படுகிறது. இத்துடன் இந்த அணை கட்டப்பட்டதால் கப்பல் போக்குவரத்து அதிகரித்ததுடன் வெள்ளப் பெருக்கையும் தடுக்கக்கூடியதாக உள்ளது. இந்த அணைக்கட்டுத் திட்டம் பொருளாதார ரீதியிலும் சமூக ரீதியிலும் ஒரு மாபெரும் சாதனை எனச் சீனா மார்தட்டிக் கொள்கிறது.

இவ்வணைக்கட்டு உருக்கு இரும்பாலும் சீமெந்துக் கலவையாலும் கட்டப்பட்டுள்ளது. இது 7661 அடி நீளமும் 607 அடி உயரமும் கொண்டது. இதற்குப் பயன்படுத்தப்பட்ட உருக்கு இரும்புகள் 63 ஐபில் கோபுரம் கட்டக் கூடியன (463,000 தொன்) அணைக்கட்டு சுவர் அடிக்கல்லின் மேல் 594 அடி உயரத்தைக் கொண்டுள்ளது. இது 31,900,000 ஏக்கர் நீரைக் கொண்டிருக்கிறது (39.33) இந்த அணைக்கட்டுத் திட்டத்தை 180 மில்லியன் யுவான் செலவில் கட்டலாம் என அரசு

மதிப்பீடு செய்தது ($22.5 பில்லியன் அமெரிக்க டொலர்) 2008ஆம் ஆண்டின் முடிவில் 148,365 பில்லியன் யூவான் செலவாகியது. இதில் கட்டுமானத்துக்கு 64.613 பில்லியன் யூவான், 68.557 பில்லியன் யூவான் இப்பகுதியில் வாழ்ந்த மக்களை மீள்குடியேற்றஞ் செய்வதற்கும், 15,195 பில்லியன் யூவான் பண ஏற்பாட்டுக்கும் செலவாகியது. இக்கட்டுமானப் பணி நிறைவேறி இது 1000 றெறாவாட்/மணித்தியாலம் மின்சாரம் உற்பத்தி செய்யுமாயின் 10 ஆண்டுகளில் செலவழித்த தொகைய மீளப்பெறலாம் என 2009 ஆம் ஆண்டில் மதிப்பிடப்பட்டது. ஆனால் டிசம்பர் 2013 இலேயே இது மீளப்பெறப்பட்டது. இதற்குச் செலவழித்த தொகை பல்வேறு அரச நிதிகள், வெளிநாட்டு, உள்நாட்டு வங்கிகள், பிணைப்பணங்கள் மூலம் பெறப்பட்டன.

இந்த அணைக்கட்டின் காரணமாகப் பல உயிரினங்களும் பாதிக்கப்பட்டன. இப்பகுதியில் 6383 வகையான தாவரங்கள் வாழ்ந்தன. இவற்றில் 57% வகைகளானவை மறையும் தறுவாயிலுள்ளன. அத்துடன் சீன நாட்டு வைத்தியத்தில் இவை மூலிகைகளாகப் பயன்பட்டன. மேலும் இப்பகுதியில் நன்னீர் விலங்குகளும், மீன்களும் வாழ்ந்து வந்தன. அணைக்கட்டின் பின் இவை பெரிதும் பாதிக்கப்பட்டன. பல மீனினங்கள் வெப்பநிலை மாற்றத்தால் இறந்து போயின. இன்னும் பல மின் சுழலிகளில் அகப்பட்டு மாண்டு போயின. முக்கியமாக சீனாவின் ஆற்று டொல்பின் இனம் (பைஜஹி) மறைந்து போயிற்று. ஏராளமான பறவைகளும் இவ்விடத்தைவிட்டு வேறிடங்களுக்குச் சென்றன. பல பறவைகள் இறந்து போயின.

எனினும் வெள்ளப்பெருக்கு, விவசாயம், தொழிற்சாலைகள் யாவும் இவ்வணைக்கட்டால் நன்மையடைந்தன.. யங்சியாற்றின் கரையோர நகரங்களான ஷஹூகான், நன்ஜிங், சாங்காய் போன்றவை அடிக்கடி வெள்ளப்பெருக்கால் பாதிப்படைந்தன. ஒவ்வொரு பத்தாண்டும் பெருமளவில் நடைபெற்ற வெள்ளப்பெருக்கு அணைக்கட்டின் பின் 100 ஆண்டுகளுக்குபின் நடைபெறக்கூடியதாகத் தாமதிக்கப்பட்டது.. நீரைத் தேக்கி வைக்கும் ஒதுக்கிடம் 22 கிலோ மீற்றர் கனவளவைக் கொண்டுள்ளது. 1954 இல் ஏற்பட்ட வெள்ளப் பெருக்கு 74,518 சதுர மைல் தூரப்பரப்பைப் பாதித்து 33,169 மக்களைக் கொன்று 18,884,000 மக்களை இடம் பெயர வைத்தது. 8 மில்லியன் மக்களைக் கொண்ட வூகான் நகரம் மூன்று மாதங்களாகத் தண்ணீரால் நிறைந்திருந்தது. இதனால் இரயில் போக்குவரத்து 100 நாட்களுக்கு நடைபெறவில்லை இவ்வாறே 1998 இலும் ள்ளப்பெருக்கு ஏற்பட்டு மக்களுக்கும் வேளாண்மைக்கும் பாரிய விளைவுகளை ஏற்படுத்தியது. இதனால் அரசுக்குப் பல மில்லியன் டொலர்கள் நஷ்டம் ஏற்பட்டது. அணை

கட்டப்பட்ட பின் மேலதிக நீர் தேக்கப்பட்டு வெள்ளப்பெருக்கு தடுக்கப்படுகிறது. மழைவீழ்ச்சி குறைவான டிசம்பர் முதல் மார்ச் காலங்களில் நீர் வெளிவிடப்படுகிறது. இதனால் வேளாண்மைக்கும் தொழிற்சாலைகளுக்கும் இது பயன்படுகிறது. அத்துடன் கப்பல் போக்குவரத்தும் பயனடைகிறது. அணைக்கட்டின் மேற்பகுதி நீர் 175 மீற்றரிலிருந்து 145 மீற்றராகக் குறைகிறது இதனால் மழை வீழ்ச்சியின் போது போதியளவு நீர தேக்கப்படுகிறது. மேலும் இவ்வாறு வெளிவிடப்படும் நீர கீழ் பகுதியிலுள்ள கெசுபா அணையை இயக்குவதற்கும் பயன்படுகிறது.

கப்பல்பூட்டு : இவ்வாறான பூட்டுக்களை அமைப்பதால் கப்பல் போக்குவரத்து அதிகரித்து பணத்தொகை *30 முதல் 37%* குறைக்கப்படுகிறது. மிகவும் பெரிய கப்பல்கள் சங்காயிலிருந்து *1500* மைல் துரம் சொங்கிங்குச் செல்வதற்கு இப்பூட்டுக்கள் வழிவகுக்கின்றன. இதனால் இக்கப்பல் போக்குவரவு ஐந்து மடங்கு உயர்கிறது. கப்பல் பூட்டு என்பதை வளங்குவது நல்லதென நினைக்கிறேன். அதாவது ஓர் அணக்கட்டின் மேற்பகுதியில் நீர்மட்டம் கீழ்பகுதியைக் காட்டிலும் உயர்வாக இருக்கும். எனவே கீழ்பகுதியிலிருந்து செல்லும் பெரிய கப்பல்கள் மேற்பகுதி நோக்கிச் செல்லும் போது இலகுவாக அந்நீரமட்டத்துக்குச் செல்வதற்காக இப்பூட்டு அமைக்கப்பட்டிருக்கும். அதாவது கப்பல் தாழ்வான நீரமட்டத்திலிருந்து அணைக்கட்டுக்கு அருகில் சென்றவுடன் இப்பூட்டின் வாயில் திறந்து கப்பலை உட்செல்ல விடும். உள்ளே சென்றவுடன் அவ்வாயில் மூடிக்கொள்ளும். பின் மேல் மட்ட நரிலிலுள்ள வாயில் திறக்கப்படும் அப்போது மேல்மட்ட நீர் உட்புகுந்து கப்பலை அம்மட்டத்துக்குப் படிப்படியாக உயர்த்தும். எனவே திடீரென உயர்மட்டத்துக்குக் கப்பல் செல்லும் அபாயகரமான செயல் படிப்படியாக உயர்த்துவதால் இலகுவாக்கப்படுகிறது.

கப்பல் உயர்ந்து பின் அம்மட்டத்தில் பயணிக்க ஆரம்பிக்கும்.. நாங்கள் பிரயாணஞ் செய்த உல்லாச கப்பலின் மேல்தளத்திலிருந்து பார்த்துக்கொண்டிருந்தோம். இப்பூட்டுக்கள் இரண்டு அருகருகே அமைக்கப்பட்டிருந்தன. ஒன்று மேல்நோக்கிச் செல்லும் கப்பல்களுக்குப் பயன்படுத்தப்பட்டது. அணை கட்டப்படுவதற்கு முன் இப்பகுதியில் கப்பல்கள் செல்வது ஆபத்தானதாய் இருந்தது. வெள்ளப்பெருக்குக் காலங்களில் கப்பல்கள் சில பிரயாணத்தை நிறுத்தி வைத்திருந்தன. இந்தப் பூட்டு ஒவ்வொன்றும் *280* மீற்றர் நீளமும் *35* மீற்றர் அகலமும் *5* மீற்றர் ஆழமும் கொண்டவை. இதனூடாக *10,000* தொன் எடையுள்ள கப்பல்கள் செல்லலாம்.

அணை கட்டுவதற்கு முன் ஒரு வருடத்துக்கு 18 மில்லியன் தொன் பொருட்களே எடுத்துச் செல்லப்பட்டன. 2004 முதல் 2007 வரையிலான காலப்பகுதியில் 198 மில்லியன் தொன் சரக்குகள் கப்பல்கள் மூலம் கொண்டு செல்லப்பட்டன. இதனால் பொருட்களின் நிறை ஆறு மடங்காக அதிகரிக்கப்பட்டு கப்பல் செலவு 25% குறைவடைந்தது.

கப்பல் தூக்கி

கப்பல் பூட்டுக்களுடன் கப்பல் தூக்கி ஒன்றும் கட்டப்பட்டுள்ளது. கப்பல் பூட்டிலிருந்து ஒரு கப்பல் வெளிவரக் குறைந்தது நான்கு மணித்தியாலங்களாவது எடுக்கும். ஆனால் கப்பல் தூக்கி இதனை 30 முதல் 40 நிமிடத்தில் செய்துவிடும். இத்தூக்கி 3000 தொன் எடையுள்ள கப்பல்களைத் தூக்கும். இதற்கு 113 மீற்றருக்குக் கப்பல் உயர்த்தப்படுகிறது. இத்தூக்கியின் அடித்தளம் 120x18x13.5 மீற்றர். இவ்வாறு கப்பல் தூக்கப்படும் போது நீர்மட்டம் திடீரென மாற்றமடையும், அணைக்கட்டின் கீழ்பகுதி நீர்மட்டம் 12 மீற்றருக்கும், மேல்பகுதி 30 மீற்றருக்கும் மாறுபடும் போது இத்தூக்கி சரியாக வேலை செய்ய வேண்டும்.

இக்கப்பல் தூக்கி சுரிக்கியர் முறையில் பற்களுள்ள பக்கச்சட்டத்தில் வேலை செய்கிறது.இப்பொறிமுறை கட்டுதல் 2007 ஒக்டோபரில் ஆரம்பிக்கப்பட்டது. இதற்கான கோபுரங்கள் 195 மீற்றர் உயரமானவை இக்கட்டுமானப்பணி 2012இல் நிறைவடைந்தது. இத்தூக்கியை வடிவமைத்துக்கட்டியது லாமேயர் என்ற ஜெர்மன் கம்பனி. இதன் வெள்ளோட்டம் 2016 ஜுலையில் நடைபெற்றது. ஜுலை 15இல் ஒரு சரக்குக் கப்பல் 8 நிமிடத்தில் உயர்த்தப்பட்டது. இந்தத் தூக்கி உத்தியோகபூர்வமாக செப்டம்பர் 2016இல் இயங்க ஆரம்பித்தது. இந்த அணைக்கட்டைப் பார்த்தபோது மனிதனால் இவ்வாறான சாதனையைச் செய்யமுடிந்ததே என ஆச்சரியப்பட்டேன். நாள்தோறும் ஏராளமானவர்கள் இந்த இடத்துக்கு வந்து கொண்டே இருக்கின்றார்கள். அங்குள்ள அழகாகக் கட்டப்பட்டுள்ள மண்டபத்தில் இந்த அணைக்கட்டின் மாதிரி வடிவம் அமைக்கப்பட்டு பல்வேறு பகுதிகளை விபரிக்கப் பலர் அமர்த்தப்பட்டுள்ளனர். அத்துடன் அங்கு கட்டிட வேலை நடைபெற்ற போது எடுக்கப்பட்ட படங்கள் கொண்ட நூல்களும் வீடியோவும் விற்பனைக்கிருந்தன. ஒரு வீடியோவையும் ஒரு நூலையும் ஞாபகார்த்தமாக வைத்திருக்க வாங்கி வந்தேன். இது எனது வாழ்க்கையில் மறக்க முடியாத ஒரு சம்பவம்.

செஞ்சீனா பச்சையாகிறதா?

பயணக்கட்டுரை – 12

மலையிடைகளுக்கிடையே கட்டப்பட்டிருந்த அணைத்திட்டத்தை பார்த்தபின் கப்பலுக்கு வந்து மதிய உணவுண்டு சிறிது நேரம் இளைப்பாறிவிட்டு ஒரு மணியளவில் நீர்க்கிராமம் என்றழைக்கப்படும் ஓர் இடத்துக்குச் சென்றோம். ஆற்றின் சிறிய கிளைப்பகுதிகளில் ஓடத்தின் மீது வீடு அமைத்து தியா என்றழைக்கப்படும் இனத்தவர் சில ஆண்டுகளுக்கு முன் வாழ்ந்தனர். மலைகளின் இடையே ஓடுகின்ற சிற்றாறுகள் ஓட்டம் குறைந்தனவாக இருக்கின்றன. மலைச்சரிவுகளிலுள்ள காடுகளில் தேயிலை, வாழை, பலா பழ மரங்கள் ஆகியவற்றை வளர்த்து சந்தைகளுக்கு எடுத்துச் சென்று விற்று இவர்கள் சீவியம் நடத்தி வந்தனர். இதைத்தவிர மீன்களைப் பிடித்தும், புகையலைச் செடி பயிரிட்டும் தொழில் நடத்தி வந்தனர். இவர்கள் இப்போது படகுகளை விடுத்து நிலப்பரப்புக்களுக்கு குடியேறிவிட்டனர். ஆனால் இவ்விடத்தை சுற்றுலாப் பயணிகளை கவரும் இடமாக மாவட்ட அரசு சுற்றுலாத்துறை மாற்றியிருக்கிறது. அதாவது அழகான பெண்களை படகுகளில் இருக்கவிட்டு அக்கால மக்கள் வாழ்ந்த சில சம்பரதாயங்களை சுற்றுலாப் பயணிக்கு நடித்துக் காட்டுகின்றார்கள்.

இவ்வாறான சம்பிரதாயச் சடங்குளில் அழும் கல்யாணச் சடங்கு முக்கியமானது. அக்கால மக்களும் சிற்றரசர்களும் தமது தகுதிக்கேற்ப மலைச்சரிவுகளில் மரப்பலகைகளால் மேடை அமைத்து வீடுகளைக் கட்டியிருகிறார்கள். சில வீடுகள் மாடிகளையும், மாடிப்பல்கனி (முன்யன்னல் மேடை)களையும் கொண்டிருந்தன. இவ்வாறான ஒரு பெரிய வீட்டின் முன்னால் இந்தக் கல்யாண விழா குறித்த நேரங்களில் நடத்தப்பட்டது. அதாவது இரண்டு மணித்தியால இடைவேளைக்கு ஒரு தடவை இது நடந்தது. இந்த இடத்துக்கு வருவதற்கு அனுமதிச்சீட்டு வாங்க வேண்டும். இக்கிராமத்துக்குச் செல்வதற்கு மலை அருகில் வீதி அமைத்திருந்தனர். சில இடங்களில் சிற்றாறின் மேல் மரத்தால் பாலங்களும் அமைக்கப்பட்டிருந்தன. இப்பகுதியில் அடர்ந்த காடுகள் இருந்தன. வீதி வழியாக எராளமான சுற்றுலாப்பயணிகள் நடந்து சென்றனர். கலியாண வீடு ஒரு மாடி வீட்டுக்கு முன் வட்டமாகக் கற்களால் அமைக்கப்பட்ட இருக்கைகளில் மக்கள் அமர்ந்திருக்க நடைபெற்றது. அமர்ந்திருக்கும் மக்களில் தனக்குப் பிடித்த ஒரு ஆணுக்குஅண்மை

யிலிருந்து மணப்பெண் மாலையை வீசி எறிவாள். அது அவன் கழுத்தில் விழுந்தால் அவனை மேல் மாடிக்கு கூட்டிச் சென்று அவனைத் தன் பட்டாடைகளால் அலங்கரித்துச் சோடனைகள் செய்து கீழே பெண்கள் புடைசூழ அழைத்து வருவாள். அவர்கள் இனத்தைச் சேர்ந்த மக்களால் தெரிவு செய்யப்பட்ட முதியவர் மணச்சடங்கை செய்து வைப்பார். பெரும்பாலும் அவர்கள் இருவரும் உறுதி மொழி கூறி பின் பட்டாடை, மாலை முதலியனவற்றை மாற்றிக்கொண்டு பழையபடி மேலே போய்விடுவர். மிகவும் சுருக்கமாக இச்சடங்கு முடிந்து விடும். அதன்பின் யாவருக்கும் விருந்து நடைபெறும் என ஒருவர் அறிவித்தார்.

இச்சடங்கு எமது பாரம்பரிய சுயம்வரத்தைப் போன்றிருந்தது. இந்தப் பாரம்பரியம் மறைந்து போகாமல் இருப்பதற்கு மாநில அரசு எடுத்திருக்கும் இந்நடைமுறை போற்றுவதற்குரியது. இவ்வாறு எமது தாயகத்தில், நாம் குடியேறியுள்ள நாடுகளில் மரபுத் திங்கள் விழாக்களின்போது சில சடங்குகள் பேணப்படுகின்றன. அவ்வாறு எமது பாரம்பரிய வாழ்க்கை முறைகள் , விளையாட்டுகள் , விழாக்கள் பேணப்படவேண்டும்.

நாங்கள் சென்ற நாளன்று கலியாணச்சடங்கின் போது இங்கிலாந்திலிருந்து வந்த ஒரு இளைஞரும் அவரது பெண் தோழியும் எங்கள் குழுவில் இருந்தனர். மணப்பெண் அவ் விளைஞன் மீது மாலையை எறிந்து அன்றைய விழாவில் மாப்பிளையாகத் தெரிவு செய்தாள். எல்லோரும் இதனை வரவேற்று கைகொட்டி ஆரவாரித்தனர். அவரும் மிகுந்த உற்சாகத்துடன் அச்சடங்கில் பங்குபற்றினார். அவரது பெண் தோழியும் அதனை மகிழ்ச்சியோடு ஏற்றுக்கொண்டார். அன்றைய விழா சிறப்பாக நடைபெற்றது என்பதை சொல்லவும் வேண்டுமா ?

அன்று வெகு தூரம் நடந்து சென்றதால் நானும் எனது நண்பர் தேவகுருவும் கப்பலுக்குத் திரும்பி வந்து ஓய்வெடுத்தோம். அன்று பிற்பகல் 6:30 மணிக்கு கப்பல் தலைவனின் பிரியாவிடை விருந்து நடைபெற்றது. கப்பலில் பிர+யாணஞ் செய்த யாவருக்கும் இலவசமாக சம்பெயின் கொடுத்தனர். அன்று யாவரும் உணவு மண்டபத்தில் ஒரே நேரத்தில் அமர்ந்திருந்து உணவருந்தியது சிறப்பாக இருந்தது. ஒவ்வொரு மேசைக்கும் இரு பரிமாறும் பெண்கள் ஒழுங்கு செய்யப்படிருந்தது. இருவரும் பம்பரம் போல் சூழன்று சுழன்று வேலை செய்தனர். வழக்கமாக

உணவு அருந்தும் வேளை பிற்பகல் 7 முதல் 9 வரைக்கும் இருந்ததால் யாவரும் விரும்பிய நேரத்துக்கு வந்து உணவருந்தினர். மேலும் உணவு ஏற்கனவே படைக்கப்பட்டிருந்தது. வேண்டியதை எடுத்து வந்து சாப்பிட்டோம். உணவைப்

பொறுத்தமட்டில் ஐரோப்பிய, ஆசிய, இந்திய உணவுகள் படைக்கப்பட்டிருந்தன. எனவே யாவும் ருசியாக இருந்தது. பழங்களும் நிறைய வைக்கப்பட்டிருந்தது. உணவருந்திய பின் எல்லோரும் கலை நிகழ்ச்சிகள் நடைபெறும் மண்டபத்துக்குப் போனோம். அங்கு பல நடனங்கள் இடம் பெற்றன. உண்மையில் நான் அமெரிக்க உல்லாசப் பயணக்கப்பலொன்றில் கரீபியன் தீவுகளுக்கு சென்று இருந்தேன். அதே போன்று மேலைத்தேய நடனங்களில் அங்குள்ளவர்கள் நல்ல தேர்ச்சி பெற்றிருந்ததைக் காணக்கூடியதாக இருந்தது. பல வருடங்களுக்கு முன் கமியுனிச ஆட்சியாளர் இவற்றையெல்லாம் தடை செய்திருந்தனர் என்பதை இங்கு ஞாபகமூட்ட விரும்புகிறேன். தற்போது அரசின் அடக்கு முறைகள் தளர்த்தப்பட்டு மேலைத்தேய நடனங்களும், சுதேசி நடனங்களும் உல்லாசப் பயணிகளுக்கு நடத்திக் காண்பிக்கப்படுகின்றது. இது செஞ்சீனா படிப்படியாக மாறிக் கொண்டிருப்பதைக் காண்பிக்கிறது. அன்றை நிகழ்வில் கப்பல் தலைவன் சீன மொழியில் உரையாற்ற ஒரு பெண் அதனை ஆங்கிலத்தில் மொழி பெயர்த்தாள். மேலும் கப்பலில் வேலை செய்த பெரும்பாலானவர்கள் ஆங்கிலம் பேசினர். எங்களோடு சுற்றுலாவில் வந்த வழிகாட்டிப் பெண்மணி சுற்றுலாத்துறையில் பட்டம் பெற்றிருந்தார். அவருக்கு ஆங்கிலமும் ஸ்பானிய மொழியும் சரளமாகப் பேசத் தெரிந்திருந்தது. அன்றைய கலைநிகழ்ச்சிகள் யாவும் தரமானவையாகவும் யாவரும் ரசிக்கும்படியாகவும் அமைந்திருந்தன. பலரது கரகோஷத்தையும் அவை பெற்றன. ஏறக்குறைய 10 மணியளவில் யாவும் முடிவுற்றன.

அடுத்த நாள் காலை நாம் சொங்கிங்கில் கப்பலை விட்டு இறங்க வேண்டும். எனவே படுப்பதற்கு முன்னர் பிரயாணப் பைகளை ஒழுங்கு செய்து வைத்தோம். காலை 7:30க்குப் பொதிகள் யாவும் பஸ் வண்டிகளில் ஏற்றுவதற்காக கீழே எடுத்துச் செல்லப்பட்டன. நாங்கள் காலை உணவை முடித்துக் கொண்டு கப்பலை விட்டு இறங்குவதற்கு த் தயாரானோம்.

இக்கப்பல் பயணம் வாழ்க்கையில் மறக்கமுடியாத ஒன்று. யாவும் மிகவும் நல்ல முறையில் ஒழுங்கு செய்யப்பட்டு ஒருவித தடங்கலும் இல்லாமல் குறித்த நேரத்துக்கு நடைபெற்றன. இதனை ஒழுங்கு செய்த பிரயாணமுகவர் சினோராமா உண்மையிலேயே பாராட்டுக்குரியவர். இப்பிரயாணம் முழுவதிலும் நாம் எவருக்கும் எவ்வித பணமும் கொடுக்கவில்லை. யாவும் எமது முழுத்தொகையிலும் சேர்க்கப்பட்டிருந்தன. ஆனால் கப்பலில் உணவு பரிமாறிய இரு பெண்களுக்கு எமது மேசையில் இருந்த யாவரும் விரும்பிய தொகையை சேர்த்து அன்பளிப்பாகக் கொடுத்தோம். அவர்கள் வணங்கிக்கொண்டே வாங்கினர். பொதுவாகப்

பணியாளர்கள் யாவரும் மரியாதையாகவும் பண்பாகவும் பயணிகள் யாவரையும் நடத்தியமை பாராட்டுக்குரியதே.

செஞ்சீனா பச்சையாகிறதா?
பயணக்கட்டுரை – 13

சென்ற கட்டுரையின் யங்சி ஆற்றை மறித்துக் கட்டப்பட்ட பெரிய அணைத்திட்டத்தைப் பற்றியும், ஆற்றில் பெரிய பிரயாணக்கப்பல் மூலம் நான்கு நாட்களைக் கழித்தது பற்றியும் பார்த்தோம்..

செப்ரெம்பர் 01ஆம் திகதி 2016 அன்று காலை சின்சென் என்ற இடத்தில் கப்பலை விட்டு இறங்கி பஸ்ஸில் ஹான் என்ற நகரத்தின், பாதுகாப்புச் சுவரையும் அங்குள்ள அருங்காட்சி அகத்தையும் பார்வை இட்டோம். புராதன காலங்களில் பயன்படுத்தப்பட்ட பொருட்கள் போன்ற ஏராளமானவை காட்சிப்படுத்தப்பட்டிருந்தன. இவற்றுள் மிகவும் முக்கியமாக 1972இல் நிலத்துக்குக்கீழ் 10 மீற்றர் ஆழத்திலிருந்து எடுக்கப்பட்ட ஒரு நகராட்சித் தலைவரின் பாதுகாக்கப்பட்ட உடல் கண்ணாடிப் பேழையில் வைக்கப்பட்டிருந்தது. இது 1600 வருடங்களுக்கு முன் வாழ்ந்தவரின் உடல் என்றும், இதன் 32 பற்களும் கண்களும் அப்படியே நன்னிலையில் இருந்ததையும் காணக் கூடியதாய் இருந்தது. இவ்வுடல் காற்றுப் புகாத இங்குலியம் (Cinnabar) என்ற கனிப்பொருள் வைக்கப்பட்டிருந்த பேழையில் வைக்கப் பட்டிருந்தது. இவர் அணிந்திருந்த உடைகள் கூட அதிகம் சேதப்படாத நிலையில் உள்ளன.

கூபெய் மாகாணத்தின் தலைநகரம் வூகான் ஆகும். மக்கள் தொகை அதிகமுள்ள ஒரு நகரம். இது யங்சி, ஹான் ஆறுகள் சந்திக்குமிடத்தில் அமைந்துள்ளது. இது பல தொடர்வண்டிப் பாதைகள், பெருந்தெருக்கள், கடுகதிப் பாதைகள் சந்திக்கும் ஒரு முக்கிய இணைப்பு நகரமாக விளங்குகின்றது. பல்வேறு நகரங்களை இணைக்கும் போக்குவரவு நிலையமாக அமைந்துள்ளது. இதனால் இது 'சீனாவின் சிக்காகோ' என அழைக்கப்படுகின்றது. இது மத்திய சீனாவின் அரசியல் பொருளாதார கலாச்சார, கல்வி, நிதிசார் நிலையமாகக் கருதப்படுகிறது. 2015ஆம் ஆண்டின் கணிப்பின்படி இதன் சனத்தொகை 10.6 மில்லியன் ஆகும். இது மிகவும் பழமையான அதாவது 3500 ஆண்டுக்கு பழமையான ஆனால் நன்கு நாகரிக மயமான சீனாவின் பெருநகரங்களுள் ஒன்றாக விளங்குகின்றது.

இரண்டாம் போரின் போது ஜப்பானியரின் முக்கியதளமாக வூகான் இருந்தது. இதனால் 1944 டிசம்பரில் 77 அமெரிக்க விமானங்கள் வூகான் மேல் குண்டுமாரி

பொழிந்தன. இதனால் நகரின் பெரும்பகுதி அழிந்தது. மேலும் ஆயிரக் கணக்கான மக்களும் இதனால் கொல்லப்பட்டனர்.

ஒக்ரோபர் 25, 1955இல் வூகான் யங்சி ஆற்றுப்பாலங் கட்டும் பணி ஆரம்பித்தது. அதேநாளில் 1957இல் இப்பணி முடிவடைந்தது. திறப்பு விழா நடைபெற்றது. இப்பாலம் 5,479 அடி நீளமானது. இதன் மேல்தளத்தில் 73.82 அடி அகலமான கடுகதிப் பாதையும், கீழ் தளத்தில் 59 அடி அகலமான இருவழித் தொடர் வண்டிப்பாதையும் அமைக்கப்பட்டுள்ளன. இத்தொடர்வண்டிப் பாதை பெஞ்ஜிங் குவாங் தொடர் வண்டிப் பாதை , குவாங் டொங் -ஹாங் தொடர் வண்டிப் பாதை, பெய்ஜிங் -குவாங் செள தொடர் வண்டிப்பாதை ஆகியவற்றை இணைத்து ஒன்பது மாகாணங்களுக்கு செல்லக்கூடிய வாய்ப்பை ஏற்படுத்தியுள்ளது.

வூகானின் பல சுற்றுலாப் பயணிகள் அதிகமாகச் செல்லும் பல இடங்கள் உள்ளன. சீனாவிலுள்ள மிகப்பெரிய வாவிகள் இரண்டு இங்கே உள்ளன. அவை கிழக்கு வாவியும் தெற்கு வாவியுமாகும். கிழக்கு வாவி 13 சதுர மைல் பரப்பளவைக் கொண்டுள்ளது. இவ்வாவியைச் சுற்றி ஏராளமான பூங்காக்களும் பூமரங்களும் உள்ளன. முக்கியமாக செரிப் பூக்களும் மேய்ப் பூக்களும் அதிகமாகக் காணப்படுகிறன. இவை பூக்கும் காலங்களில் இப்பகுதி மிகவும் அழகாகக் காட்சியளிக்கும். தாமரைப் பூக்களும் நிறையவே காணப்படுகின்றன. இங்குள்ள உணவு விடுதிகளில் தாமரைக் கிழங்குக்கறி விசேடமாகத் தயாரிக்கப்படுகிறது. அதைச் சுவைக்கும் வாய்ப்பும் எனக்குக் கிட்டியது. இங்கே பிரசித்தி பெற்ற மோசான் தாவரவியல் பூங்காவும் உள்ளது.

அடுத்து வூகானில் ஹவெய் மாகாண அருங்காட்சியகமும் அமைந்துள்ளது. இது சீனாவிலுள்ள காட்சியகங்களுள் முக்கியமானவொன்று. இங்கு 200,000 பெறுமதியுள்ள காட்சிப் பொருட்கள் உள்ளன. கி.மு 5ஆம் நூற்றாண்டில் வாழ்ந்த மார்க்குஸ் யீ இன் புதைகுழியிலிருந்து பெறப்பட்ட பல பொருட்கள் உள்ளன. அடுத்து செங்கு யீ என்பவரின் குழியிலிருந்து பெறப்பட்ட ஒலிக்கும் மணி எனப்படும் பித்தளைக்கருவி ஒன்றுள்ளது. இது 2430 ஆண்டுக்கு முன் இசைக்கப்பட்ட வாத்தியக்கருவி. இது 1978இல் கண்டு பிடிக்கப்பட்டது. இது 5 தொன் எடையுள்ளது. இன்றும் இசைக்கக்கூடிய நிலையிலுள்ளது. இது எட்டாவது உலக அதிசயம் எனக்கருதப்படுகிறது. இத்துடன் கல் மற்றும், பொன்சாய் (குறுந் தாவரங்கள்) அருங்காட்சியகமும் இங்குள்ளது. இதில் பிளாற்றி பெலோடன் (Platybelodon) எனும் விலங்கின் எலும்புக் கூடும், ஒரு காரின் அளவுள்ள பளிங்குக் கல் ஒன்றும் உள்ளது. இத்துடன் ஏராளமான குறுந்தாவரங்களைக் கொண்ட ஒரு

பூங்காவும் உளது. மேலும் ஜிக்கிங் தெருவில் பல தெருவோர உணவுச்சாலைகள் உண்டு. மாலை வேளைகளில் இத்தெருவில் பல வேடிக்கை நிகழ்ச்சிகள் நடைபெறும். அத்துடன் சீஸ் என்பவர் எழுதிய கதைகள் நடித்துக் காண்பிக்கப்படுகின்றன.

இங்கிருந்து பல உல்லாசப் பயணக் கப்பல்கள் புறப்பட்டுச் செல்கின்றன. நான் ஏற்கனவே விபரித்த சுற்றுலா இடங்களுக்கு இவை ஏராளமானவர்களை ஏற்றிச் செல்கின்றன. இவற்றுடன் மஞ்சள் நாரைக் கோபுரம் (Yellow Crane tower) ஹப்பி வலி ஆகான் எனப்படும் களியாட்டப் பூங்கா முதலியவை உள்ளன.

ஆகான் நகரம் ஒரு முக்கியமான வர்த்தக நிலையமாக விளங்குகின்றது. இங்கு 80 நாடுகளிலிருந்து வந்து பலர் முதலீடுகள் செய்துள்ளனர். இங்கு 5973 வெளிநாட்டு நிறுவனங்களை உள்ளன. இதில் 50 பிரெஞ்சு நாட்டு நிறுவனங்களை முதலீடு செய்வதற்கு ஊக்குவிக்கும் வகையில் இங்கு வரிவிலக்கு. குறைவான வட்டி வீதக்கடன்கள், மற்றும் அரச உதவித் தொகை முதலியன நடைமுறையிலுள்ளன. மேலும் இந்நகரம் பொருளாதாரம், வர்த்தகம், போக்குவரவு, தகவல் தொழில்நுட்பம், கல்வி ஆகிய துறைகளில் சிறந்து விளங்குகிறது. இங்கு ஏராளமான சிறப்பு அங்காடிகள், வர்த்தக நிலையங்கள் பிரபலமான தொடர் அங்காடிகள் யாவும் நிறைய உள்ளன.

இத்துடன் ஏராளமான தொழிற்சாலைகள் இயங்குகின்றன. கார்கள், வான்கள், கனரக வாகனங்கள், மோட்டார் சைக்கிள்கள் யாவும் தயாராகின்றன.. அத்துடன் நெல், சோளம், பருத்தி போன்ற விளை பொருட்களும் விளைகின்றன. மேலும் பல கைத்தொழில் பேட்டைகளும் இங்குள்ளன. ஏராளமான இலத்திரனியல் பொருட்கள், கணினிகள், கைத்தொலைபேசிகள், நவீன இயந்திரங்கள், கருவிகள் முதலியன இங்கு தயாரிக்கப்படுகின்றன. மேலும் இங்கு 35 உயர்கல்வி நிலையங்கள் உள்ளன. உலகப்புகழ் பெற்ற ஆகான் பல்கலைக்கழகம் குவாங்சொங் விஞ்ஞானத் தொழில்நுட்பப் பல்கலைக்கழகம் ஆகியவை இங்குள்ளன. விஞ்ஞான தொழில்நுட்பத் துறையில் ஆகான் சிறந்து விளங்குகின்றது. இத்துடன் இத்துறைகளில் ஆய்வு செய்யும் நான்கு நிறுவனங்கள் உள்ளன. மேலும் வேறு துறைகளில் ஆய்வு செய்யும் 350 நிலையங்கள், 1470 உயர் தொழில்நுட்ப நிலையங்கள் உள. இங்கு 400,000 மேற்பட்ட நிபுணர்களும் தொழில்நுட்பவியலினரும் பணியாற்றுகின்றனர்.

எமது சுற்றுப் பயணத்தில் வூகான் நகரைப் பார்த்தபின் மாலையில் வூகான் ஹொலிடே இன் இல் ஒதுக்கப்பட்ட அறைக்குச் சென்றோம். இது யங்சி ஆற்றுக்கு அருகாமையில் அமைந்திருந்தது. மேல் மாடியிலிருந்து நகரின் பல்வேறு பகுதிகள் வண்ண விளக்குகளால் அலங்கரிக்கப்பட்டிருந்ததைப் பார்த்தபோது வியப்பாகவும் மகிழ்வாகவும் இருந்தது.

செஞ்சீனா பச்சையாகிறதா?

பயணக்கட்டுரை – 14

வூகானிலிருந்து அடுத்த நாள் காலை (செப்ரெம்பர் 02) 10:30 மணிக்கு ஷங்காய்க்கு அதிவேகத் தொடர்வண்டி மூலம் புறப்பட்டோம். இந்தத் தொடர் வண்டிச் சேவை ஜூலை 2014இல் ஆரம்பமாகியது. இதன் தூரம் 800 கிலோமீற்றர். பிற்பகல் 4 மணியளவில் ஷங்காய் நகரை அடைந்தோம். இதன் சராசரி வேகம் ஒரு மணிக்கு 350 கிலோமீற்றர். இடையில் சில தொடர் வண்டி நிலையங்களில் நின்று புறப்பட்டது. ஏராளமானோர் இதில் பயணஞ் செய்தனர். முன்பதிவில்லாமல் இதில் பிரயாணஞ் செய்ய முடியாது. வண்டி ஓடுவதே தெரியாமல் காற்றில் பறப்பது போன்றிருக்கும். இது சாதாரண தொடர் வண்டிகளைவிட வேகமாகச் செல்வதால் அதிவேக வண்டிகள் எனப்படுகின்றன. பெரும்பாலும் மணிக்கு 250 கிலோ மீற்றர் வேகத்துக்கு மேற்பட்டவை யாவும் இவ்வாறு அழைக்கப்படுகின்றன. பெரும்பாலான நாடுகளில் குறிப்பாக பெல்ஜியம், சீனா, பிரான்ஸ், ஜெர்மனி, இத்தாலி, ஜப்பான், அமெரிக்கா, இங்கிலாந்து, ரஷ்யா, தென்கொரியா போன்றவற்றில் இவை ஓடுகின்றன. ஐரோப்பாவில் இவை ஒரு நாட்டிலிருந்து இன்னொரு நாட்டு எல்லையைக் கடந்து செல்கின்றன. சீனாவில் டிசம்பர் 2016 வரைக்குமான கணிப்பின்படி இவ்வண்டிகள் 22,000 கி.மீ தூரத்துக்கு ஓடுகின்றன. பெரும்பாலானவை மக்களை ஏற்றிச் செல்பவை. எனினும் சரக்குப் பொருட்களை ஏற்றிச் செல்பவையும் உண்டு.

இனி ஷங்காய் நகரம் பற்றிப் பார்ப்போம். இந்நகரம் சீன அரசின் நேரடிக் கட்டுப்பாட்டிலுள்ளது. இவ்வாறு இன்னும் மூன்று நகரங்கள் உள்ளன. இது உலகிலேயே அதிக சனத்தொகை கூடிய நகரமாக உள்ளது. 2014இன் கணக்குப்படி 24 மில்லியன். இது அனைத்துலக வர்த்தக மையமாகவும் ஏராளமான கொள்கலன்களைக் கையாளும் சுறுசுறுப்பான துறைமுகமாகவும் விளங்குகிறது. இது சீனாவின் கிழக்குக் கரையில், யங்சி ஆற்றின் முகத்து வாரத்தின் தென்கரையில் அமைந்துள்ளது. 1949களில் டென்சியாங் நடைமுறைக்குக் கொண்டு வந்த பொருளாதார மாற்றங்களால் ஷங்காயின் வர்த்தக நிலையும் பொருளாதார முன்னேற்றம் அதிகரிக்கத் தொடங்கின. தற்போது சீனாவின் பொருளாதார வளர்ச்சியின் காட்சிக்கூடமாக இது விளங்குகிறது. இங்குள்ள லுஜியாசுக்

கட்டிடங்களும், அருங்காட்சியகம், அணைக்கட்டு, கடவுள் கோவில், பூ பூங்கா ஆகியனவும் சுற்றுலாப் பணிகளைக் கவரும் இடங்களாகும்.

1920களிலும் 1930களிலும் 20,000 ரஷ்யர்களும் யூதர்களும் ஷங்காயில் குடியேறினர். இவ்வாறு பல நாடுகளிலிருந்து *70,000* வெளிநாட்டவர் அங்கு குடியேறினர். ஐரோப்பாவிலிருந்து *30,000* யூதர்கள் வந்து சேர்ந்தனர். சீனா – ஜப்பானியப் போரின் பின்னர் ஜப்பான் ஷங்காயில் முதல் தொழிற்சாலைகளை நிறுவ ஆரம்பித்தது. இதனைப் பல வெளிநாடுகள் பின்பற்றி பல தொழிற்சாலைகளை நிறுவின. *1949*இல் மக்கள் விடுதலை இயக்கம் சீனாவின் ஆட்சியைக் கைப்பற்றிய பின்னர் ஷங்காயின் எல்லைகளில் மாற்றங்கள் ஏற்பட்டன. பல வெளிநாட்டு நிறுவனங்கள் தமது காரியாலங்களை ஹொங் கொங்குக்கு மாற்றின.

ஷங்காய் நகரை ஹவாங்பு *(Hunagpu)* ஆறு இரண்டாகப் பிரிக்கிறது. இது யங்சி ஆற்றின் ஒரு கிளையாக மனிதனால் உருவாக்கப்பட்டது. லுஜியாசுய் *(Lujiazui)* வர்த்தக மாவட்டம் ஹவாங்பு ஆற்றின் கிழக்குக் கரையில் அமைந்துள்ளது. இந்நகரம் வண்டல் மணல் மேட்டில் அமைந்திருப்பதால், *6,340* சதர கி.மீ.பரப்பளவைக் கொண்ட நிலப்பரப்பு தட்டையாகவே உள்ளது. எனவே உயர்மாடிக்கட்டிடங்கள் யாவும் மிக ஆழமான கொங்கிறீட் *(Concrete)* தூண்களுக்கு மேலேயே கட்டப்பட்டுளன. இந்நகரில் பல ஆறுகள், கால்வாய்கள், வாவிகள் ஆகியன உள்ளன. எனவே நெல், பருத்தி, பழங்கள், காய்கறிகள் எனப்பல உணவுப் பொருள்கள் இங்கு ஏராளமாக விளைகின்றன. இவற்றைத் தவிர கார், மோட்டார் சைக்கிள், கனகரக வாகனங்கள், மின்சார இயந்திரங்கள், நவீன கொம்பியூட்டர் பாகங்கள், மின்னணுக் கருவிகள் போன்ற பலதரப்பட்ட பாவனைப் பொருட்கள் செய்யும் தொழிற்சாலை பல இங்குளளன. வரிச் சலுகையுள்ள பல கைத்தொழிற்பேட்டைகள் இங்கு இயங்குகின்றன. அதானால்தான் சீனாவிலிருந்து வரும் பொருட்கள் விலை குறைவானவையாய் உள்ளன. பெரும்பாலான நாடுகளில் டொலர் கடைகளில் இவை விற்கப்படுவதைக் காணலாம். இத்தொழிற்சாலைகளில் வேலை செய்பவர்களுக்குக் குறைந்த சம்பளம் வழங்கப்படுகிறது. கிராமப்புறங்களிலுள்ள மக்கள் வேலைக்காக ஷங்காய் நோக்கி வந்து கொண்டிருக்கின்றனர். இதனால் தெருக்களில் வாகன நெரிசல் அதிகமாக இருக்கும். பொதுவாக *50* மைல் தூரத்துக்கு அரை மணித்தியாலம் எடுத்தால் இங்கு ஒரு மணித்தியாலத்துக்கு மேல் செல்லும் எங்களது வழிகாட்டியாக வந்த பெண்மணி அங்குள்ள வங்கியில் வேலை செய்கிறார். ஓய்வு நேரங்களில் வழிகாட்டியாகப் பணியாற்றுகிறார். தான் வேலைக்கு *100* மைல் பிரயாணஞ் செய்தே வருவதாகவும்

எனவே காலையில் ஐந்து மணிக்கே வீட்டிலிருந்து கிளம்புவதாகவும் கூறினார். வழிகாட்டியாக வேலை செய்வதற்கு விசேடமாக இரு மொழியாவது படிக்க வேண்டுமென்றும் தான் ஆங்கிலமும் ஸ்பானிய மொழியும் படித்திருப்பதாகச் கூறினார்.

ஷங்காய் தொடர்வண்டி நிலையம் ஒரு பிரமாண்டமான கட்டிடம். இது எந்நேரமும் மக்களால் நிரம்பி வழிந்து கொண்டே இருக்கும். ஷங்காயில் இவ்வாறு இன்னும் மூன்று நிலையங்கள் உள்ளன. பல இடங்களிலிருந்து சாதாரண தொடர்வண்டிகளும் அதிவேக வண்டிகளும் இரவு பகலாக வந்து கொண்டே இருக்கும். சீனர் கட்டிடங்கள் கட்டுவதில் திறமைசாலிகள் என்பது அங்கிருந்த கட்டிடங்களின் வடிவமைப்பு, பெரிய அளவுகள், உயரமான மாடிகள் போன்றவற்றிலிருந்து அறியக்கூடியதாக இருந்தது. ஷங்காய் விமானநிலையமும் ஒரு பிரமாண்டமான கட்டிட அமைப்பாக இருந்தது. நாங்கள் ஷங்காயில் இறங்கிச் சில இடங்களைப் பார்த்துவிட்டு அங்குள்ள சேர்க்கஸ் நடைபெறும் மண்டபத்துக்குப் போனோம். வழக்கமாக சீனர் இந்த மாதிரியான விந்தை விளையாட்டில் நல்ல திறமைசாலிகள்.. ஆண்களும் பெண்களும் பல அற்புதமான, பாராட்டும்படியான பல நிகழ்ச்சிகளை செய்து காட்டினர். இவற்றை வீடியோ அல்லது படம் பிடிப்பது தடை செய்யப்பட்டிருந்தது. பெண்கள் கம்பி மேல்குடை பிடித்துக் கொண்டு பல சாகச விளையாட்டுக்களை நிகழ்த்தினர். பல தீப்பந்தங்களை வைத்துக் கொண்டு சுழட்டியும் மாற்றி, மாற்றிக் கைகளில் லாவகமாகக் கையாண்டும் கைதட்டல்கள் வாங்கினர். பல மயிர்கூச் செறியும் ஆபத்தான செயல்களையும் செய்தனர். இதில் மிகவும் ஆபத்தான விளையாட்டு சேர்க்கஸ் நிகழ்ச்சியின் இறுதி நிகழ்ச்சியாக இருந்தது. முட்டை வடிவமான இரும்புக் கூட்டினுள் ஒருவர் வேகமாக ஒரு மோட்டார் சைக்கிளில் பக்கவாட்டிலும் மேலும் கீழுமாகவும் ஓடிக் கொண்டிருந்தார். இந்நேரம் கீழேயிருந்த ஒரு வாசல் மூலம் இன்னொருவர் மோட்டர் சைக்கிளில் கூட்டுக்குள் ஓட ஆரம்பித்தார். . இருவரும் குறுக்காகவும் மேலுங் கீழுமாகவும் ஓட ஆரம்பித்தனர். இதன்பின் இன்னொருவர் கூட்டுக்குள் புகுந்து ஓட ஆரம்பித்தார். இவ்வாறு ஒருவர் ஒருவராக ஆறு பேர் கூட்டுக்குள் ஓடிக் கொண்டிருந்தனர். பார்வையாளர் பலரும் எழுந்து நின்று கரகோஷம் செய்தனர். இது உண்மையிலேயே மிகவும் ஆபத்தான செயல். முன்பெல்லாம் ஒருவர் கூட்டுக்குள் ஓடிய சேர்க்கஸ் நிகழ்ச்சிகளைப் பார்த்திருக்கிறேன். இவ்வாறு ஆறு பேர் ஓடியதை அன்றுதான் முதன் முதலில் பார்த்தேன். அவர்கள் உயிரையும் மதியாது இவ்வாறு ஓடியது பாராட்டக்கூடியதே. அன்றைய நிகழ்ச்சியில் பெரும்பாலான உல்லாசப்

பயணிகளை காணக்கூடியதாக இருந்தது. அதன் பின்னர் *Crown Playa Hotel* என்ற நான்கு நட்சத்திர விடுதிக்குச் சென்று தங்கினோம். பெரும்பாலும் ஷங்காய் நகரில் ஹோட்டல் அறைகளின் வாடகை நூறு அல்லது நூற்றம்பது அமெரிக்கன் டொலர்களாக இருக்கும். நாங்கள் பிரயாணக் கம்பனி மூலம் சென்றபடியால் இவ்வாறான சொகுசு விடுதிகளில் தங்கக் கூடியதாக இருந்தது. நான் முன்பே எழுதியது போன்று எல்லா நிகழ்ச்சிகளும் தங்கு தடங்கலின்றி எங்கள் திட்டப்படி நடந்து கொண்டே இருந்தன. இதனால் யாவரும் நிகழ்ச்சிகளையும் இடங்களையும் பார்த்து மகிழ்ந்தனர்.

செஞ்சீனா பச்சையாகிறதா?

பயணக்கட்டுரை – 15

செப்ரெம்பர் 3ஆம் நாள் சனிக்கிழமை காலை, உணவை, ஹோட்டலில் அருந்திய பின் ஷங்காயிலுள்ள பட்டுநூல் தயாரிக்கும் பல்வேறு ஆடைகளை உற்பத்தி செய்யும் ஆலைக்குச் சென்றோம். இத்துறையில் சீனர் மிகவும் தொன்மையான வரலாற்றைக் கொண்டுள்ளனர். பட்டுநூல் உலகுக்கு அறிமுகஞ் செய்த பெருமையும் இவர்களுக்குண்டு.

பட்டுப் பூச்சியின் வரலாறு

வர்த்தக முக்கியத்துவமுள்ள பட்டை உற்பத்தி செய்யும் புழு பொம்பிக்ஸ் மோறி *(Bombyx Mori)* என்றழைக்கப்படுகிறது. இப்புழு தன்னைச் சுற்றித் தயாரிக்கும் கூட்டிலிருந்து பட்டுநூல் பெறப்படுகிறது. ஆண் பெண் பூச்சிகள்

பறக்கமாட்டா. பெண் பூச்சி அகன்ற வயிற்றைக் கொண்டிருக்கும். ஆண் பூச்சி இரு பெரிய உணர் கொம்புகளைக் கொண்டிருக்கும். இப்பூச்சி உருமாற்றம் என்ற செயற்பாட்டுக்குச் சிறந்த உதாரணமாக விளங்குகிறது. இது நான்கு படிநிலைகளுக்கூடாக நடைபெறுகிறது. முதலில் முட்டை, இதிலிருந்து வெளிவருவது குடம்பி *(Larva)* எனப்படுகிறது. இதிலிருந்து கூட்டுப் புழு உருவாகும். இதிலிருந்து வருவது விம்பம் *(Image)* எனப்படும்.

பெண்பூச்சி கோடை காலத்தில் ஒரு புள்ளிபோன்ற அளவில் முட்டை இடும். வசந்த காலத்தில் இம்முட்டை பொரித்து குடம்பி வெளிவரும். இதுவே பொதுவாக பட்டுப்புழு என அழைக்கப்படுகிறது. இது நான்கு தடவை வெளித்தோலைக் கழட்டும். இது ஒரு அங்குலத்தின் *0.8* அளவில் இருக்கும். இது நிறைய மயிர்களைக் கொண்டிருக்கும். இப்புழுக்கள் முசுக்கொட்டை இலைத் தளிர்களை உண்டு வளரும். இக்குடம்பிக் காலம் *27* நாட்களுக்கு நிலைத்திருக்கும். இதன் பின்னர்

கூட்டுப்புழுவாக மாறும்போது தன்னைச் சுற்றிலும் ஒரு கூட்டை அமைத்துக் கொள்ளும். இக்கூடு ஏறக்குறைய ஒரு மைல் தூரத்துக்கு நீளமான ஒரு தொடர்ந்த நூலால் ஆக்கப்பட்டிருக்கும். இக்கூடுகள் வெள்ளை, மஞ்சள் அல்லது வெண்மஞ்சள் நிறமுடையனவாகக் காட்சியளிக்கும். இக்குடம்பி நான்காவது தோலைக் கழட்டியபின் கபில நிறமுள்ள தடித்த தோலுள்ள கூட்டுப் புழுவாக மாறும். இதிலிருந்தே பட்டுப்பூச்சி விருத்தியடைகிறது. இப்பூச்சியை மேலும் வளரவிட்டால் அது கூட்டைப் பியித்துக் கொண்டு வெளியேறும். அவ்வாறாயின் கூடு பட்டுத்துணி நெய்வதற்குப் பயன்படாது. எனவே புழு கூட்டுக்குள் இருக்கும்போதே கூடு கொதிநீருக்குள் போடப்பட்டுப் புழு கொல்லப்பட்டு நூல் பாதுகாப்பாக உருளைகளில் உருட்டிச் சேகரிக்கப்படுகிறது.

வளர்ந்த பட்டுப் பூச்சி வெளிவந்தவுடன் எதிர்ப்பால் பூச்சியோடு புணர்ந்து கொள்ளும். ஆண் பூச்சிகள் புணர்ந்த 24 மணித்தியாலங்களுக்குள் இறந்து போகும். பெண் பூச்சிகள் பல எள் போன்ற அளவுள்ள முட்டைகளை இட்டு விட்டு இறந்து போகும். முட்டைகளிலிருந்து புதிய சந்ததி உருவாகும்.

இத்தொழிற்சாலையின் ஆரம்பத்தில் பட்டுப் பூச்சியின் வரலாற்றில் கூறிய நான்கு நிலைகளும் காட்சிக்கு வைக்கப்பட்டிருந்தன. கூடுகளைச் சேகரித்துத் கொதிநீரில் போட்டுப் பின் அக்கூடுகளைச் சிக்கு ஏற்படாமல் குலைத்தெடுத்து உருளைகளில் சுறுவதைப் பலர் செய்வதைப் பார்த்தோம். பெரும்பாலும் பெண்களே இத்தொழிற்சாலையில் கூடுதலான எண்ணிக்கையில் வேலை செய்கிறார்கள். பட்டு நூலில் இருந்து ஏராளமான பொருட்களை இங்கு தயாரிக்கிறார்கள். துணிகள், சேலைகள், படுக்கை விரிப்புகள், திரைச்சேலைகள், பெண்களுக்கும், ஆண்களுக்குமான பல்வேறு வண்ண உடைகள், குஷன், மெத்தைகள், தலையணைகள் போன்ற கண்ணைக் கவரும் பூ வேலைப் பாடுகள் நிறைந்த பல பொருட்களைத் தயாரிக்கிறார்கள்.

தொழிற்சாலையின் ஒரு பகுதியில் பெரிய காட்சி மண்டபம் உண்டு. இங்கேதான் மேற்கூறிய பொருட்கள் அத்தனையும் விற்கப்படுகின்றன. இப்பொருட்கள் யாவும் தூயபட்டுத் துணியால் செய்யப்பட்டிருப்பதால் விலை கூடியவையாய் உள்ளன. சிலர் ஏற்று மதிக்காகவும் இப்பொருட்களைப் பார்த்து வாங்குகிறார்கள். அவை பொதிகளில் அடைக்கப்பட்டு விமானமூலம் பல ஐரோப்பிய, அமெரிக்க நாடுகளுக்கு அனுப்பப்படுவதாக எமது வழிகாட்டி கூறினார். எம்மோடு வந்த சிலர் இப்பொருட்களில் சிலவற்றை வாங்கினார்கள். .நானும் பெண்களுக்கான மேலங்கிகள் முதலியவற்றை வாங்கினேன்.

சில பட்டுப்பூச்சிகளைப் புழு நிலையில் கொல்லாமல் வளரவிட்டுக் கூட்டைப் பிய்த்துக் கொண்டு வருவதற்கு விடுகிறார்கள். இவ்வாறான கூடுகளை ஒன்றாகச் சேர்த்து வைத்து தலையணைகள் மெத்தைகள் ஆகியவற்றை நிரப்புவதற்குப் பயன்படுத்துகிறார்கள். இந்நூல் கற்றைகள் மிகவும் மிருதுவாகவும் சூடானவையாயும் இருக்கும். இவற்றிற்குச் சில நோய்களைக் குணப்படுத்தும் சய்தியும் உண்டு. கூட்டைப் பிய்த்து வெளிவந்த பூச்சிகள் இனப்பெருக்கம் செய்து சந்ததியைத் தொடர்வதற்கு விடப்படுகின்றன. இத்தொழிற்சாலையை முற்றிலும் நடந்து பார்ப்பதற்கு ஏறக்குறைய ஒரு மணித்தியாலம் சென்றது. பலர் பொருட்கள் வாங்கியதால் இன்னும் அதிக நேரம் எடுத்தது. சிற்றுண்டிச்சாலையும், அங்கேயே உள்ளது. பெரும்பாலானவர்கள் இங்கு சீனப் பலகாரங்களையும் தேநீரையும் வாங்கி இளைப்பாறினர்.

அங்கிருந்த ஒரு உணவுச்சாலையில் எல்லோரும் மதிய உணவை உண்டுவிட்டு நகரிலிருந்து ஒரு பட்டுநூல் சித்திரத் தையல் வேலை நிறுவனத்துக்குச் சென்றோம். பல்வேறு நிறங்களைக் கொண்ட பட்டுநூல்களைக் கையால் தைத்து மிகவும் அழகான படங்கள், விலங்குகள், உலகத் தலைவர்கள், உலகின் பிரபலமான கட்டிடங்கள், இயற்கைக் காட்சிகள் போன்றவற்றை மிகவும் கவர்ச்சிகரமான படங்களாக பிரேம்போட்டு மாட்டியிருந்தார்கள். இவற்றின் விலைகள், வேலைப்பாட்டுக்கு ஏற்றவாறு கூடிக் கொண்டே போகின்றன. ஓர் இயற்கைக்காட்சி பத்தாயிரம் அமெரிக்க டொலருக்கு விற்பனைக்கிருந்தது. இவை யாவும் கையால் தைக்கப்படுவதால் பல நாட்களுக்குப் பலரின் முயற்சியால் தயாரிக்கப்பட்டனவாதலின் விலையும் அதிகமாயிருந்தது. ஓரிருவர் விலை குறைந்தவற்றை வாங்கினர். தூரத்திலிருந்து பார்த்தால் இவையாவும் வர்ணம் தீட்டிய படங்கள் போல் காட்சியளிக்கும். பொன்னிற நூல்களால் தைக்கப்பட்டவை. மற்றையவற்றைக் காட்டிலும் விலை கூடியனவாய் இருந்தன. பெரும்பாலானவை வெளிநாட்டவர்கள் கேட்டுக் கொண்டதற்கேற்ப பிரத்தியேகமாகச் செய்யப்பட்டிருந்தன. சில பணக்காரர்கள் இவற்றை வாங்கிச் சேமிக்கிறார்கள் எனவும் அறிந்தேன். இவை பல வருடங்களின் பின் கூடுதலான விலைக்கு விற்கலாமென வாங்கி வைக்கிறார்கள் . பெரும்பாலும் புராதனப் பொருட்களைப் போன்று (Antiques) இவற்றின் விலையும் அதிகரிக்குமாம்.

அங்கிருந்து ஷாங்காயின் புராதன நகருக்குச் சென்றோம். பெரும்பாலான புராதன நகரங்களைச் சுற்றிலும் மதில் கட்டப்பட்டிருக்கும். இவ்வாறு இந்நகரைச் சுற்றியும்

16ஆம் நூற்றாண்டில் கட்டப்பட்ட மதில் இருந்தது. தற்போது அம்மதிலின் சிறுபகுதியே காணப்படுகிறது. பிற பகுதி இடிக்கப்பட்டுவிட்டன. இந்நகரைச் சுற்றிலும் ஒடுக்கமான தெருக்கள் இருப்பதால் வாகனங்கள் செல்ல முடியாது. நடந்தே செல்ல வேண்டும். இந்நகர் யூ தோட்டம் என அழைக்கப்படுகிறது. இங்கு பல கடைகள் உள்ளன. சீனாவின் புராதனக் கட்டிடங்களைக் கொண்ட கடைகள் நவீன கடைகளைக் காட்டிலும் வித்தியாசமானவை. இங்கு விற்கப்படும் பொருட்களும் தின்பண்டங்களும் கூட வித்தியாசமானவை. இப்பகுதி எந்நேரம் சுற்றுலாப் பயணிகளாலும் சீன மக்களாலும் நிரம்பி வழிந்து கொண்டே இருக்கும். இதை யூ தோட்டச்சந்தை என்று அழைக்கிறார்கள். இச்சந்தையின் மத்தியில் ஒரு குளம் உள்ளது. இதற்கு மேல் அழகான பாலம் அமைத்திருக்கிறார்கள். அத்துடன் புராதன மரங்களும் இதற்கருகே காணப்படுகின்றன. உண்மையில் இங்கு இருந்த போது சீனாவின் புராதன நகரில் இருந்தது போன்றிருந்தது. பழைய நகரை இடிக்காமல் பேணிப் பாதுகாக்கப்பட்டிருப்பது பாராட்டுக்குரியதே.

இங்கு வழி தவறினால் பின்பு ஆளை ஆள் கண்டுபிடிப்பது மிகவும் கடினம். அத்துடன் முடிச்சு மாறிகளும் இங்கு இருப்பதால் உங்கள் பொருட்களைக் கவனமாக வைத்திருக்க வேண்டும். இங்குள்ள கடைகளில் வேலை செய்யும் ஆண்களும், பெண்களும் பாரம்பரிய உடைகளிலிலே காட்சியளிக்கிறார்கள். இப்பகுதி முழுவதும் நன்கு அலங்கரிக்கப்பட்டு ஒரு வித்தியாசமான நகரில் இருப்பது போன்றிருக்கும். சீனாவின் புத்தாண்டுக் கொண்டாட்டத்தின் போது பல நடனங்களும் கேளிக்கைகளும் நடைபெறும் எனக்கேள்விப்பட்டோம். அத்துடன் தீபக்கூடு விழாவும் (Lantern festival) இங்கு கோலாகலமாக நடைபெறும் எனவும் அறிந்தோம்.

இதன் பின்னர் இரவு உணவை முடித்துக்கொண்டு அணைக்கட்டுப் பார்த்தோம். யங்சி ஆற்றுநீர் நகருக்குள் வராமல் பெரியதோர் அணைக்கட்டு கட்டப்பட்டுள்ளது. இந்த இடத்துக்கு பெரும்பாலான சுற்றுலாப்பயணிகள் வருகிறார்கள். இரவில் இங்கு படகுகளில் ஆற்றின் மீது சென்று நகரின் முக்கிய பகுதிகள் சிலவற்றைத் தூரத்திலிருந்து பார்க்கக்கூடியதாக இருந்தது. இங்குள்ள கட்டிடங்கள் வண்ண விளக்குகளால் அலங்கரிக்கப்பட்டிருந்தன. இரவில் அவை கண்கொள்ளாக் காட்சியாக இருந்தன. இவ்வாறு நாள் முழுவதும் பல இடங்களைப் பார்த்துவிட்டு இரவு பதினொரு மணியளவில் தங்கியிருந்த ஹோட்டலுக்குச் சென்றோம்.

செஞ்சீனா பச்சையாகிறதா?

பயணக்கட்டுரை – 16

ஷங்காய் ஹோட்டலிலிருந்து பாங்கொக் செல்வதற்கு அடுத்தநாள் (செப்ரெம்பர் 4,2016) ஞாயிற்றுக்கிழமை) பஸ்ஸில் ஏறி விமான நிலையம் சென்றோம் பெஜிங் போன்று இதுவும் பிரமாண்டமான கட்டிடத்தைக் கொண்டிருந்தது. ஜப்பான், அவுஸ்திரேலியா, நியூசிலாந்து போன்ற தூர கிழக்கு நாடுகளுக்குச் செல்லும் விமானங்கள் இங்கிருந்தே புறப்படுகின்றன. முதலில் நாம் ஹொங்கொங் சென்று அங்கிருந்து பாங்கொக் செல்வதற்கு வேறு விமானத்தில் செல்ல வேண்டும். 11 மணியளவில் ஹொங்கொங் சென்றடைந்தோம். அடுத்த விமானம் 12:30 மணிக்குப் புறப்பட்டது. எனவே இறங்கி ஏறுவதற்கு மட்டுமே நேரமிருந்தது. ஹொங்கொங் விமான நிலையமும் ஒரு முக்கியமான இடம். எந்நேரமும் பிரயாணிகளால் நிரமபி வழிந்து கொண்டே இருக்கும். இதுவும் ஒரு பரந்த கட்டிடத்தைக் கொண்டிருந்தது. ஹொங்கொங் நகரின் அழகை விமானத்தில் இருந்த படியே பார்த்து இரசிக்கக் கூடியதாய் இருந்தது.

இனி ஹொங்கொங் பற்றிச் சில முக்கிய விடயங்களைப் பார்ப்போம். இது மக்கள் சீனக் குடியரசின் ஒரு விசேட நிர்வாகப் பகுதியாக உள்ளது. இங்கு பல்வேறு நாட்டு மக்கள், 7.2 மில்லியன் பேர் வாழ்கிறார்கள். இதன் பரப்பளவு 1104 சதுர கிலோமீற்றர் மட்டுமே. முதலாவது அபின் போருக்குப் பின் (1839 -1842) சீனாவின் கிங் இராட்சியத்திலிருந்து ஹொங்கொங் தீவு தனியாக்கப்பட்டு பிரித்தானியா ஆதி;கத்தின் கீழ் வந்தது. இரண்டாம் உலக யுத்தத்தின் பின் ஜப்பானின் ஆதிக்கத்தில் 1945 வரைக்கும் இருந்து பின் மறுபடியும் பிரித்தானியாவின் கட்டுப்பாட்டுக்குள் வந்தது. பின்னர் 1997இல் சீன – பிரித்தானிய உடன் படிக்கையின்படி (1984) ஹொங்கொங் 1997இல் சீனாவின் மேற்பார்வையில் ஒரு விசேட நிர்வாக

அரசாங்கத்தின் ஆட்சிக்குக் கூடிய சுதந்திரத்துடன் இயங்கும் முறையில் நிறுவப்பட்டுள்ளது.

ஹொங்கொங் உலகிலேயே பொருளாதார முக்கியத்துவம் வாய்ந்த நிலையங்களில் ஒன்றாக விளங்குகின்றது. இது ஆசியாவின் உலக நகரமென அழைக்கப்படுகிறது. சர்வதேசப் பயணிகள் அதிகமாகச் செல்லும் மிகவும் பிரபலமான இடமாகவும் விளங்குகின்றது. மிகவும் எளிய வரி விதிப்பு முறையும் சுயாதீன நீதித் துறையையும் கொண்டுள்ளது. உலகிலேயே தனிமனித வருமானங் கூடிய நாடுகளுள் ஒன்றாக விளங்குகின்றது. இதன் விமான நிலையம் செயற்கையாகச் செய்யப்பட்ட ஒரு தீவில் 1998இல் கட்டப்பட்டு இயங்கி வருகின்றது.

பிற்பகல் 4:00 மணியளவில் பாங்கொங் நகரைச் சென்றடைந்தோம். வழக்கம்போல ஒரு சொகுசு பஸ் வண்டியும் ஒரு வழி காட்டியும் எம்மை வரவேற்று ஏற்றிச் சென்றனர். நகரின் முக்கிய பகுதிகளுக்கு கூடாக வண்டி சென்றது. வழியிலிருந்த முக்கிய கட்டிடங்கள் பற்றி வழிகாட்டி விளக்கமளித்தார். பாங்கொக்கும், ஹொங்கொங்கைப் போன்று ஒரு முக்கியமான நகரம். ஏராளமான உல்லாசப் பிரயாணிகள் இங்கு வந்து போகிறார்கள். இது ஒரு புத்த சமய நாடாக இருந்த போதிலும் வேறு சமயத்தவரும் இந்துக்களும் நிறைய வாழ்கிறார்கள். .தாய்லாந்து நாட்டின் தலைநகரமாக இது விளங்குவதால் பல தொழிற்சாலைகள் இங்கு உள்ளன. ஏறக்குறைய 5 மணியளவில் அங்குள்ள 'மூவின்பிக்' என்ற ஹோட்டலை அடைந்தோம்.

இனி பாங்கொக் நகரம் பற்றியும் தாய்லாந்து பற்றியும் பார்ப்போம். பாங்கொக் நகரம் 605.7 சதுரமைல் பரப்பளவைக் கொண்டுள்ளது. இது தாய்லாந்தின் மத்திய பகுதியில் சாவோ பிராயா ஆற்றின் வண்டல் மண்பகுதியில் அமைந்துள்ளது. இங்கு 8 மில்லியன் மக்கள் வாழ்கிறார்கள். இந்நகரின் சுற்று வட்டாரங்களில் 14 மில்லியன் மக்கள் வாழ்கிறார்கள். இந்நகரின் பூர்வீகம் 15ஆம் நூற்றாண்டில் அயுதயா இராட்சியத்தில் இருந்த சிறிய வியாபார நிலையத்திலிருந்து ஆரம்பிக்கின்றது. இந்நிலையம் படிப்படியாக வளர்ந்து 1768இல் தொன்பூரி மற்றும் 1782இல் இரத்தன கோசின் என்ற இரு தலைநகரங்களாக உருவெடுத்தது. தாய்லாந்து நாடு முன்னர் சியாம் என அழைக்கப்பட்டது. அக்காலத்தில் மன்னர் ஆட்சி முறை நிலவியது. 20ஆம் நூற்றாண்டில் மன்னர் ஆட்சி அகற்றப்பட்டு ஜனநாயக அரசு நிறுவப்பட்டது. பின்னர் பல புரட்சிகளும் சதிகளும் ஏற்பட்டன.

பாங்கொக் நகரம் தற்போது ஆசியாவின் முக்கிய வர்த்தக நிலையமாக விளங்குகிறது. பல சர்வதேச வர்த்தக ஸ்தாபனங்கள் தமது ஆசியப் பிராந்திய தலையகங்களை இங்கே நிறுவியுள்ளன. மேலும் இது போக்குவரவு, சுகாதாரம் ஆகிய துறைகளில் சர்வதேச மையமாக விளங்குகின்றது. இத்துடன் கலைகள், கேளிக்கைகள் மற்றும் உடையலங்காரம் ஆகியவற்றிலும் பிராந்திய நிலையமாகத் திகழ்கின்றது. மற்றும் சிவப்பு விளக்கு மாவட்டங்களுக்கும் இது பேர்போன இடமாகவும் உள்ளது. அரசமாளிகை, புத்தரின் பொற்கோயில், இரவுக் கேளிக்கை வீதிகளான கோசான் , பற்யொங் ஆகியன உல்லாசப் பயணிகள் குழுமுகின்ற இடங்களாகும்.

அடுத்த நாள் காலை 8:30 மணிக்கு பழங்கால மன்னர்களின் மகா அரண்மனையைப் பார்க்கப் புறப்பட்டோம். ஏராளமான உல்லாசப் பயணிகள் சொகுசு பஸ்களில் வந்து இறங்கிக் கொண்டிருந்தனர். ஒரே கூட்டம், எமது வழிகாட்டி ஒரு கொடியைப் பிடித்துக் கொண்டு எங்கள் எல்லோரையும் கூட்டமாகத் தன்னைப் பின் தொடரும்படியும் வழி தவறினால் வெளியேறும் வாசலுக்கு ஒரு குறிப்பிட்ட நேரத்துக்கு வரும்படியும் அறிவுறுத்தினார். இந்த அரண்மனையின் வரலாறு பற்றிப் பார்ப்போம். இது சாயம் மன்னர்களின் உத்தியோக வாசஸ்தலமாக 1782ஆம் ஆண்டு முதல் இருந்து வந்தது. 1925இல் பூமிபோல் அடுல்யாடேஜ் (ஒன்பதாம் இராமா) எனும் மன்னண் சித்திரலாடா எனும் அரச மாளிகையில் வாழ்ந்தான். இவனுக்குப் பின் அரசனாக இருந்த வஜிரலொங்கோண் (பத்தாம் இராமா) அம்போண் சதன் எனும் வாசஸ்தலத்தில் வாழ்ந்தான். இவ்விரு வாசஸ்தலங்களும் குசிற் மாளிகையில் உள்ளன. ஆனால் மகா அரண்மனை உத்தியோ நிகழ்வுகளுக்கு இன்றும் உபயோகிக்கப்படுகின்றது. ஆண்டு தோறும் பல அரச விழாக்களும், அரசாங்க நிகழ்வுகளும் இங்கு நடைபெறுகின்றன.

மகா அரண்மனையின் கட்டிட வேலைகள் மே 1782இல் புத்தயோற்றா சூலாலொக் (முதலாம் இராமா) என்ற மன்னனால் ஆரம்பிக்கப்பட்டன. இவன் சக்ரி அரச வம்சத்தை ஆரம்பித்தவன். தொன்பூரி நகரில் இருந்த தலைநகரை இவன் பாங்கொக்கிற்கு மாற்றினான். பல மன்னர்கள் காலத்தில் புதிய கட்டிடங்களும், மாற்றங்களும் இதற்குச் செய்யப்பட்டன. 1925இல் அரசனும் அவனது குடும்பத்தவரும் வெவ்வேறு மாளிகைகளுக்குத் தமது வாசஸ்தலங்களை மாற்றிக் கொண்டனர். 1932இல் மன்னர் ஆட்சி முறைக்கு முற்றுப்புள்ளி வைக்கப்பட்டபோது அரசாங்க முகவர் காரியாலயங்கள் யாவும் அரண்மனையிலிருந்து வெளியேற்றப்பட்டன.

இம்மகா அரண்மனை நீள்சதுர வடிவில் அமைந்துள்ளது. இதன் பரப்பளவு 2,351,000 சதுர அடிகளாகும். இதன் நாற்புறமும் மதில்கள் கட்டப்பட்டுள்ளன. இது இரத்தன கோசின் தீவின் மத்தியில் சாவோ பறாயா ஆற்றின் கரையோரத்தில் அமைந்துள்ளது. இது பல கட்டிடங்களைக் கொண்டுள்ளது. இதன் 200 ஆண்டு கால வரலாற்றில் வெவ்வேறு மன்னர்களால் புதிய கட்டிடங்கள் கட்டப்பட்டதனால் இந்த வேறுபாடுகள் காணப்படுகின்றன. இக்கட்டிடங்களுள் மிகவும் முக்கியமானது மரகத (பச்சைநிற) புத்தரின் கோயில். இதன் கட்டிட வேலைகளும் சுவர்கள் தூண்கள் யாவற்றிலுமுள்ள வண்ண வேலைப்பாடுகளும் வியக்கத்தக்கன. பெரும்பாலான நேரத்தை இக்கோயிலைச் சுற்றிப் பார்த்துச் செலவழித்தோம். பிற புத்த கோவில்களைப் போன்றல்லாது பல கூரிய கோபுரங்களைக் கொண்டு இது அமைக்கப்பட்டுள்ளது. இக்கோவிலின் கோபுரங்கள் தங்க முலாம் பூசப்பட்டுச் சூரிய ஒளியில் பிரகாசமாய்க் காட்சி தருகின்றன. இந்த அரண்மனையின் சில பகுதிகள் மட்டுமே பார்வையாளருக்காகத் திறந்துவிடப்பட்டிருக்கிறது. பல அரச காரியாலங்கள் இன்னும் இங்கே இயங்கிக் கொண்டிருக்கின்றன.

அடுத்த முக்கியமான கட்டிடம் சிம்மாசன மண்டபம். இது தாய்லாந்துக்கே உரிய கட்டிட வேலைப்பாடுகளைக் கொண்டுள்ளது. இம்மண்டபம் பிறநாட்டுத் தூதுவர்களை மன்னன் சந்திப்பதற்காகவும், பல முக்கியமான அரச விழாக்களையும், உத்தியோக நிகழ்வுகளையும் நடத்துவதற்காகவும் கட்டப்பட்டது. இந்த மண்டபம் 50 சென்றி மீற்றர் உயரமான அடித்தளத்துக்கு மேல் கட்டப்பட்டுள்ளது. இதன் கூரை பச்சை மற்றும் ஒறேஞ் நிற ஓடுகளால் வேயப்பட்டுள்ளது. இக்கூரையின் கீழே முக்கோண வடிவத்தில் கட்டப்பட்டுள்ள முகப்பில் இந்திரனின் உருவம் வரையப்பட்டுள்ளது. மத்தியிலுள்ள கதவினூடாக மன்னரும், பரிவாரங்களும் மட்டுமே வரலாம். பிறர் பக்கங்களில் உள்ள கதவுகள் வழியாகவே அனுமதிக்கப்பட்டார்கள். மண்டபத்தினுள் சதுரமான தூண்கள் இரு வரிசைகளில் கட்டப்பட்டுள்ளன. வலது பக்கத்தில் ஐந்தும் இடது பக்கத்தில் ஆறும் காணப்படுகின்றன. இவற்றில் பலதில் பூக்களின் வடிவங்கள் வரையப்பட்டுள்ளன. இதன் உட்கூரை பன்னிறக் கண்ணாடி நட்சத்திரங்களால் அலங்கரிக்கப்பட்டுள்ளது.

இம்மண்டபத்தின் பிற்பகுதியில் அரியாசனம் உள்ளது. இதன் இரு மருங்கிலும் தங்க முலாம் பூசப்பட்ட ஏழடுக்குள்ள குடைகள் காட்சியளிக்கின்றன. அரியாசனம் ஒரு படகு போன்று வடிவமைக்கப்பட்டுள்ளது. இதன் மத்தியில் கூரான கூடாரம் ஒன்று அமைந்துள்ளது. இது மேரு மலையைக் குறிப்பதாக அமைக்கப்பட்டுள்ளது எனக் கூறப்படுகிறது. இந்த அரியாசனம் பல நிறக்கற்களாலும், கண்ணாடிகளாலும்

அலங்கரிக்கப்பட்டுள்ளது. இதில் தேவர்கள் கருடன்கள் போன்ற வடிவங்களும் உள்ளன. பிற இடங்களையும் பார்த்தபின் நண்பகல் உணவுக்காக வெளியேறினோம்.

செஞ்சீனா பச்சையாகிறதா?

பயணக்கட்டுரை – 17

பாக்கொக் நகரின் மத்தியிலுள்ள மன்னர் அரண்மனையைப் பார்த்தபின், நண்பகல் உணவுக்காக மிகவும் உயர்ந்த கட்டிடமான ஸ்கை ஹோட்டலுக்குச் (367 மீற்றர்) சென்றோம். இது 85 மாடிகளைக் கொண்ட வட்டவடிமான ஒரு கட்டிடம். இங்கு உல்லாசப் பிரயாணிகள் தங்கும் அறைகள், தேகப்பியாச மண்டபங்கள், நீச்சல் தடாகங்கள், மசாஜ் சாலைகள், அலங்காரம் செய்யும் கூடங்கள் எனப்பல ஆடம்பர விடுதிகளில் உள்ள அத்தனையும் உண்டு. இதன் 84ஆவது மாடியில் ஓர் உணவுச்சாலை உள்ளது. இங்கே பலவிதமான ஐரோப்பிய, ஆங்கிலேய, இந்திய, சீன, தாய் உணவு வகைகள் பழங்கள், புடிங், இனிப்புப் பண்டங்கள், கேக் வகைகள் என ஏராளமானவை வைக்கப்பட்டிருந்தன. நீங்கள் விரும்பிய உணவுகளை எடுத்துச் சாப்பிடலாம். தேவையானால் விரும்பியவற்றைக் கேட்டால் உடனே தயாரித்துக் தருவார்கள்.

நாங்கள் இங்கு சென்று சில நிமிடங்கள் காத்து நிற்க வேண்டியிருந்தது. பாக்கொக் வரும் உல்லாசப் பயணிகள் யாவரும் இங்குதான் உணவுக்காக வருகிறார்கள். ஏராளமான இருக்கைகள் ஒரு தளம் முழுவதும் ஒழுங்கு செய்யப்பட்டிருந்த போதும் சனக் கூட்டம் அதிகமாகவிருந்ததால் வரிசையில் காத்து நின்றோம். எனது வாழ்நாளில் இவ்வளவு உணவு வகைகள் ஒரே இடத்தில் இருப்பதைக் கண்டது அன்றுதான். ஒவ்வொரு உணவின் பெயரும் ஆங்கிலத்திலும் தாய்லாந்து மொழியிலும் எழுதப்பட்டிருந்தது. இவற்றையெல்லாம் சுற்றிப்பார்த்துக் கொண்டு வந்தாலே அரைவாசிப் பசிபோய் விடும்.

அத்துடன் எதை எடுப்பது எதை விடுவது எனப் பலர் தடுமாறிக் கொண்டிருந்தனர். உணவை வீணாக்காதீர் எனப் பெரிய எழுத்துக்களில் பல இடங்களில் எழுதப்பட்டிருந்தது. இவற்றுடன் பல்வேறு வகையான பழரசங்கள், தேநீர் கோப்பி, கொக்கோ எனப் பல பானங்களும் இருந்தன. குடி வகைகளுக்குத் தனியான ஓரிடம் ஒதுக்கப்பட்டிருந்தது. சைவ உணவு வகைகளும் ஏராளமிருந்தன. பழ வகைகளும் அதிகமாக இருந்தன. இதைவிட ஐஸ்கிறீம், புடிங், பழசலட் எனவும் இருந்தன. ஒவ்வொன்றிலும் சிறிதளவை எடுத்துச் சாப்பிட்டவுடன் வயிறு நிறைந்துவிடும்.

நான் இதுவரைக்கும் சாப்பிடாத சைவ உணவுகளைத் தேடிப்பார்த்துச் சுவைத்தேன். மற்றையோர் யாவரும் அளவுக்கதிகமாகச் சாப்பிட்டார்கள் என்பதை அவர்கள் நடக்கமுடியாமல் நடந்து வந்ததிலிருந்து அறியக் கூடியதாய் இருந்தது. உங்களில் யாராவது பாங்கொங் செல்ல நேர்ந்தால் இந்த உணவுச் சாலைக்குக் கட்டாயம் செல்லுங்கள். ஒரு சாப்பாட்டுக்கு டொலரர்ர் 25 அறவிட்டார்கள் என நினைக்கிறேன். எங்களுக்கு எமது முழுக்கட்டணத்திலும் இது சேர்;கப்பட்டிருந்தால் நாங்கள் தனியாகக் கட்டவில்லை.

உணவுக்காகக் காந்திருந்த வேளை 85ஆவது மாடிக்குப்படிகள் வழியாக ஏறி மேல் தளத்துக்குச் சென்று நகரம் முழுவதையும் பார்த்தோம். இரண்டு மூன்று இடங்களில் தொலைநோக்குக் கண்ணாடிகளும் இருந்தன. எமது சி.என். கோபுரத்திலிருந்து பார்த்தமாதிரி நகரின் நாற்புறமும் பார்க்கக் கூடியதாய் இருந்தது. வாகனங்கள் ஊர்ந்து செல்வதும் வெவ்வேறு விதமான உயரங்களில் கட்டிடங்கள் கட்டப்பட்டிருந்ததும் கண்கொள்ளாக்காட்சியாக இருந்தது. மன்னரின் அரண்மனையும் புத்தரின் பொற்கோயிலும் கட்டிடங்களுக்கு மத்தியில் கம்பீரமாகக் காட்சியளித்தன. பாங்கொக்கில் வாகன நெரிசல் 24 மணித்தியாலமும் இருப்பதால் சில வீதிகளில் குறிப்பிட்ட நேரத்துக்குக் கனரக வாகனங்களின் போக்குவரவைத் தடை செய்திருந்தார்கள். மேலும் தனி ஒருவர் பஸ்சுக்காகக் காத்திருக்கும் நேரம் அதிகமாக இருந்தால் தனியாட்கள் மோட்டார் சைக்கிள்களில் பின்னால் ஒருவரை ஏற்றிச் சென்று (வாடகைக்கார் போன்று) பணஞ் சம்பாதித்தனர். இதனால் தெருக்களிலிருந்து வாகன நெரிசலுக்கூடாகத் தனியொருவர் விரைவாகப் பயணிக்கக் கூடியதாய் இருந்தது. இதை நான் வேறெந்த நகரத்திலோ நாட்டிலோ காணவில்லை.

மதிய உணவை முடித்துக் கொண்டு சலோமிப்பலஸ் என்ற இடத்துக்குச் சென்றோம். இங்கு பல சிறப்பங்காடிகளும் பல உணவுச் சாலைகளும் நிறைய அருகருகே அமைந்திருந்த. இவையெல்லாம் பல அடுக்குகளுள்ள மாடிக் கட்டிடங்களில் காணப்பட்டன. அன்று வேலை நாளாக இருந்த போதும் சனக்கூட்டம் நிரம்பி வழிந்தது. இக்கட்டிடத்தின் நிலக்கீழறையில் ஒரு நீர்விலங்குக் காட்சியகம் அமைக்கப்பட்டிருந்தது. இங்கே நீர்நாய்கள், பென்குயின் பறவைகள், பல்வேறு வகையான மீன் வகைகள், இறால், திருக்கை போன்றவை காணப்பட்டன. நீர் நாய்களைப் பழக்கிச் சில சாகச விளையாட்டுகள் காட்டினர். இவ்வாறே பென்குயின் பறவைகளும் சில விளையாட்டுக்களைச் செய்து காட்டின.

இங்கு பெரும்பாலும் குழந்தைகளும் பெற்றோரும் காணப்பட்டனர். அங்கிருந்து நகரின் ஒதுக்குப்புறத்திலிருந்த பெரியதோர் ஆபரண மாளிகைக்குச் சென்றோம். இங்கே மாணிக்கம், வைரம், நீலக்கல் போன்ற மிகவும் விலை கூடிய ஆபரணங்களைப் பல்வேறு நாடுகளிலிருந்தும் தோண்டி எடுத்துக் கொண்டு வந்து செதுக்கியும், மினுக்கியும் ஆபரணங்களைச் செய்கிறார்கள். இவர்களின் காட்சி அறை மிகவும் பெரியது. பல பணக்காரர்கள் இங்கு வந்து விலை உயர்ந்த ஆபரணங்களை வாங்குவதைப் பார்த்தோம். இங்கு செய்யப்படும் நகைகள் மேற்கு நாடுகளுக்கு ஏற்றுமதி செய்யப்படுகின்றன. இங்குள்ள ஆபரணங்களின் மதிப்பு 5 கோடி டொலர்களுக்கு மேலிருக்கும். ஒவ்வொரு பகுதியிலும் அழகான பெண்களை வேலைக்கமர்த்தியிருக்கிறார்கள். எல்லோரும் ஒரே மாதிரியான உடையில் கம்பீரமாகக் காட்சியளிக்கிறார்கள். . ஒவ்வொரு பகுதிக்கும் ஒரு மேற்பார்வையாளரும் ஒரு காவற்காரரும் கண்காணித்தபடி இருக்கிறார்கள். நகைகள் யாவும் கண்ணாடிப் பெட்டிகளில் அழகாக அடுக்கி வைக்கப்பட்டுள்ளன. நாங்கள் உள்ளே போனவுடன் இலவசமாகப் பானங்கள் வழங்கப்படுகின்றன. பின்னர் அங்கிருந்த ஒரு கூடத்துக்கு அழுத்துச் சென்று கற்கள் தோண்டியெடுக்கும் இடங்களையும் முறைகளையும் பின்னர் அவை வெட்டி மினுக்கப்படுவதையும் 15 நிமிடம் படமாகக் காட்டுகிறார்கள். அதன்பின் காட்சியறைகளுக்குச் சென்று பார்த்து வாங்க விருப்பமானவற்றை வாங்கலாம். இங்கு ஏராளமான உல்லாசப் பிரயாணிகள் வருவதைக் காணக்கூடியதாய் இருந்தது. தாய்லாந்தின் மிகப் பெரிய ஆபரணக் கல் வியாபாரி இந்நிறுவனத்தின் உரிமையாளர் என அறிந்தோம். இது ஒரு பரம்பரைத் தொழிலாகச் செய்யப்படுவதாகவும் எமது வழிகாட்டி கூறினார்.

அங்கிருந்து கிலோகிராம் என அழைக்கப்படும் இடத்திற்கு சென்றோம். இங்கு தேசியப் பொருட்கள் விற்கும் பல கடைகள் ஒரே இடத்தில் அருகருகே காணப்பட்டன. இது ரொறன்றோவிலிருந்து இரண்டு மணித்தியாலம் பிரயாணஞ் செய்யக்கூடிய சென். ஜோன்ஸ் சந்தையை எனக்கு நினைவூட்டியது. இங்கே பலவகையான தொப்பிகள், விசிறிகள், மரப்பொருட்கள், தேசிய உடைகள், அலங்காரப்பொருட்கள் என எண்ணற்ற பொருட்கள் விற்பனைக்கிருந்தன. இவற்றுடன் உணவுச்சாலைகளும் நிறைய இருந்தன. இவ்விடத்துக்கு அண்மையில் ஒரு விஷ்ணு கோவில் இருப்பதாகச் சொன்னார்கள். ஆனால் செல்லும் வாய்ப்புக் கிடைக்கவில்லை. இங்கிருந்து ஓர் உணவுச் சாலையில் எமக்கு இராப்போசனம் ஒழுங்கு செய்யப்பட்டிருந்தது. இந்த இடத்துக்கு றூவென் தெப் மண்டபம் என்ற

பெயர். இங்கு தாய்லாந்தின் தேசிய உணவு வகைகளுடன் இராமாயணத்திலிருந்து சில காட்சிகளை ஆடிக் காண்பித்தார்கள். இக்காட்சிகள் இராமர், இராவண யுத்தத்தை விபரிக்கும் காட்சிகளாம்.. இந்நடனம் பெரும்பாலும் கதகளி நடனம் போன்று மிகவும் ஆறுதலான அபிநயங்களைக் கொண்டு ஆடப்பட்டது. அதற்கேற்ற பின்னணி வாத்தியங்களும் இசைக்கப்பட்டன. இவ்வாத்தியங்கள் அக்காலத்தில் பாவிக்கப்பட்ட கம்பி வாத்தியங்களாகவே இருந்தன.

இந்த மண்டபம் வித்தியாசமான முறையில் அமைக்கப்பட்டிருந்தது. சிறிய மேசைகளும், கதிரைகளும் பள்ளத்தில் வைக்கப்பட்டிருந்தன. ஒவ்வொருவருக்கும் ஒரு தனிமேசை ஒதுக்கப்பட்டிருந்தது. நீங்கள் கீழே பள்ளத்தில் இறங்கிக் கதிரையில் அமரவேண்டும். நீங்கள் உணவுப்பட்டியலப் பார்த்துச் சொன்னபின் உடனேயே தயாரித்துக் கொண்டு வருவார்கள். அம்மண்டபத்தில் 500 பேர் ஒரே நேரத்தில் அமர்ந்து உண்ணக்கூடியதாய் இருந்தது. நீங்கள் சாப்பிடும்போது அங்கிருந்த மேடையில் நான் ஏற்கனவே குறிப்பிட்ட இராமாயணக் காட்சி ஆடிக் காண்பிக்கப்படும். இது ஒரு புதிய அனுபவமாக இருந்தது. நன்கு அலங்காரமான உடைகள் அணிந்து மிகவும் இலாவகமாகப் பங்கு பற்றியோர் ஆடினார்கள். இந்தியாவுக்கும் தாய்லாந்துக்குமுள்ள சரித்திர முக்கியத்துவம் வாய்ந்த நிகழ்ச்சியாக இது அமைந்தது. அன்று பரிமாறப்பட்ட உணவும் தேங்காய்ப்பால் கலந்து சமைக்கப்பட்ட உணவுகளாக இருந்ததால் மிகவும் சுவையாக இருந்தது. நடனம் ஆறு காட்சிகளைக் கொண்டு 40 நிமிடம் வரை ஆடப்பட்டது. ஒரே நாளில் பாங்கொக் நகரின் முக்கியமான இடங்களைப் பார்த்தோம். அன்று நிகழ்ந்த நடன விழாவில் குடை நடனமும் ஒரு நவீன ஆங்கில நடனமும் இடம்பெற்றன. ஏறக்குறையப் பத்து மணியளவில் ஹோட்டலுக்குச் சென்றோம்.

செஞ்சீனா பச்சையாகிறதா?

பயணக்கட்டுரை – 18

செப்ரெம்பர் 6 ஆம் நாள் (2016) செவ்வாய்க் கிழமை காலை 8:30 மணிக்கு பாங்கொக் நகரிலுள்ள புத்தரின் பொற்கோவில் பார்க்கச் சென்றோம். இக்கோவில் சுற்றுலாப் பயணிகள் பார்க்குமிடங்களுள் மிக முக்கியமானது. அதன் வரலாறு பற்றிப் பார்ப்போம்.

புத்தர் சிலையின் ஆரம்பகால வரலாறு பற்றி எதுவும் உறுதி செய்யமுடியாதுள்ளது. இது சுகோதை அரச பரம்பரையின் காலத்தில் (13 – 14 ஆம் நூற்றாண்டு) செய்யப்பட்டிருக்கலாம். இச்சிலையின் தலை முட்டை வடிவில் அமைந்திருப்பதாலேயே அது அக்காலத்தில் செய்யப்பட்டிருக்கலாம் என எண்ணப்படுகிறது. இக்காலத்தில் செய்யப்பட்ட உலோகப் பொருட்களுக்கு இந்தியாவின் தொடர்பு இருந்தது. அங்கு செய்யப்பட்ட சிலைகள் தாய்லாந்துக்குக் கொண்டு வரப்பட்டு பல்வேறு இடங்களிலும் ஸ்தாபிக்கப்பட்டன. எனவே இச்சிலையும் இந்தியாவில் செய்யப்பட்டிருக்கலாமென நம்பப்படுகிறது. இச்சிலை சுகோதையிலிருந்து அயோத்தியாவுக்கு 1430 இல் கொண்டு வரப்பட்டிருக்கலாம்.

இந்தப் பொற்சிலையைப் பாதுகாப்பதற்காக இதற்கு மேல் சுண்ணாம்புச் சாந்து பூசப்பட்டு அதற்கு மேல் நிறக்கண்ணாடிகள் பதிக்கப்பட்டன. இது 1767 இல் அயோத்திய அரசு பர்மாவால் அழிக்கப்படுமுன் நிகழ்ந்திருக்கலாம். இதனால் இச்சிலை அயோத்தியாவின் இடிபாடுகளுக்குள் தேடுவாரின்றிக் கிடந்தது. பின்னர் இராமா 2 அரசன் (1824 – 1851) பாங்கொக்கில் இருந்த பிரதான கோயிலான வாற் சோற்றனறாமில் இச்சிலையை வைப்பித்தான். பின்னர் இக்கோவில் சிதைவுற்று மூடப்பட்டபோது தற்போதுள்ள கோவிலான வாற் திரெமிற்றில் 1935 இல்

வைக்கப்பட்டது. இக்கோவிலில் இச்சிலையை வைக்கக்கூடிய வசதியில்லாமல், 20 வருடங்களாக ஒரு தகரக்கொட்டிலில் வைக்கப்பட்டது.

1954 இல் இச்சிலையை வைப்பதற்காக ஒரு புதிய கட்டிடம் கட்டப்பட்டது. பின்னர் 1955 மே மாதம் இச்சிலை புதிய கட்டிடத்துக்குத் தூக்கிச் செல்லப்பட்டபோது கயிறு அறுந்து கீழே விழுந்தது. அதனால் இதன் மேற் பூச்சுச் சில இடங்களில் உடைந்து உள்ளிருந்த பொற் பகுதிதெரிந்தது. உடனே யாவும் நிறுத்தப்பட்டு பூச்சை அகற்றும் வேலை ஆரம்பமாகியது. மிகவும் அவதானமாகப் பூச்சு முழுவதும் அகற்றப்பட்ட போது படங்கள் பல்வேறு நிலைகளிலும் எடுக்கப்பட்டன. இப்படங்களும் அகற்றப்பட்ட மேற் பூச்சின் பகுதிகளும் கோவிலுக்கு அருகேயுள்ள காட்சிக் கூடத்தில் பார்வைக்கு வைக்கப்பட்டுள்ளன. மேற்பூச்சு முழுவதும் அகற்றப்பட்ட பின், இச்சிலை ஒன்பது பாகங்களைக் கொண்டிருப்பதும், ஒவ்வொரு பகுதியும் இலகுவாகப் பொருத்தக் கூடியதாகவும் உள்ளது கண்டுபிடிக்கப்பட்டது. மேலும் இதன் அடிப்பகுதியில் ஒரு திறப்பும் காணப்பட்டது. இதன் மூலம் ஒவ்வொரு பகுதியையும் கழட்டி இலகுவாகத் தூக்கிச் செல்லலாம் எனவும் கண்டறியப்பட்டது.

புத்தர் மறைந்து 2500 ஆம் ஆண்டு ஞாபகார்த்த ஆண்டின்போது இச்சிலை மீளாக் கண்டு பிடிக்கப்பட்டதை தாய்லாந்து ஊடகங்கள் யாவும் ஓர் அதிசய நிகழ்வாகப் பிரபலப்படுத்தின. பெப்ரவரி 2010 இல் தற்போதைய கோவில் திறக்கப்பட்டது. இதற்கருகே, பாங்கொக்கின் பாரம்பரிய மையக்கட்டிடமும் உள்ளது. இனி, இச்சிலை பற்றிப் பார்ப்போம். இச்சிலையின் உயரம் 9.8 அடியும் நிறை 5½ தொன்னுமாகும். இது ஒன்பது பாகங்களைக் கொண்டுள்ளது. இவற்றைத் தனித்தனியாகப் பிரித்துப்பின் ஒன்றாகச் சேர்க்கலாம். ஒரு அவுன்ஸ் பவுனின் மதிப்பு 1,400 அமெரிக்க டொலர் என்ற அடிப்படையில் மதிப்பிட்டால் இதன் விலை (18 கரற்) 250 மில்லியன் டொலராகும். இச்சிலையின் உடற்பகுதி 40சதவீதம் தூயபவுணாகவும், நாடியிலிருந்து நெற்றி வரைக்கும் 80% தூயதாகவும் தலைமயிரின் உச்சி வரைக்கும் (45 கிலோ கிராம் நிறை) 99% தூயதாகவும் உள்ளது. இச்சிலை வழக்கமாக புத்தர் யோகநிலையில் அமர்ந்து ஒரு கையை அடிவயிற்றிலும் மறுகையை முழங்காலுக்கு அண்மையிலும் வைத்திருக்கும் முறையில் செய்யப்பட்டுள்ளது. இச்சிலைக்கு ஏற்ற பீடமும் பின்னால் அலங்காரச்சட்டமும் அமைக்கப்பட்டுள்ளன. வாசனைப் புகைகளும் ஏராளமான ரோஜா மலர்களும் முன்னால் தட்டுக்களில் வைக்கப்பட்டுள்ளன.

பொற்சிலையாதலினால் வெளிச்சம்பட்டு ஜொலித்துக் கொண்டிருக்கிறது. உள்ளே வருபவர் யாவரும் அமைதியாகவும் வரிசையாகவும் வந்து வணங்கி விட்டும்

பார்த்து விட்டும் போகிறார்கள். புகைப்படம் எதுவும் எடுக்க முடியாது. பாத அணிகள் எல்லாம் கீழே கழட்டி விட்டு உயரமான படிகள் மீதேறித் தான் கோவிலுக்குள் செல்ல வேண்டும். கோவிலின் சுற்றுப் பிரகாரம் படிகள் யாவும் சலவைக்கற்கள் பதிக்கப்பட்டுள்ளன. ஒரு தெய்வீகச் சூழ்நிலை இங்கு நிலவுகின்றது. 24 மணிநேரமும் காவல்காரர் இங்கு வேலைக்கு அமர்த்தப்பட்டுள்ளனர். நண்பகலுணவை அங்குள்ள ஓர் உயர்தர உணவுச் சாலையில் உண்டபின் அறைக்கு வந்தோம்.

அன்று பிற்பகல் 2.30 மணியளவில் பஸ்களில் ஏறி ஆற்றங்கரைக் கிராமம் என அழைக்கப்படும் இடத்துக்குச் சென்றோம். இது சாவோ பிறே ஆற்றின் கரையோரத்தில் உள்ள ஒரு கிராமம். இங்கு ஆற்றுக்கு அருகிலேயே பலமான மரக்குத்திகள் மேலே வீடுகள், மாடிக்கட்டிடங்கள் என ஒரு கிராமத்தையே அமைந்திருக்கிறார்கள். இவர்கள் போக்குவரவுக்காக அழகாக அலங்கரிக்கப்பட்ட படகுகளைப் பயன்படுத்துகிறார்கள். சிலர் உல்லாசப் பயணிகளை விசேடமாக அமைக்கப்பட்ட படகுகளில் அழைத்துச் சென்று பாக்கொக் நகரின் சில பகுதிகளைக் காட்டுவதுடன் விசேடமாக இரவு உணவும் தயாரித்துக் கொடுக்கிறார்கள். இவ்வாறான சுற்றுலாக்களைப் பல நிறுவனங்கள் வியாபார ரீதியாக ஒழுங்கு செய்கிறார்கள். இதற்கு விசேடமாக உணவும் நடனங்களும் ஒழுங்கு செய்யப்படுகின்றன.

இவ்வாறான ஒரு படகில் 20 பேர் பிற்பகல் 6 மணியளவில் ஏறினோம். இப்படகுகள் புறப்படும் இடத்தில் பல்வேறு தேசியப் பொருட்கள் விற்கும் கடைகளும் உள்ளன. பெரும்பாலும் படகுச் சவாரிக்கு வரும் உல்லாசப் பயணிகள் இக்கடைகளில் ஏராளமாகக் காணப்பட்டனர். எமது படகு ஒரு நீளமான சமையல் வசதிகளுள்ள ஒரு சிறிய அசையும் உணவுச்சாலை போன்று காட்சியளித்தது. நாம் ஏறியவுடன் சில பலகாரங்களும் தேநீரும் பரமாறினார்கள். படகு மெதுவாக நகர்ந்து சென்றது. கரையோரத்திலிருந்த விடுகள், கட்டிடங்கள் பற்றி ஒரு வழிகாட்டி விளக்கமாகக் கூறினார். இரவில் வண்ண விளக்குகளால் பெரிய கட்டிடங்கள் அலங்கரிக்கப்பட்டிருந்தன. பார்க்க அழகாக இருந்தது. சிறிது நேரத்தின் பின் மூன்று பெண்கள் தாய்லாந்து தேசிய நடனமாடினர். பின்னணியில் வாத்தியங்கள் வாசிக்கப்பட்டன. சில ஆண்களும் அவர்களோடு சேர்ந்து ஆடினர். இவர்களின் நடன அசைவுகள் மெதுவாகவும் அபிநயங்களை மட்டுமே கொண்டனவாகவும் இருந்தன. இந்நடனம் ஏறக்குறைய 30 தொடக்கம் 35 நிமிடங்களுக்கு நடந்தது இடையிடையே சிலர் மாறிமாறி வெவ்வேறு நடனங்களை ஆடினர். இதன்பின் நாம்

கேட்ட உணவுகளைத் தயாரித்து வழங்கினர். சீனாவிலுள்ள உணவுச்சாலைகள் போன்று இங்கும் தண்ணீருக்குப் பதிலாக பியர் வழங்கப்பட்டது. மேலதிகமாகத் தேவைப்பட்டால் பணம் கொடுக்க வேண்டும். உணவு சுடச்சுட இருந்ததால் சுவையாக இருந்தது. இப்படகுப் பயணம் ஒரு புதிய சூழலில் ஏற்பட்ட புதிய அனுபவமாக இருந்தது. இவ்வாறு ஏராளமான படகுகள் ஆற்றில் செல்வதைக் காணக்கூடியதாக இருந்தது. இப்படகுப் பிரயாணம் இரு மணித்தியாலங்கள் நீடித்தது.

படகிலிருந்து இறங்கி அங்கிருந்த கடைகளைச் சென்று பார்த்தோம். தாய்லாந்தின் கலையம்சமுள்ள பல மரம், வெண்கலம், பித்தளைப் பொருட்களும், அழகான சித்திரங்கள் வரையப்பட்ட படங்களும், சீலையால் செய்யப்பட்ட தொங்கல்கள் (சுவர் அலங்காரங்களும்), ஆடைகள், ஆண்களின் மேலங்கிகள் போன்றவையும் விற்பனைக் கிருந்தன. ஞுபாகர்த்தமாகப் பலர் சில பொருட்களை வாங்கினர். அமெரிக்க டொலரில் விலைகள் இருந்தன. இதனால் விலை கூடுதலாக இருந்தது. ஏறக்குறைய ஒரு மணித்தியாலமாக இக்கடைகளைச் சுற்றிப் பார்த்தபின் இரவு 9.30 மணியளவில் ஹோட்டலை வந்தடைந்தோம். செப்ரெம்பர் 7ஆம் திகதி காலை 3.30 மணிக்கு நாம் தங்கியிருந்த மூவின்பிக் ஹோட்டலிலிருந்து பாங்கொக் சர்வதேச விமான நிலையத்துக்குப் புறப்பட்டோம். எங்களோடு வந்த சிலர் அங்கிருந்து புக்கற் என்ற இடத்துக்குச் சென்றனர். நாம் சிக்காகோ செல்வதற்காக ஜப்பானிய விமானமொன்றில் ஏறி 5½ மணித்தியாலங்களின் பின் ரோக்கியோவிலுள்ள நொறிற்றா விமான நிலையத்தை அடைந்தோம். அங்கிருந்து சிக்காகோ செல்வதற்கு யுனைட்டற் எயர் (United Air) என்ற விமானத்தில் ஏறினோம். இவ்வாறு மாறி ஏறுவதற்கு 1½ மணித்தியாலங்களே இருந்ததால் விமான நிலையத்தைச் சுற்றிப் பார்க்கும் சந்தர்ப்பம் கிடைக்கவில்லை.

எமது சிக்காகோப் பயணம் 10 ½ மணித்தியாலங்கள் வரை இருந்தது. சாப்பிடுவதும் துங்குவதுவமாக நேரம் கழிந்தது. பிற்பகல் 4 மணியளவில் சிக்காகோ வந்தடைந்தோம். எமது ரொறன்ரோ விமானம் 5 மணிக்குப் புறப்படவிருந்தது. தாமதமாக 9.30 மணிக்கே புறப்பட்டது. ரொறன்ரோவுக்கு இரவு 12:30 மணிக்கு வந்து சேர்ந்தோம். வீட்டுக்குக் காலை 2 மணிக்கு வந்து சேர்ந்தோம். 12 நாட்கள் வரை நான் மேற்கொண்ட இப் பயணம் தங்குதடையின்றி குறிப்பிட்ட நேரத்துக்கு முன்னரே அட்டவணைப்படுத்தியவாறு சீராகவும் சிறப்பாகவும் நடந்தேறியது. ஆனால் கடைசிப்பிரயாணம் இவ்வாறு தாமதமாகியது ஓர் ஆச்சரியமே. எது எப்படி இருப்பினும் சீனப்பயணம் மறக்க முடியாத ஓர் உன்னத பயணமாக அமைந்தது.

இதற்குக் காரணமாய் இருந்த சினோராமா நிறுவனத்தை பாராட்டாமல் இருக்க முடியாது.

முற்றும்

அமெரிக்கப் பயணம்

லூரே பெருங்குகை *(Luray Canverns)* - துறையூரான்.

2014 டிசம்பரில் ரொரன்ரோவில் இருந்து எம்மவர் சிலர் சொகுசு பஸ்ஸில் அமெரிக்காவிலுள்ள சில உல்லாச பயணிகள் செல்லும் பிரபலமான இடங்களுக்குப் பிரயாணஞ் செய்தனர். அப்பிரயாணத்தில் அவர்கள் பார்த்து அனுபவித்த இடங்களைப் பற்றி வாசகர்களுக்குத் தெரியப்படுத்துவதே இக்கட்டுரையின் நோக்கம்.

ஒரு ஞாயிறு காலை புறப்பட்டு, இடைக்கடை உணவுக்காகவும் கழிப்பிடங்களுக்காகவும் பஸ்ஸை நிறுத்தி வழி நெடுக அழகான காட்சிகளைப் பார்த்துக்கொண்டே சென்று, இரவு பத்துமணிக்கு மேல் வேஜினியாவிலுள்ள லூரே என்ற இடத்திலுள்ள விடுதியைச் சென்றடைந்தனர்.

அடுத்த நாள் காலை 10 நிமிடப்பிரயாணத்தில் பெருங்குகையை சென்றடைந்தனர். இது ஒரு சரித்திரப் பிரசித்தியும், உல்லாச பிரயாணிகளுக்கிடையே நன்கறியப்பட்டதுமான சிறந்த இடமாகும். இங்கே நுழைவுக் கட்டணமாகச் சிறுதொகை அறவிடப்படுகின்றது. வாயிலுக்கூடாக கீழே நிலத்துக்குள் இறங்கி போவதற்கு படிகள் அமைத்திருக்கின்றார்கள். உள்ளே மின்விளக்குகள் தேவையான இடங்களில் அளவான வெளிச்சத்தோடு அமைத்திருக்கிறார்கள்.. இங்கே பல்வேறு வடிவங்கள், உயரங்கள், நிறங்களில் கனிப்பொருள்களாலான இயற்கை அமைப்புக்களை காணலாம்.. காடுகள் போலவும், உயர்ந்த கட்டிடங்கள் போலவும்,கோயில்கள், மசூதிகள், கோபுரங்கள், கூரான கூம்புகள் போன்று எண்ணற்ற வடிவங்கள் இங்கே ஏராளமாக இயற்கையாகவே அமைந்திருந்தன.

இவை யாவற்றையும் புதைபொருள் ஆய்வாளர் ஸ்பிளெயோதெம்ஸ் *(Speleothems)* என்று அழைக்கிறார்கள். இவை குகை நீரிலுள்ள கனிப்பொருள்கள் படிவதால் உண்டாகும் அமைப்புக்கள் எனக் கூறுகிறார்கள். இது இயற்கையின் வர்ணஜாலங்களில் ஒன்று. இவை எவ்வாறு உண்டாகின்றன என்பது பின்னால் விளக்கப்படுகின்றது. இவ்வமைப்புக்களில் சில குகையின் கூரையில் இருந்து தொங்குகின்றன. இவை கீழே சிந்துகின்ற நீரிலுள்ள கல்சியம் உறைவதினால் ஏற்படுகின்ன. இவற்றை ஸ்ரலக்ரைற்ஸ் *(Stalactites)* என அழைக்கிறார்கள்.

இன்னும் சில அமைப்புக்கள் நிலத்திலிருந்து மேலே கிளம்புகின்றன. இவையும் நீரிலுள்ள கனிப்பொருள்கள் உறைவதால் அல்லது படிவதால் ஏற்படுகின்றன. இவற்றை ஸ்ரலக் மைற்ஸ் (Stalacmites) என அழைக்கிறார்கள்..

இவ்வமைக்களோடு பல முருகைக் கற்றாண்கள், மண்சரிவுகள், மேடுகள், பள்ளங்கள், குளங்கள், நீரச்சுனைகள் எனப்பல்வேறு அமைப்புக்களும் கீழ உள்ளன. இக்குகை 1878 இல் கண்டுபிடிக்கப்பட்டது. இதன் வரலாறு பற்றி பின்னால் பார்ப்போம். மேலும் இக்குகையில் கனிப்பொருள் குழாய்களளாலான ஒரு வீணையும் உண்டு. இது ஒரு பெரிய குழாய் வீணை போன்று (தென்னங்குற்றிகளை அருகருகே அடுக்கியவாறு) மிக உயரமாக அமைந்துள்ளது.

சில மாதாகோவில்களில் இவ்வாறான குழாய் வீணைகள் உலோகத்தால் செய்யப்பட்டுள்ளன. உங்களில் சிலர் இவற்றைப் பாரத்திருக்கலாம். இக்குகையிலுள்ள பெருங்குழாய்கள் (கனிப்பொருள்களால் ஆனவை) மேல் கம்பிச் சுருள்களளாலான காந்தத் தடிகளைப் பொருத்தி இருக்கிறார்கள். இத் தடிகளுக்கூடாக மின்சாரம் பாயும் போது இவை மேற்கிளம்பி அடித்து ஓசைகளை உண்டாக்குகின்றன. குழாய்களின் நீளத்திற்கேற்ப இவ்வோசைகள் வேறுபட்டுப் பல்வேறு இராகங்களை ஏற்படுத்துகின்றன. இவற்றைக் கேட்கும்போது ஆச்சரியமாகவும் ஆனந்தமாகவும் இருக்கும். ஒரு பெரிய மண்டபம் போன்ற இடத்தின் ஒரு பகுதியில் இம்மாவீணை அமைந்துள்ளது. போதியளவு ஆட்கள் அவ்விடத்தில் கூடியவுடன் அங்குள்ள ஊழியர், மின்சாரப் பொத்தானை அழுத்தியதும் இசை கேட்கத் தொடங்கும் ஏறக்குறைய எட்டு அல்லது பத்து நிமிடங்களுக்கு இவ்விசையைப் அனுபவிக்கலாம்.

பூமியமைப்பியல் *(Geology)*

இனிக் குகையின் அமைப்பியல் பற்றி பார்ப்போம். இப்பெருங்குகை வேர்ஜினியாவிலுள்ள லூறே எனுமிடத்தில் அப்பாலாச்சியன் மலைத்தொடரிலுள்ளது. குகை மலை எனப்படும் இது கடல் மட்டத்துக்கு மேல் 927 அடி உயரத்திலுள்ளது. இப்பகுதியில் பல வட்டமான பள்ளங்களும் குழிகளும் இருப்பதால் பல காலமாக ப் பலருடைய கவனத்தையும் ஈர்த்தது.அதன் காரணமாகவே இக்குகை கண்டு பிடிக்கப்பட்டது. இக்குகை ரேசியறிக் காலத்து

(Tertiary Period) க்குப் முற்பட்டதாய் இருக்காது எனினும் இங்கு காணப்படும் அமைப்புக்கள் சிலூறியன் காலத்துக்கு (439 - 409) மில்லியன் ஆண்டுகளுக்கு முற்பட்டது. சுண்ணாம்பு கல்லாலானவை.. ரேசியறிக்காலம் 2588 மில்லியனுக்கும் 65 மில்லியனுக்கும் முற்பட்ட காலம் எனப்படுகின்றது. ஒரு காலத்தில் ஏற்கனவே இருந்த நிலவறைகளும், மாடங்களும், அமிலங்களும் கலந்த நீரினால் நிரம்பியிருந்தன. இந்த அமிலம் கூரை, சுவர், நிலம் ஆகியற்றிலிருந்து மிருதுவான பகுதிகள அரித்த காரணத்தால் இவ்வமைப்புக்கள் ஏற்பட்டிருக்கலாம். நீர்மட்டம் கூரைவரை உயர்ந்திருந்ததற்கு அடையளமாக எல்பின் ராம்பிள் (Elfin Rable) என்ற ஒரு பகுதியில் நீரசைவுகளும் அலைகளும் கூரையில் பதிந்திருக்கின்றதைக் காணலாம். இக்குகைக்குள் வெப்பநிலை ஒரே சீராக எங்கும் 12 பாகை செல்சியசாக உள்ளது.

லூரே பெருங்குகை (*Luray Canverns*) - துறையூரான்

வடிவமைப்புக்களின் ஆக்கம்

லூரே மாகுகைக்குள் இருந்த கல்சியம் காபனேற்றுக்கலவை, காபனீரொட்சைட்டை வெளிவிட்டதனால் சுண்ணாம்பு வீழ்படிவங்கள் ஏற்பட்டன இவ் வீழ்டிவுகள் ஆரம்பத்தில் வட்டப் பளிங்குருக்கல்சைற்றாக இருக்கும். பின்னர் இவை மேலதிக படிவங்கள் சேர்ந்து ஸ்ரலக்ரைற்ஸாகவும் பல்வேறு ஒழுகுகின்ற சிந்துகின்ற கற்களாகவும் மாற்றமடையும் .தூய கல்சியம் காபனேற்றின் நிறம் வெள்ளை. ஆனால் இது நாளடைவில் பல்வேறு அசுத்தங்களை மண்ணிலிருந்தும் கற்பாறைகளிலிருந்தும் அகத்துறிஞ்சி சிவப்பு அல்லது மஞ்சள் நிறத்தைப் பெறுகின்றது. மேலும் மங்கனீசு ஈரொட்சைட்டை அகத்துறிஞ்சி கறுப்பு நிறத்தையும், செப்புச்சேர்வைகளிலிருந்து நீலப் பச்சை நிறங்களைப் பெற்றிருக்கின்றது. இக்குகை இன்னும் செயற்பட்டுக் கொண்டேயுள்ளது. புதிய படிவுகள் 120 ஆண்டுகளுக்கு ஒரு கனவங்குலம் என்ற வேகத்தில் சேர்ந்து கொண்டிருக்கின்றன.

கொண்டாடப்படும் அமைப்புக்கள்

இக்குகையிலிருந்த நீர்மட்டம் கீழ நிலத்துக்குள் இறங்கியதனால், அரிக்கப்பட்ட இவ்வமைப்புக்கள் பல்வேறு வடிவங்களாக வளரத்தொடங்கின. சரியும் பிசா (*Leaning Tower of pisa*) கோபுரம் போன்ற பெரிய அமைப்புப் பலரது பாராட்டையும் பெற்றுள்ளது.இதில் பல்வேறு துளைகளும் ஓட்டைகளும் பல்வேறு வேலைப்பாடுகளை கொண்டுள்ளன. சிற்பிகள் கூட நினைத்துப் பார்க்க முடியாத பலவகை உருவங்களைக் கொண்டிருப்பது வியப்புக்குரியதே. ஆரம்பத்தில் கூறிய மாபெரும் தூண் வீணை இன்னுமொரு வியப்புப்பொருள். இது பல்வேறு நாட்டுப் பாடல்களுக்கும் சமயப்பாடல்களுக்கும் பின்னணி இசையாகப் பயன்படுத்தப்பட்டுள்ளது. நீர்மட்டக்குறைவினால் ஏற்பட்ட அலைபோன்ற படிவங்கள் கூரையில் நன்கு பதிந்திருப்பது வண்ணவேலைப்பாடுகள் செய்யப்பட்டிருப்பது போல் காட்சியளிக்கின்றன..

குகையின் உட்புறம் மஞ்சள், கபிலம், சிவப்பு நிறங்களில் காணப்படுகின்றது. இது நீரிலிருந்த இரசாயனப் பொருள்களாலும் நிலத்திலிருந்த கனிப்பொருட்களினாலும்

ஏற்பட்டவை. உறுதியான காபனேற்றுக்களின் மீது படிந்த புதிய உருவங்கள் வெள்ளையாகக் காட்சியளிக்கின்றன. சில செம்மஞ்சளாகவும், ஊதாவாகவும் தோற்றமளிக்கின்றன. இராணி தூண் 35 அடி உயரமும் ரோசா நிறமுடையதாகவும் அழகான வேலைப்பாடுகளைக் கொண்டதாகவும் உள்ளது. இரட்டைத்தூண்கள் பேராசிரியர்கள் ஹென்றி, பேயாட் ஆகியோரின் ஞாபகமாகப் பெயரிடப்பட்டவை, அருகருகே அமைந்துள்ளன. ஒன்று 25 அடியும் மற்றையது 60 அடியும் உயரமுள்ளவை. வெண்ணிறமாகக் காட்டியளிக்கின்றன. இராட்சத மண்டபம் என அழைக்கப்படும் விசாலமான இடமொன்றுள்ளது. இங்கே பலவமைப்புக்கள் 5 அடி நீளத்தைக் கொண்டுள்ளன. புளுட்டோவின் ஆவி எனப்படும் ஒரு தூண் பால் வெள்ளை நிறத்தில் உள்ளது.

நீர் வீழ்ச்சிகள் பல நுரையோடு தொங்கிக் கொண்டிருக்கின்ற.வை பால் வெள்ளையாகவும் மஞ்சள் கலந்த வெள்ளையாகவும் காட்சியளிக்கின்றன. பிறாண்ட்ஸ் நீர்வீழ்ச்சி (Brands Cascade) 40 அடி உயரமும் 30 அடி அகலமும் வெண்மெழுகு போன்ற தோற்றத்தையும் கொண்டுள்ளது. திரைச்சேலைகள் போன்றவை ஏராளங் காணப்படுகின்றன. இதில் மிகவும் கவனத்தை கவர்வது சரசனின் கூடாரம் (Saracen Tent) எனப்படுவது. பெரும்பாலான அறைகளில் பல்வேறு வடிவங்களிலும் அளவுகளிலும் திரைச்சேலை அமைப்புக்கள் காணப்படுகின்றன. இயற்கை அன்னை எத்தனை ஆண்டுகளாக இவற்றை வைத்திருப்பாள் என்பது புரியாத புதிராகவே உள்ளது. மேலும் மணிகள் பல வட்டமாக அமைந்திருப்பதும் கண்கொள்ளாக் காட்சியாகும். திரைச்சேலைகள் மீது கையால் தட்டினால் பல்வேறு ஓசைகள் உண்டாகும். இதைத்தவிர கழுத்துச்சால்வைகளும், படுக்கைவிரிப்புக்களும் காணப்படுகின்றன.. இவற்றின் மீது மடிப்புக்களும் சுருக்கங்களும் காணப்படுகின்றன. நீர் சரிவான கரடுமுரடான மேற்பரப்பின் போது மெதுவாக ஓடியதால் இவ்வாறு உண்டாகி இருக்கலாமெனக் கூறப்படுகின்றது. 16 சால்வைகள் "ஹொவியின் உப்பரிகையில்" (Hoveys Balcony) அருகருகே தொங்குகின்றன. இவற்றுள் 3 வெண்ணிறமானவை பார்வைக்கு கிரேப் சால்வை போலுள்ளன. மிகுதி 13இலும் வரிகள் கொண்ட வைடூரியம் போன்று கபிலத்தின் பல்வேறு நிறங்களில் காட்சியளிக்கின்றன.

நீரோடைகளும் சிற்றாறுகளும் இக்குகைக்குள் காணப்படவில்லை. நூற்றுக்கணக்கான நீரத்தேக்கங்கள் காணப்படுகின்றன. இவை 1 முதல் 50 அடிவரை விட்டத்தையும் 16 அங்குலம் முதல் 15 அடி ஆழத்தையும் உடையன. இவற்றிலுள்ள நீர் கல்சியம் காபனேற்றைக் கொண்டுள்ளது. இதனால் இத்தேக்கங்களின் அளவைப்

பொறுத்து சிலவற்றில் முத்துக்கள், முட்டைகள், பனிக்கட்டிகள் போன்ற கூட்டுப் பொருட்கள் காணப்படுகின்றன.இவ்வுருளைப் பொருட்களின் உடைவுகளை உற்று நோக்கினால் ஆரைவரியமைப்பைக் கொண்டிருப்பதைக் காணலாம்.

நீர் நிறைந்துள்ள குழிகளின் அடியிலும் அருகுகளிலும் கல்சியம் காபனேற்றுப் பளிங்குருக்கள் மூடியிருக்கும் .வெவ்வேறு காலங்களில் நீர் மட்டத்தில் ஏற்பட்ட மாற்றங்களைக் குறிக்கும் அடையாளங்களாக வளையங்கள், வரப்புகள் சுருக்கங்கள் விளிம்புகள் காணப்படுகின்றன.. இவை மிகத்துலக்கமாக புரோட்டஸ் வாவியில் (Broaddus Lake) காணப்படுகின்றன. இங்கு பளிச்சிடும் கல்சிய வடிவங்களும் பெரிய காளான்கள் போன்ற வடிவங்களும் காணப்படுகின்றன. காளான்களின் மேற்புரம் சிவப்பு வெல்வெற் அல்லது ஊதா வெல்வெற் துணி போர்த்திருப்பது போல் காட்சியளிக்கின்றன. காபோனிக்கமிலம் கூடுதலாக இருக்கும் பள்ளங்களில் பளிங்குருக்கல் அடியில் இருக்க மேலே பனிப்படலத்தால் மூடப்பட்டிருப்பது போல் காட்சியளிக்கின்றன. இவ்வாறான ஒரு குளம் 12 அடி அகலமுள்ளது. இதன் மேற்பரப்பின் மூன்றிலொரு பகுதியே தெரிகிறது.

பல்வேறு பருவகாலங்களின் போது இக்குகையிலுள்ள நீரின் அளவு மாறுபடுகின்றது.. சில கல்சிய உருவங்கள் நீரைத் தொட்டுக்கொண்டிருக்கும் போது பளிங்குருக் கம்பிகள் இவற்றின் மீது வளரும். பின்னர் வெப்ப காலங்களில் சுண்ணாம்புப் படிவங்கள் இவற்றின்மேல் படியும். இதனால் ஒவ்வொன்றும் தனித்தனியான உருவ அமைப்புக்களைக் கொண்டிருக்கும். கனவு வாவி (Dream Lake) எனப்படும் சுனை நீர் கண்ணாடி போன்றுள்ளது. இவற்றின் மீது பல்வேறு உருவங்களின் நிழல்கள் விழுந்து பிரதிபலிக்கபடுவதால் இதன் அடிப்பகுதியை பார்க்கமுடியாது. இந்த வாவிக்கு கீழேயுள்ள ஒரு சுனையுடன் தொடர்புள்ளது. "நலம் வாழ்த்தும்" (Wishing Well)) பச்சைக் குளம் ஒன்றுள்ளது. இதில் பார்வையாளர் சில்லறைக் காசுகளையம் தாள் காசுகளையும் எறிந்திருக்கிறார்கள். இவற்றையெல்லாம் சேகரித்து நலன்புரி நிலையங்களுக்கு நன்கொடை கொடுக்கப்படுவதாக அங்குள்ள பலகையில் எழுதப்பட்டுள்ளது. கடந்த காலங்களில் ஆண்டு தோறும் எவ்வளவு பணம் சேகரிக்கப்பட்டது என்ற தகவலும்

அங்கே எழுதப்பட்டுள்ளது. இக்குளம் பார்த்தால் 2, 3 அடி ஆழமுள்ளதுபோல் தோற்றமளிக்கின்றது எனினும் இது 6, 7 அடி இருக்கும்.

குகையின் வரலாறு

இது ஆகஸ்ட் 13, 1878 இல் ஐந்து உள்ளூர்வாசிகளால் கண்டுபிடிக்கப்பட்டது. இவர்களுள் முக்கியமானவர்கள் அண்ரூ கம்பல் (தகர வேலைக்காரர்) குயின்ற் (அவரது 13 வயது மருமகன்), பென்ரன் ஸ்தெபின்ஸ் (புகைப்படக்காரர்). இவர்களின் கவனத்தைக் கவர்ந்தது , மேலே கிளம்பி நின்ற கண்ணாம்புக்கல் உருவம். இதன் பக்கத்திலே இருந்த ஒரு குழியிலலலிருந்து குளிர் காற்று வந்து கொண்டிருந்தது. எனவே இவர்கள் கீழே குகை இருக்காலாமென ஊகித்து வெட்டத் தொடங்கினர். நான்கு மணித்தியாலத்தின் பின் மெல்லிய ஆள் நுழையக்கூடிய ஓட்டையொன்றை ஏற்படுத்தினர். அண்ரூவும் குயின்ரும் ஒரு கயிற்றைப் பிடித்துக்கொண்டு கீழே நழுவிச்சென்று, மெழுகுதிரியின் வெளிச்சத்தில் குகைக்குள் பல்வேறு வடிவங்கள் இருப்பதைக் கண்டு மலைத்துப்போயினர். இவர்கள் கண்ட முதல் தூணுக்கு வோஷிங்டன் தூண் என முதலாவது அமெரிக்க ஜனாதிபதியின் ஞாபகமாகப் பெயர் வைத்தனர். மேலும் எலும்புக்கூட்டுக் குகையில் பல எலும்புக்கூடுகள், கரி, நெருப்புக்கல் போன்ற பல மனிதர் வாழ்ந்ததற்கான அடையாளங்களைக் கண்டனர். ஒரு அமெரிக்கப் பழங்குடி சிறுமியின் எலும்புக்கூடு உருவ அமைப்புக்களுக்கு மத்தியில் கிடப்பதைக் கண்டனர். இதனை ஆராய்ந்த ஆய்வாளர் இது 500 வருடங்களுக்கு முன் வாழ்ந்த சிறுமி என்பதைக் கண்டறிந்தனர்.

இக்குகை உள்ள நிலத்தின் சொந்தக்காரரான சாம் பியூறேக்கருக்கு விஷயத்தைக் கூறாமல் கண்டு பிடித்த மூவரும், அந்த நிலத்தை வாங்கினர். ஆனால் விஷயமறிந்த சாம் பின்னால் வழக்குத் தொடர்ந்து இரண்டாண்டுகளின் பின் மீளப்பெற்று வில்லியம் பியட்லெர் என்பவருக்கு விற்றார். பின் பலரது கைமாற்றத்தின் பின் 1893 இல் லூறே குகை கம்பனி விலைக்கு வாங்கியது. அன்று முதல் இற்றை வரைக்கும் இக்குகை உலகப் பிரசித்திபெற்ற உல்லாசப் பயணிகளின் இடமாகப் விளங்குகின்றது. தற்போது மின்சார விளக்குகளும் நவீன சாதனங்களும் பொருத்தப்பட்டு நன்கு பராமரிக்கப்படுகின்றது. பார்வையாளர்

ஒவ்வொருவருக்கும் ஏற்கனவே பதிவு செய்யப்பட்ட ஒலி நாடா கொண்ட பதிகருவியும், காதில் பொருத்தும் கருவியும் தரப்படுகின்றது. ஒவ்வொரு பகுதியும் இலக்கமிடப்பட்டுள்ளது. இலக்கத்தின் படி ஒலிநாடா அப்பகுதிக்கான

விளக்கத்தைத் தரும். வழிகாட்டிகள் இல்லாமலே ஒவ்வொருவரும் அக்குகையை வலம் வரலாம்.. உள்ளே 1 1/2 மைல் தூரத்துக்கு நடக்கவேண்டும். பல அடுக்குகள் கொண்ட இடங்களும் ஏற்ற இறக்கங்களும் உள்ளன. தனியொரு உலகத்தில் இருப்பது போன்று இருக்கும். ஒவ்வொரு இடத்தையும் உன்னிப்பாகக் கவனித்து முழு இடங்களையும் பார்ப்பதற்கு இரண்டு மணித்தியலமாவது தேவைப்படும்.

இயற்கையின் வனப்பை குகையில் காண வேண்டுமாயின் ஒரு முறை சென்று வாருங்கள். எமது அடுத்த பயணம் உலகப் பிரசித்தி பெற்ற ஜியோஜியாவிலுள்ள கடல் நீர்வாழ் விலங்கினங்களைக் கொண்ட முழு மாபெரும் தொட்டி (*Aquarium*) பற்றியது.   அடுத்த கட்டுரையில் பார்ப்போம்.

அமெரிக்கப் பயணம் - 4

ஜியோர்ஜியா நீர்ப்பிராணிக் காட்சிச்சாலை *(Georia Aquarium)*

வேர்ஜினியாவிலிருந்து நண்பகல் புறப்பட்டு அன்று இரவு அங்குள்ள ஒரு விடுதியில் தங்கிய பின் யாவரும் உலகிலேயே மிகப்பெரிய நீர்ப்பிராணிகள் கொண்ட காட்சிச்சாலை சென்றோம். மக்கள் கூட்டம் வரிசைவரிசையாக நின்று கொண்டிருந்தது, நுழைவுச்சீட்டு பெறுவதற்காக, இச்சுற்றுலாவை ஒழுங்கு செய்தவர்கள் ஏற்கனவே மின்வலைத் தொடர்பு மூலம் தகவல் அனுப்பிய காரணத்தால், வரிசையில் நிற்காமலே எல்லோருக்கும் ஒன்றாகச் சேர்த்து நுழைவுச் சீட்டைப் பெற்றுக் கொண்டு உள்ளே நுழைந்தோம்.

அது ஒரு தனிப்பட்ட உலகம் போன்று காட்சியளித்தது. மக்கள் கூட்டம் நிரம்பி வழிந்தது. பல காட்சிக் கூடங்கள் இருந்தன. ஒவ்வொன்றுக்கும் உள்ளே போவதற்கு மக்கள் பரிசையாகக் காத்துக் கொண்டிருந்தனர். அதிக நெரிசல் ஏற்படாமல் இருப்பதற்காக வாசலில் கூட்டத்தைக் கட்டுப்படுத்துவதற்கு இரு பணியாளர் இருந்தனர். யாவும் ஒழுங்காக நடைபெற்றுக் கொண்டிருந்தது. அங்கிருந்த மீனினங்களை பார்த்தபோது இவ்வளவு வகையான, பல வண்ணங்களிலும், வடிவங்களிலும் மீனினங்கள் வாழ்வதைப் பார்த்து யாவரும் அதிசயப்பட்டனர். குறிப்பாகச் சிறுவர்கள் மிகவும் உற்சாகத்தோடு, ஆச்சரியத்தால் ஆரவாரித்தனர். வயது வேறுபாடின்றி யாவரும் மெய்மறந்து அங்கிருந்த நீர்வாழ் விலங்குகளை மிகவும் அருகில் நீந்தித் திரிவதைப் பார்த்து மகிழ்ந்தனர். குறிப்பாக பிரமாண்டமான தொட்டிகளில் இயற்கைச் சூழலில் அப்பிராணிகள் வாழ்வதைப் போன்று, பல்வேறு நீரத்தாவரங்களையும் பாறைகளையும் அமைத்திருந்தனர். அத்தொட்டிகளின் ஒரு பக்கம் மிகப் பெரிய கண்ணாடியைக் கொண்டிருந்ததால் யாவற்றையும் இலகுவாகப் பார்க்கக் கூடியதாய் இருந்தது. அங்கிருந்த மிகப்பெரிய ஒரு கண்ணாடித்தொட்டியில் நான்கு பக்கமும் கண்ணாடிகள் பொருத்தப்பட்டிந்ததோடு அதற்கு கீழாகவும் ஒரு பக்கத்தில் பார்வையாளர் செல்லக்கூடியவாறு அமைக்கப்பட்டிருந்தது, இத்தொட்டிக்குள் பெரிய மீன்கள், சுறாக்கள், திருக்கைகள் போன்றனவும் சிறிய மீன்களும் நீந்தித் திரிந்தன. இது ஒரு ஆச்சரியம் மிக்க கண்கொள்ளாக் காட்சியாக இருந்தது. இவ்விலங்குகளின் கீழ் பகுதியை கூடப் பார்வையாளர்கள் மிக அருகில் பார்க்கக் கூடியதாய் இருந்தது. மேலும்

இத்தொட்டிக்கு முன்னால் படிகள் போன்று அமைக்கப்பட்டு அதில் மக்கள் அமர்ந்திருந்து ஆறுதலாக அவ்விலங்குகளை பார்த்து இரசிப்பதற்கு வசதியாக இருந்தது. கூட்டம் கூடியவுடன் அங்குள்ள பணியாளர் வந்து அத்தொட்டியிலுள்ள மீன் வகைகள் பிற விலங்குகள் பற்றியும் விளக்கமளித்தார். சிறிய தொட்டிகளில் விபரங்கள் பலகைகளில் எழுதப்பட்டிருந்தன. யாவற்றையும் பார்ப்பதற்கு குறைந்தது ஐந்தாறு மணித்தியாலங்கள் தேவைப்பட்டன. சில இடங்களில் கூட்டம் அதிகமாக இருந்தால் அவற்றைப் பார்க்காமலே செல்ல வேண்டி நேரிட்டது.

இக்கட்டிடத்தலேயே உணவுச்சாலையையும் கழிப்பிட வசதியையும் அருமையாக அமைத்திருந்தார்கள். உணவுச் சாலையில் எந்நேரமும் வேண்டிய உணவு வகைகளைப் பெறக்கூடியதாய் இருந்தது. அங்கு ஒரு காணிவேல் போன்று மின்விளக்குகள், பல வண்ணங்களிலும் அமைக்கப்பட்டிருந்தன. மக்கள் வெள்ளத்தால் அவ்விடம் ஒரு திருவிழாப் போன்றே காட்சியளித்தது. மிகவும் ஆறுதலாக யாவற்றையும் பார்ப்பதற்கு ஒரு நாள் போதாது என நினைக்கின்றேன். இத்துடன் பல நினைவுப் பொருட்கள் வாங்குவதற்கு ஒரு பகுதியில் ஒரு கடை இருந்தது. இதில் சிறுவர்களுக்கும் முதியோருக்குமான பல உடைகள் குறிப்பாக ரீசேட் முதலியனவும் விளையாட்டுப் பொருட்களும் இருந்தன. யாவையும் பார்த்த பின் வெளியேறும் வாசலுக்கண்மையில் இது அமைக்கப்பட்டிருந்தது. இந்த காட்சிச்சாலை முழுவதும் நன்கு வடிவமைக்கப்பட்டு, நன்கு திட்டமிடப்பட்டு, நன்கு பராமரிக்கப்பட்டு வருவது பெரிய ஆச்சரியமே.

அமெரிக்கப் பயணம் - 5

ஜியோர்ஜியா நீர்ப்பிராணிக் காட்சிச்சாலை

காட்சிச் சாலையின் வரலாறு

இது அற்லான்ரா, ஜோர்ஜியாவிலுள்ள பெம்பெட்டன் பிளேசில் அமைந்துள்ளது. இது 8.1 மில்லியன் கலன்கள் கடல்நிறையும் நன்னீரையும், 500 வெவ்வேறு இனங்களையும் கொண்ட, ஒரு இலட்சம் நீர்வாழ் விலங்குகளையும் கொண்டுள்ளது. இவற்றுள் இரு திமிங்கலச் சுறாக்களும், இரு பெலுகா திமிங்கலங்களும் இரு திருக்கைகளும் உள்ளன.

இக்காட்சிச்சாலைக்கு ஹோம் டிப்போவின் ஸ்தாபகர்களுள் ஒருவரான பேணி மார்க்ஸ் 250 மில்லியன் டொலர்கள் நன்கொடை கொடுத்தார். நவம்பர் 2001 இல், கல்வி பொருளாதார வளர்ச்சிக்காக அற்லான்ராவுக்கு இத் தடாகத்தை ஒரு பரிசுப் பொருளாக கொடுப்பதாக அறிவித்தார். இவரும் இவரது மனைவி பில்லியும் 13 நாடுகளிலுள்ள 56 காட்சிச் சாலைகளுக்குச் சென்று ஆராய்ந்து ஏற்ற ஒரு மாதிரி வடிவத்தைத் தீர்மானித்து 250 மில்லியன் டொலர்களை வழங்கினர். கொக்காக் கோலா ,ரேணர் ஒளிபரப்புக் கம்பனி, யு.பி.ஸ் பொதிகள் நிறுவனம், ஏயார் டான் விமான நிறுவனம், , ஏரி & ரி, ஜோர்ஜியா பசுபிக் , ரைம் வோணர், சன்றஸ்ற் ஆகிய பெரும் நிறுவனங்கள் கூட்டாக 40 மில்லியன் டொலர்களை வழங்கின. எனவே கடன் இல்லாமலே கட்டடங்கள் கட்டப்பட்டன.

புளோறிடாக் காட்சிச்சாலையில் பிரதம நிர்வாக உத்தியோகத்தரான ஜெவ் சுவனகன் என்றவரை, ஜோர்ஜியாக் காட்சிச் சாலையின் முதலாவது நிர்வாகியாக மார்க்ஸ் 2002 இல் நியமித்தார். ஜெவ் கட்டடங்கள் கட்டப்பட்ட போதும், விலங்குகளை பல்வேறிடங்களில் இருந்து வாங்கிய போதும் ஒவ்வொரு விடயத்தையும்

கவனமாக மேற்பார்வை செய்தார்.

27 மாதங்களின் பின் 60 விலங்குகளையும் 16,400 சதுர அடிபரப்பையும், இரு உணவு தயாரிக்கும் சமயலறைகளையும், ஒரு உணவகத்தையும் ஒரு 4D தியேட்டரையும், கார் தரிப்பிடங்களையும் கொண்டு, வருடாந்த பாஸ் வாங்கியோருக்கு மட்டும்

நவம்பர் 21, 2005 ஆம் ஆண்டில் இக்காட்சிச் சாலை திறக்கப்பட்டது. பின்னர் நவம்பர் 23 இல் பொது மக்கள் இதற்குள் அனுமதிக்கப்பட்டனர். வளர்ந்தோருக்கு 26

டொலர்களும, முதியோருக்கு *21.50* டொலர்களும் சிறுவருக்கு *19.50* நுழைவுக்கட்டணமாக அறவிடப்படுகின்றது. இக்கட்டணம் கூடுதலாக இருந்தபோதும், எதிர்பாராத வரவேற்றைப் பெற்று, *90 நாட்களில் 1 மில்லியன்* பார்வையாளர்களை வரவழைத்து வெற்றி வாகை சூடியது. முதலாவது வருடத்தில் *290,000* வருடாந்த நுழைவுப் பாஸ்களை விற்று, விற்பனையை நிறுத்திக் கொண்டது. இக்காட்சிச் சாலை அதன் *3 மில்லியனாவது* பார்வையாளரை ஆகஸ்ட் *24, 2006* இலும், ஐந்து மில்லியனாவது நபரை மே *21, 2007* லிலும் பத்து மில்லியனாவது ஆளை பெப்ரவரி *25, 2009* லும் வரவேற்றது.

எஜவ் சுவனகன் *2008* இல். இக்காட்சிச் சாலையை விட்டு கொலம்பஸ் மிருகக்காட்சிச்சாலைக்குச் சென்றார். தற்போது இதன் தலைவராக *2004* முதல் முக்கிய நிர்வாகியாய் இருந்த அந்தனி கொட்பிறே பணியாற்றுகிறார்.

சேகரிக்கப்பட்ட விலங்குகளின் விபரம்

இக்காட்சிச் சாலையில் *100,000* முதல் *120,000* வரை மீன்களும் பிற கடல் விலங்குகளும் உள்ளன. இம் மீன்கள் தாய்வானிலிருந்து *42* தொட்டிகளில் யு.பி.எஸ் *(U.P.S)* நிறுவனத்தால் இலவசமாக விமானத்தில் எடுத்து வரப்பட்டன. இதற்கான செலவு *200,000* அமெரிக்க டொலர்கள் என மதிப்பிடப்பட்டது.

இக்காட்சிச்சாலையில் மிகப் பிரபலமானவை நான்கு திமிங்கிலச் சுறாக்கள் ஆகும். இவை தாய்வானிலிருந்து கொண்டுவரப்பட்டன. இவை றல்வ், நோட்டன், அலிஸ் திரிக்சி எனப் பெயரிடப்பட்டன. ஜனவரி *11, 2007* இல் றல்வ் இதய நோயினால் இறந்தது. நோட்டன் ஜுனில் இறந்து போயிற்று. இவையிரண்டு ம் காட்சிச் சாலை தொடங்கும் போதே இருந்தன. அலிசும், திரிக்சியும், யூன் *2006* இல் கொண்டு வரப்பட்டன. ஆசியாவுக்கு வெளியே திமிங்கிலச் சுறாக்கள், ஜோர்ஜியா காட்சிச்சாலையில் மட்டுமே உள்ளன. இவை *6.3* மில்லியன் நீரைக் கொண்ட ஒரு பெருந் தொட்டியில் வைக்கப்பட்டுள்ளன. இத்தொட்டியை மையமாக வைத்தே காட்சிச் சாலையின் சுற்று கட்டடங்கள் கட்டப்பட்டுள்ளன. இவை அமெரிக்காவுக்கு கொண்டு வருவதற்கு மிகவும் இரகசியமாக வைக்கப்பட்டிருந்தது, இவ்வாறான ஒரு முயற்சியில் யாரும் முன்னொருபோதும் ஈடுபட்டிருக்கவில்லை. இதற்காக பெரிய விமானம், நீண்ட பேருந்துக்கள், கப்பல்கள் யாவும் பயன்படுத்தப்பட்டன. தைவான் வருடாந்தம் குறிக்கப்பட்ட அளவு திமிங்கிலச்சுறாக்களைக் கொல்வது வழக்கம். இந்நான்கும் அவ்வாறான குறிக்கப்பட்ட அளவைச் சேர்ந்தவையே. எனவே ஜோர்ஜியா காட்சிச் சாலை இவற்றை வாங்காமல் விட்டிருந்தால், இவை

கொல்லப்பட்டு உணவாக உட்கொள்ளப்பட்டிருக்கும். மே 25, 2007 இல் தைவான் மீன் இலாகா 2008 இல் இச் சுறாக்கள் பிடிப்பது தடை செய்யப்பட இருந்ததால் இன்னும் இரு சுறாக்களை இக்காட்சிச்சாலைக்கு கொடுத்தது.

அமெரிக்காவில் பெரும் சுத்தியல் தலைச் சுறாக்கள் இங்கும் "அட்வென்சர்" காட்சிச்சாலையில் மட்டுமே உள்ளன. இங்கு 11 அடி நீளமுள்ள 5 பெலுகாத் திமிங்கிலங்களும் உள்ளன. "மன்ரா" திருக்கை எனப்படும் ஒருவகை, தென்னாபிரிக்காவின் டேர்பன் காட்சிச்சாலையிலிருந்து கொண்டுவரப்பட்டது. டேர்பனிலிருந்த தொட்டி வசதி குறைந்திருந்ததால். இது இக்காட்சிச்சாலைக்கு அனுப்பிவைக்கப்பட்டது. இதற்கு "நந்தி" எனப் பெயரிட்டிருந்தனர். உலகிலேயே இவற்றைக் காட்சிப் பொருளாக வைத்திருப்பது நான்கு இடங்களில் மட்டுமே. செப்டம்பர் 2009 இல் இன்னுமொரு மந்தா திருக்கை இங்கு கொண்டுவரப்பட்டது. இத்தொட்டிக்கு அருகில் இப்பிராணிகள் எவ்வாறு கொண்டுவரப்பட்டன என்பதை காட்டும் ஒரு திரைப்படம் பார்வையாளர் பார்ப்பதற்கு இடைக்கிடை ஓடிக்கொண்டிருக்கும்.

அமெரிக்கப் பயணம் - 6

ஜியோர்ஜியா நீர்ப்பிராணிக் காட்சிச்சாலை

பாதுகாப்பு

நீர விலங்குகளை காட்சிப் படுத்துவதோடு அவற்றைப் பாதுகாப்பதிலும் இந்நிறுவனம் அக்கறை கொண்டிருப்பதாக அதன் ஸ்தாபகர் பேணாட் மார்க்கஸ் கூறுகின்றார். இக்காட்சிச் சாலை திறப்பதற்கு முன்னரே, அருகிவரும் நீர்வாழ் விலங்குகளைப் பாதுகாப்பதிலும், பேணுவதிலும் ஜோர்ஜியா தொழிநுட்பம் ஜோர்ஜியா மாகாணப் பல்கலைக்கழகம், எதென்சில் உள்ள ஜோர்ஜியா பல்கலைக்கழகம் ஆகியவற்றோடு இணைந்து பல ஆய்வுப்பணிகளில் ஈடுபட்டுள்ளது.

போதிய வசதிகளில்லாது இன்னல்பட்ட பெலுகா திமிங்கிலங்களைக் கொண்டு வந்தது பாதுகாப்புப் பணியின் முதற்கட்டமாகும்.. ஸ்கிட்வே தீவின் கடல் பெருக்குக் குளத்தில் தத்தளித்து கொண்டிருந்த ஏறக்குறைய தார்ப்போன் மீன்களை காப்பாற்றி கொண்டுவந்தது அடுத்த முயற்சி. அடுத்து பிஜித்தீவிலுள்ள தக்கேக் என்ற கிராமத்துக்கருகில் இருந்த பவளப் பாறைக்குமேல் உறைந்த எரிமலைப் பாறைகளை 8 மாதங்களுக்கு தொங்கவிட்டு முருகைகற் பிராணிகளும், சாதாளைகளும் வளர்ந்தபின் காட்சிச் சாலைக்கு க் கொண்டு வரப்பட்டன.

பல்வேறு வசதிகள்

ஜோர்ஜியா காட்சிச் சாலை உலகிலேயே மிகப்பெரியது. *550,000 சதுர அடிகள் (13 ஏக்கர்) நிலப்பரப்பை* கொண்டது. இது *328 தொன் நிறையுள்ள அக்றிலிக் யன்னல்களையும், 290 நீர்க்குழாய் இணைப்புக்களையும், 200 தரையிலிருந்து நீர்வெளியேற்றுக் குழாய்களையும், 53 கூரைத்தொட்டிகளையும், 61 மைல் நீளமுள்ள கம்பிகள், நீரகுழாய்களையும், 100,000 யார் (91,000 மீற்றர்) கொங்கிறீற்றையும்* கொண்ட கட்டிட அமைப்பாலானது. இது *8,000.000 கலன்கள் நன்னீரையும் கடல் நீரையுங்* கொண்டுள்ளது. இங்கே உடனடியாக உப்பு

கலப்பதற்காக *1,500,000 இறாத்தல் கடலுப்பு* உள்ளது. இங்கு *100,000 மீன்களும் விலங்குகளும்* உள்ளன. இக்காட்சிச் சாலையின் வெளித்தோற்றம் கடல் அலைகளை

கிழித்துக் கொண்டு வரும் பெரிய படகுபோல் நீலநிறக் கண்ணாடிகளாலும் உலோகங்களாலும் வடிவமைக்கப்பட்டுள்ளது. கூரைகள் சமுத்திரத்திலிருந்து கிளம்பும் அலைகள் போல் வடிவமைக்கப்பட்டுள்ளன.

காட்சிச்சாலைகளைத் தவிர 16,400 சதுர அடி பரப்புள்ள விருந்து மண்டபமும் இங்கு கட்டப்பட்டுள்ளது. இதில் 1100 இருக்கைகள் உண்டு. 1600 பேர் விருந்துபசாரத்தில் கலந்து கொள்ளலாம். இம்மண்டபத்தில் 10 அடி அகலம் 28 அடி நீளமுள்ள இரு யன்னல்கள் உள்ளன. இவற்றுக்கூடாக திமிங்கிலச் சுறாக்களையும், பெலுகா திமிங்கிலங்களையும் பார்க்கலாம். இம்மண்டபத்தை 3 சிறிய கூடங்களாகவும் பிரிக்கக் கூடிய ஒழுங்குகளும் செய்யப்பட்டுள்ளன. இங்கே ஒரு பெரிய உணவுச்சாலையும் உண்டு. உணவு தயாரிக்கும் பொறுப்பு வொல்காங் பாக் *(Wolfgang Pack)* என்ற கம்பனிக்கு வழங்கப்பட்டுள்ளது. ஆரம்பத்தில் இக்காட்சிச் சாலையை மார்க்கஸ் வழங்கிய 250 மில்லியன் டொலருக்குள் முடிப்பதற்குத் திட்டமிடப்பட்ட போதும், நிதி போதாமையால் எயர்ரான் விமானக்கம்பனி, ஏரி கரி ஜோஹியா பசுபிக், ஹோம் டிப்போ, சதேண் கம்பனி ,சன்றஸ்ற் வங்கி ஆகியன உதவி செய்தன. மே 2008 இல் டொல்பின் காட்சிச்சாலை ஒன்றை நிறுவுவதற்கு ஆரம்பித்தது. இதற்கு 110 மில்லியன் டொலர்கள் ஒதுக்கப்பட்டன. இது 84000 சதுர அடிப்பரப்பளவையும், 1,300,000 மில்லியன் கலன் நீரையும் கொண்டிருக்கும்.. இதில் விலங்குகளின் காட்சிகளும் தங்குமிடமும், பார்வையாளர் பார்ப்பதற்கான வசதிகளும் செய்யப்படும். இக் கட்டிடம் நவம்பர் 2012 இல் முடிவடைந்தது. இதற்குத் தேவையான டொல்பின்கள், மறைன் லாண்டிலிருந்து *(Marine Land)* தற்காலிக கடனாகப் பெறப்பட்டன.

இக்காட்சிச்சாலையின் சுற்றாடலில் சென்ரனியல் ஒலிம்பிக் பூங்கா. ஜோர்ஜியா டோம்,உலககாங்கிரஸ் மையம், பிலிப்ஸ் விளையாட்டு மையம், சி என் என் மையம் ஆகியன உள்ளன. கொக்காக் கோலா கம்பனி இக்காட்சிச்சாலைக்கு 9 ஏக்கர் நிலத்தை நன்கொடையாக கொடுத்து, அதன் ஸ்தாபகரான பெம்பட்டனின் பெயரை அவ்விடத்துக்குச் சூட்டியது.அத்துடன் கொக்காக் கோலா வரலாற்றைக் கூறும் காட்சிப்பொருள்கள் கொண்ட "கொக்கா கோலா" உலகம் என்ற கட்டித்தையும் அமைத்துள்ளது.   (ஆதாரம் - விக்கிப்பீடியோ)

டிஸ்னி உலகம் - புளோரிடா

ஜியோஜியாவிலிருந்து நேரே புளோரிடாவுக்குப் போனோம். அங்கு அதிகாலையில் சென்று ஒரு ஹோட்டலில் தங்கியபின் அடுத்த நாள் டிஸ்னி உலகிலுள்ள பல்வேறு இடங்களுக்கும் குழுக்கள் குழுக்களாகப் பிரிந்து சென்றோம். நாம் தங்கியிருந்த இடத்துக்கும் டிஸ்னி உலகுக்கும் 12 மைல் தூரமே இருந்தது.

பிரதான வீதி அமெரிக்கா

அமெரிக்காவின் பல்வேறு பகுதிகளில் காணப்படும் கட்டிட வடிவமைப்புகளுக்கேற்ப வெவ்வேறு வடிவங்களை இந்த வீதியில் அமைத்திருக்கிறார்கள். உள்ளே நுழையும் போது அமைந்திருக்கும் இவ்வீதியின் இரு மருங்கிலும் கடைகளும் உணவுச் சாலைகளும் அமைந்துள்ளன. பரிசுப் பொருட்களும் நினைவுப் பொருட்களும் இங்கே வாங்கலாம். அமெரிக்காவிலுள்ள பிரபல உணவு நிறுவனங்களின் உணவுச் சாலைகள் இங்கே உள்ளன. வண்ண

விளக்குகளால் இவை யாவும் சோடிக்கப்பட்டிருப்பதால், இரவில் ஏதோ கனவுலகில் இருப்பது போன்ற பிரமை ஏற்படும். நுழைவாயிலில் 50 அடி உயரமுள்ள கிறிஸ்மஸ் மரம் பல வண்ணவிளக்குகளால் அலங்கரிக்கப்பட்டு மிகவும் அழகாகக் காட்சி அளித்தது. காட்சிச்சாலைகளுக்குச் செல்வதற்கு

உள்ளேயே தொடர்வண்டிகள் ஒழுங்கு செய்யப்பட்டுள்ளன. நடந்து சென்றும் இவற்றைப் பார்வை இடலாம்.

பிரதான வீதியின் முடிவில் சின்டெரல்லா மாளிகை (Cinderella Castle) அமைந்துள்ளது. இது 189 அடி உயரமுள்ளது. ஆனால் பார்க்கும் போது மிகவும் உயரமாகக் காட்சியளிக்கும். இது மிகைப்படு தோற்றம் (Forced Prespective) என்ற நவீன தொழிநுட்பப்படி கட்டப்பட்டுள்ளது. பிரதான வீதியிலுள்ள கட்டிடங்களின் இரண்டாம் மாடிகளும் இம்முறையிலேயே கட்டப்பட்டுள்ளன. மேலிருக்கும் தட்டுகள் கீழிருப்பதைக் காட்டிலும் குறைந்த உயரமுடையனவாக இருக்கும். ஆகமேலிருக்கும் ஜன்னல்கள் எல்லாம் சிறியனவாகவே இருக்கும். படத்தை பார்த்தால் இது நன்கு விளங்கும். இரவில் இது பலவண்ண விளக்குகளால் அலங்கரிக்கப்பட்டிருக்கும். இதன் மீது நான்கைந்து நிமிடங்களின் பின் மாறுகின்ற வண்ண ஒளி பாய்ச்சப்படுகின்றது.

குறிப்பாக முதலில் கட்டிடம் முழுவதும் சிவப்பாகக் காட்சியளிக்கும். சிறிது நேரத்தின் பின் மஞ்சளாக மாறும். பின் நீலமாக மாறும். இது பார்ப்பவர் மனதைக் கவரும் வண்ணம் அலங்கரிக்கப்பட்டு அழகாக அமைக்கப்பட்டுள்ளது. இது பூங்காவின் மத்தியில் அமைக்கப்பட்டு இதிலிருந்து பல்வேறு பாதைகள் ஆரை வடிவில் காட்சிச்சாலைகளுக்குச் செல்லுகின்றன.

நாங்கள் புத்தாண்டு முதல்நாள் அதாவது வருடத்தின் இறுதி நாளன்று (2009) அங்கே இருந்தோம். அன்று பல விசேட நிகழ்வுகள் இடம் பெற்றன. பிற்பகல் 4 மணியளவில் ஓர் ஊர்வலம் நடைபெற்றது. அதில் குழந்தைகளின் தேவதைக் கதைகளில் வருகின்ற பாத்திரங்கள் போன்று யாவரும் உடையணிந்து ஊர்வலமாகச் சென்றனர். உதாரணமாக ஸ்நோவைற்றும் 7 குள்ளர்களும், மிக்கிமவுஸ், ஓநாய், கரடி, தேவதைகள், பல்வேறு கதைகளில் வரும் மிருகங்கள். கதாபாத்திரங்கள் என நிறைய அவ்வூர்வலத்தில் இடம்பெற்றன. இவற்றிற் கிடையில் பாண்ட் வாத்திய குழுக்களும் அணி வகுத்துச் சென்றன. கதைகளில் வரும் சில காட்சிகளை ஊர்திகளின் மீது அமைத்து அவற்றில் கதாபாத்திரங்கள் இருந்து நடித்துக் கொண்டிருந்தனர். யாவும் தத்துருபமாக அமைக்கப்பட்டிர்நதது.

கண்கொள்ளாக்காட்சியாக இருந்தது. இவற்றில் பெரும்பாலும் அங்குள்ள பாடசாலை மாணவரே பங்கு பற்றினர். இந்நிகழ்வுகள் மார்கழி விடுமுறை காலத்தில் நடைபெறுவதால் அவர்களும் இன்பமாகப் பங்கு பற்றும் வாய்ப்பைப் பெற்றனர். பெரும்பாலும் குழந்தைகளுக்கும் இள வயதினருக்கும் இது ஒரு புதிய அனுபவமாக இருந்திருக்கும். எனினும் பெரியவர்களும் மிக ஆர்வமாக்க கண்டு களித்தனர்.

அன்று மாலை 7 மணியளவில் லேசர் ஒளியைக் கொண்டு இன்னுமொரு ஊர்வலத்தை ஒழுங்கு செய்திருந்தனர். இதில் நவீன உத்திகளைக் கொண்டு பூமி, விண்மீன்கள் பல்வேறு மிருகங்கள் போன்றவற்றை ஊர்திகளின் மேல் கட்டி அவற்றை குழாய் வெளிச்சங்களால் சோடித்துப் பல்வேறு வண்ணங்களில் ஒளிபாய்ச்சி, கண்கொள்ளாக் காட்சியாக அமைத்திருந்தனர். இரவில் இவ்வுருவங்கள் ஊர்வலமாகச் சென்றது பிரமிப்பாக இருந்தது. லேசர் ஒளியை இதில் மிக நுட்பமாகப் பயன்படுத்தியிருந்தனர். இந்த ஊர்வலத்திலும் தேவதைக் கதைப் பாத்திரங்கள் ஒளியூட்டப்பட்டுக் கலந்து கொண்டன. மாளிகைகளும் கட்டிடங்களும் ஊர்திகளின் மீது கட்டப்பட்டு ஒளி விளக்குகளாலும் ஒளிக்குழாய்களாலும் அலங்கரிக்கப்பட்டு ஊர்ந்து சென்றன. அதே நேரத்தில் பாண்ட் வாத்தியக் குழுவினரும் கவர்ச்சிகரமான குழந்தைபாடல்களை இசைத்துக் கொண்டு ஊர்வலத்தில் கலந்து கொண்டனர். மக்கள் யாவரும் வீதிகளின் இருமருங்கிலுங் கூடி நின்று தம்மை மறந்து இந்த ஊர்வலத்தைப் பார்த்து இரசித்தனர். உண்மையிலேயே அன்று காலை முதல் இரவு வரைக்கும் ஏதோ கற்பனை உலகில் சஞ்சரிப்பது போன்றே இருந்தது.

அன்றிரவு 8 மணியளவில் சிண்டெறெலா மாளிகையின் அடிவாரத்தில் அமைக்கப்பட்டிருந்த மேடையில பல்வேறு கலை நிகழ்வுள்ள நடைபெற்றன. முக்கியமாக *"அழகியும் மிருகமும் (Beauty and the Beast) என உலகப் பிரசித்தி பெற்ற இசை நடனத்தின் சில காட்சிகளும், பிற நடனங்களும் நடைபெற்றன.* மக்கள் அங்கிருந்த திடலில் நின்றும் இருந்தும் கிடந்தும் இரசித்தனர். இது ஏறக்குறைய முக்கால் மணித்தியாலத்துக்கு நடைபெற்றது. இதன் பின்னர் அரை மணித்தியாலத்துக்கு ஒரு வாணவேடிக்கை நடைபெற்றது. பல புதுவிதமான வாணங்கள் பல வண்ணங்களில் வானில் வெடித்துச் சிதறின இடைகிடை சில தேவதைக் கதை வடிவங்களின் ஒளி வடிவங்களும் வெடித்து வெளி வந்தன. ஒவ்வொரு தடவையும் வாணம் வெடித்து வண்ணவடிவங்கள் வானில் தெரிந்த போது ஆஹா ஓஹோ என்ற சத்தங்களும் எழுந்தன. சிலர் திறந்த வாய் மூடாமலே

யாவற்றையும் பிரமிப்போடு பார்த்துக் கொண்டு நின்றனர். வாண வேடிக்கை நடந்து கொண்டிருந்த வேளை பல்வேறு பாடல்களும் ஒலி பெருக்கிகளிலிருந்து

வந்து கொண்டிருந்தன. அன்று அசைவதற்கு முடியாத அளவுக்கு மக்கள் நெருக்கமாக நின்று கொண்டிருந்தார்கள். சிலர் தரையிலும் சிலர் மடிக்கும் கதிரைகளிலும் அமர்ந்திருந்து இரசித்தனர். . ஓர் அசம்பாவித நிகழ்ச்சியும் அன்று முழுவதும் நடக்கவேயில்லை என்பது ஆச்சரியமே. அங்கு பல காவலர் இருந்தபோதும் அவர்களும் மக்களோடு மக்களாக யாவற்றையும் பார்த்து இரசித்துக் கொண்டும், மக்கள் நடமாட்டத்தை ஒழுங்கான முறையில் வழிநடத்திக் கொண்டுமிருந்தனர்.

புத்தாண்டு பிறக்கும் நேரம் அண்மித்தவுடன் அதாவது இரவு 12 மணியடித்ததும் இரண்டாவது வாணவேடிக்கை *Happy New Year* என்ற வாசகத்தோடு வாழ்த்துக் தெரிவித்து ஆரம்பமாயிற்று. யாவரும் கைதட்டிக் கரகோசம் செய்தனர். ஒருவருக்கொருவர் வாழ்த்துத் தெரிவித்துக் கொண்டனர். இந்த வாணவேடிக்கை முன்னையதை விடச் சிறப்பாக இருந்தது. களைப்புத் தெரியாமல் யாவரும் கண்டு கழித்தனர். மூலைக்கு மூலை கோப்பிக் கடைகளும் குளிர்பானக் கடைகளும் அமைந்திருந்தன. ஏராளமான பணச் செலவில் அன்றைய காட்சிகளை டிஸ்னி நிறுவனம் அமைத்திருந்தது. பாராட்டுக் குரியது. நுழைவுச் சீட்டு 85 டொலர் மட்டுமே என்பது குறிப்பிடத்தகுந்தது.

டிஸ்னி உலகம் - புளோரிடா

இனி இதன் வரலாறு பற்றிப் பார்ப்போம். உலகிலேயே மிகப் பெரியதும், அதிக பயணிகள் செல்வதற்குமான உலகப் பிரசித்தி பெற்ற இடமாக இது திகழ்கிறது. இது 40 சதுர மைல் பரப்பளவையும் நான்கு நிநோத பூங்காக்களையும், இரு நர்ப்பூங்காக்களையும், 24 ஹோட்டல்களையும் பிற பொழுதுபோக்கு நிலையங்களையும் கொண்டுள்ளது. இது புளோறிடாவிலுள்ள தென்மேற்குப் பகுதியான ஒலான்டோவில் அமைந்துள்ளது. இது வோல்ட் டிஸ்னி கம்பனிக்குச் சொந்தமான ஹோல்ட்டிஸ்னி பூங்காக்கள் விடுதிகள் நிறுவனத்தால் நிரவகிக்கப்பட்ட வருகிறது. இது முதன்முதலில் மஜிக் கிங்டம் எனும் விநோத பூங்காவுடன் அக்ரோபர் 01, 1971 இல் திறக்கப்பட்டது. இதன் பின் எப்கொட் (அக்ரோபர் 1982) டிஸ்னி ஹொலிவூட் ஸ்ரூடியோஸ் (மே 01, 1989) டிஸ்னி விலங்கு இராட்சியம் (ஏப்ரலில் 22, 1998) ஆகிய பூங்காக்கள் கட்டப்பட்டன.

வரலாறும் வளர்ச்சியும்

டிஸ்னி லாண்ட் கலிபோணியாவிலுள்ள அனஹெய்ம் என்ற இடத்தில், 1959 இல் வோால்ற்ட் டிஸ்னி என்ற கேலிச்சித்திரம் வரைபவரால் அஆரம்பிக்கப்ப்டது. இதைச் சுற்றிலும் பல வியாபார நிலையங்கள் ஆரம்பித்தன. டிஸ்னிக்குப் பிடிக்காததால் மிகவும் விசாலமான இன்னோர் இடத்தைத் தேடிக் கொண்டிருந்தார். நவம்பர் 22, 1963 இல் ஒலாண்டோவுக்குச் சென்றார். அங்கு நிர்மாணிக்கப்பட இருந்த பெருந்தெருக்கள், விமான நிலையம ஆகியவற்றைப் பற்றி அறிந்ததும், அந்த இடத்தைத் தெரிவு செய்தார். எனவே அங்கு நிலம் வாங்கினார். ஆனால் தனது கனவு நனவாகுமுன்னர் 1966 டிசம்பரில் இறந்து போனார்.

தனியாரும், பிறநிறவனங்களும் அயலில் உள்ள நிலங்கைள வாங்காமல் இருப்பதற்காகப் பல போலி நிறுவனங்களின் பெயரில் மொத்தமாக 27,400 ஏக்கர் நிலத்தை டிஸ்னி வாங்கினார். முதலாவதாக 5 ஏக்கர் நிலம், ஐபோர் நிறுவனத்தால் ஒக்ரோபர் 1964 இல் வாங்கப்பட்டது.

வோல்றட் டிஸ்னி இறந்த பின்னர் அவரது சகோதரர் றோய் டிஸ்னி, ஒலாண்டோவின் முதலாவது பூங்காவின் ஆரம்ப வேலைகளை மேற்பார்வை செய்தார். டிஸ்னி நிறுவனத்துக்கு றொபேட் ஹாட் என்பவர் கட்டிடக்கலை

நிபுணராக வேலை பார்த்தார். இவர் பெரிய திட்டங்களை உருவாக்கிக் கட்டுவிப்பதில் அனுபவம் பெற்றவர்.

பெப்ரவரி 1967 இல், றோய் டிஸ்னி ஒரு பத்திரிகையாளர் மாநாட்டை ஒழுங்கு செய்து, வோல்ற் இறக்குமுன்னர் எவ்வாறு அவர் எப்பொட் (Epcot) என்ற பூங்கா எவ்வாறு அமைக்கப்பட வேண்டும்மெனக் கூறியிருந்த ஒரு சலனப்படத்தை (Flim) எல்லோருக்கும் போட்டுக் காண்பித்தார். பின்னர் இத்திட்டம் வெற்றிகரமாக நிறைவேறுவதற்கு இந்நிலங்கள் இருவேறு நகரங்களுக்குச் சொந்தமாக இருந்தால், இவற்றை ஒன்றாக இணைக்கப்பட வேண்டுமெனத் தீரமானிக்கப்பட்டது. எனவே மே, 1967 இல் இரு நகரங்களும் ஒன்றாக இணைக்கப்பட்டு, ஒரு மாவட்டம் நிறுவப்பட்டது. 1968 இல் புளோறிடா உயர்நீதிமன்றம் இம்மாவட்டம் பொதுசனத் திட்டங்களுக்கு வரிவிலக்குக் கொடுக்கக்கூடிய அதிகாரத்தை வழங்கியது. எனவே தேவையான நீரு வடிகால்கள், தெருக்கள் ஆகியனவற்றை கட்டும் பணிகளை டிஸ்னி நிறுவனம் உடனடியாக ஆரம்பித்தது. பின்னர் மஜிக் கிங்டம் கட்டும் பணிகள் ஆரம்பிக்கப்பட்டன. இதைக் தொடர்ந்து டிஸ்னி விடுதிகள் கட்டும் பணிகளும் நிறைவேற்றப்பட்டன. அக்ரோபர் 01இ 1971 இல் இப்பூங்கா திறக்கப்பட்டது. இதற்கருகில் பாம், மக்னோலியா என்ற இரு கோல்ப் திடல்கள் ஏற்கனவே திறக்கப்பட்டிருந்தன. றோய் இப்பூங்கா, தனது சகோதரரின் ஞாபகர்தமாக 'வோல்ற் டிஸ்னி உலகம்' எனப் பெயரிடப்படும் என அறிவித்தார். இப் பூங்கா திறக்கப்பட்ட மூன்றாவது மாதம் டிசம்பர் 1971 இல் றோய் காலமானார். பின்னர் 1982 இல் 'எப்கொட்' எனப்படும் நாளைய சழுகம் என்ற வோல்ற் டிஸ்னியின் கனவு உலகம் திறக்கப்பட்டது. 1989 இல் டிஸ்னி எம்.ஜி.எம் ஸ்ரூடியோஸ் என்ற பூங்கா சேர்க்கப்பட்டது. இதற்கு பின்னர் டிஸ்னி ஹொலிவுட் ஸ்ரூடியோஸ் என 2008 இல் பெயர் மாற்றஞ்செய்யப்பட்டது. டிஸ்னி உலகின் நான்காவது பூங்காவாக டிஸ்னி விலங்கு இராட்சியம் (Animal Kingdon) 1998 இல் சேர்க்கப்பட்டது. ஓகஸ்ட் 2006 இல் குறொவ்டன் என்பவர் பொறுப்பேற்றார்.

1. டிஸ்னி உலகம் பின்வரும் திட்டமிடப்பட்ட பூங்காக்களைக் கொண்டுள்ளது.

2. மஜிக்கிங்டம் - இதன் அடையாளச்சின்னம் சிண்டரெலா மாளிகை.

3. எப்கொட் - இதன் அடையாளச் சின்னம் அண்டகோளம்.

4. டிஸ்னி ஹொலிவுட் ஸ்ரூடியோஸ் - அடையாளச்சின்னம் மந்திரவாதியின் தொப்பி.

5.	டிஸ்னி விலங்கு இராட்சியம் - அடையாளச் சின்னம் வாழக்கைமரம்

மஜிக் கிங்டம்

இது டிஸ்னி உலகிலுள்ள முதலாவது பூங்கா. இது அனெஹெய்மிலுள்ளதைப் போன்று வடிவமைக்கப்பட்டு ஒக்ரோபர் *1971* இல் திறந்து வைக்கப்பட்டது. *2009* இல் இதற்கு *17.2* மில்லியன் பார்வையாளர் வந்திருந்தனர். உலகிலேயே அதிகம் பார்வையாளரைக் கவரும் பூங்காவாக இது திகழ்கிறது. இங்கே போதியளவு வாகனத்தரிப்பிட வசதிகள் உண்டு. பூங்கா தரிப்பிடத்திலிருந்து *1* மைலுக்கப்பாலுள்ளது. எனவே பார்வையாளர் தொடர்வண்டிகள் மூலம் நுழைவுச் சீட்டுப் பெறுமிடத்துக்குக் கொண்டு செல்லப்படுகிறார்கள். பின்பு மஜிக்கிங்டம்

இருக்குமிடத்துக்குச் செல்வதற்கு மொனோறெயில் அல்லது படகு மூலம் செல்லவேண்டும். அங்கிருந்து மற்றைய பூங்காக்களுக்குச் செல்வதற்கும் மொனோறெயிலும் பஸ்வண்டிகளும் பயன்படுத்தப்படுகின்றன. ஒரு பூங்காவிலுள்ள பல்வேறு காட்சிச் சாலைகளையும் விநோத சவாரிகளையும் பார்த்து அனுபவிப்பதற்கு ஒரு நாள் போதாது. உண்மையில் அங்குள்ள பூங்காக்கள் பாவையும் பார்ப்பதற்குக் குறைந்தது ஒரு வாரமாவது தேவை.

மஜிக் கிங்டத்துக்குள் நுழைவதற்கு முன் நுழைவுச் சீட்டுடன் ஒருவரைபடமும் தருகிறார்கள். அதில் *48* பார்வையிடங்களும் *7* திட்டமிடப்பட்ட இடங்களும் (*Themed Land*) குறிப்பிடப்பட்டுள்ளன. அதை வைத்துக் கொண்டே நீங்கள் விரும்பிய இடங்களுக்குச் செல்லலாம். நாம் சென்றது டிசம்பர் விடுமுறைக் காலமானதால் கூட்டம் நிரம்பி வழிந்தது. எல்லா காட்சி கூடங்களிலும் நீண்ட நேரம் வரிசையில் காத்திருக்க வேண்டியிருந்தது. வரிசை குறைவான இடங்களை முதலில் பார்த்துத் பின் மற்றவற்றிற்குச் சென்றோம். எனினும் முழுவதும் பார்க்க முடியவில்லை.

டிஸ்னி உலகம் - புளோரிடா

அட்வென்சர் லாண்ட் (Adventure Land) - இது மஜிக்கிங்டமிலுள்ள ஒரு பகுதியே. இங்கு ஆபிரிக்கா, ஆசியா, மத்தியதரைக்கடல் நாடுகள் தென்னமெரிக்கா, தென்பசிபிக்கு ஆகியவற்றிலுள்ள அடர்ந்த காட்டுப்பகுதிகளை அப்படியே உருவாக்கி இருக்கிறார்கள். அங்குள்ள மரஞ் செடி கொடிகளெல்லாம் வளர்க்கப்படுகின்றன.

ஆரம்பத்தில் இக்காடுகளிலுள்ள மிருகங்களைக் கொண்ட வந்து வளர்ப்பதற்கான திட்டம் இருந்தது. பின்னர் பல காரணங்களுக்காக அது கைவிடப்பட்டது. இதற்குப் பதிலாகச் சில இயந்திரமுறையில் இங்கும் விலங்குகள் அமைக்கப்பட்டுள்ளன. இவை அப்படியே தத்துரூபமாக அமைந்துள்ளன.

இக்காடுகளுக்குக்கூடாகப் படகில் பயணஞ் செய்து யாவற்றையும் கண்டு களிக்கலாம். இங்கு டார்சானின் மரவீடு சிறப்பாக அமைக்கப்பட்டுள்ளது. 100 ஆண்டுகளுக்கு மேல் பழமைவாய்ந்த ஒரு மிகப் பெரிய மரத்தின் மேல் கிளைகளை அடிப்படையாக வைத்து பல்வேறு படிநிலைகளில் ஒரு மாடி வீடு அமைக்கப்பட்டுள்ளது. கீழே முதலாம் படி நிலையில் ஒரு சமயலறை அமைக்கப்பட்டுள்ளது. இதில் அந்நாட்களில் உபயோகிக்கப்பட்ட பல்வேறு சமையல் பாத்திரங்கள் வைக்கப்பட்டுள்ளன. இரண்டாம் மாடியில் கிளைகளுக்கிடையில் படுக்கையறை அமைக்கப்பட்டுள்ளது. அங்கும் அக்கால கட்டில்கள் விளங்குகள் முதலியன வைக்கப்பட்டுள்ளன. அக்கால மக்கள் எவ்வாறு பெரிய மரங்களை உறைவிடங்களாக அமைத்திருந்தனர் என்பது நன்கு விளங்குகின்றது. இம்மரத்தின் அடிப்பாகத்தைக் கட்டிப் பிடிப்பதற்குக் குறைந்தது 10 பேராவது தேவையென்றால் அதன் உயரத்தையும் பருமனையும் உங்களால் ஊகித்துப் பார்க்க முடியுமென நினைக்கிறேன்.

மேலும் இந்தியானா ஜோன்ஸ் பற்றிய வரலாற்றுக்காட்சிகளும் உள்ள ஒரு காட்சிச் சாலையும் இங்குள்ளது. மிகவும் புதுமையான நவீன தொழில்நுட்ப முறையில் இயங்கும் பல்வேறு பறவைகளைக் கொண்ட காட்சி அறை ரிக்கி அறை' எனப்படுகிறது. இங்கு ஆரம்பத்தில் நான்கு மக்கோ (Macow) பறவைகளின் உயிர்வடிவம் போன்றமைக்கப்பட்டுள்ள பறவைகள் பேசும் சிறு நிகழ்ச்சியொன்று அமைந்துள்ளது. இப்பறவைகள் ஓடியோ அனிமோற்றோனிக் (Audio Animation) என்ற நவீன முறையில் இயங்குகின்ன. இவை வாழும் பொலினிசியாக் சூழலில் யாவும் அமைக்கப்பட்டுள்ளன. அந்நாடுகளில் காணப்படும் தாவரங்கள் யாவும் இங்கு வளர்க்கப்படுகின்றன. இவை பறப்பது, பாடுவது, நடனமாடுவது யாவும் கணினியால் இயக்கப்படுகின்றது. பார்த்தால் உண்மையான பறவைகளைப் போன்றே காட்சியளிக்கின்றன. இக்காட்சி குழந்தைகளைக் கவரும் என்பதில் ஐயமில்லை.

இந்தக் காட்சி ஜான் 1963 இல் அ ஆரம்பிக்கப்பட்டது. இது WED நிறுவனத்தால் கண்டு பிடிக்கப்பட்டது. இக்காட்சிக்கு ஆதரவு வழங்குவோர் டோல் உணவக நிறுவனத்தினர். இது ஏறக்குறைய 18 நிமிடங்களுக்கு நடைபெறுகிறது. இக்காட்சியில் 54 பாடும் பறவைகள், 7 சுவர்க்கலோகப் பறவைகள், 8 மக்கோப் பறவைகள், 9 கவர்வால் பறவைள், 6 கொக்கற்றூப் பறவைகளும் 20 பல்வேறு வகையான உஷ்ணவலயப் பறவைகளும் பங்கு பற்றுகின்றன. இது உண்மையிலேயே எல்லோரையும் கவருகின்ற நிகழ்ச்சி. இதையாவரும் கண்டுகளிப்பது அவசியம்.

அமெரிக்கப் பயணம் - 10

விநோத நிலப்பகுதி - திறந்த திகதி ஜூலை 17 – 1955

டிஸ்னி பூங்காவிலுள்ள திட்டமிடப்பட்ட நிலப்பகுதிகளில் விநோத நிலப் பகுதியும் ஒன்று. ஆரம்ப காலத்தில் இங்கே, நுழைவாயிலின் முன்னே ஆர்தர் அரசின் கூடாரம் அமைக்கப்பட்டிருந்தது. இதன் முன்னால் ஒரு பட்டறைக் கல்மேல் வாள் ஒன்று வைக்கப்பட்டிருந்ததது. ஒவ்வொரு நாளும் பலதடவை ஒரு குள்ளன் அந்த வாளை ஒரு பிள்ளை தாக்குவதற்கு உதவி செய்வது போன்று செய்து வைக்கப்பட்டிருந்தது. குழந்தைகள் தாம் வாசிக்கும் விநோதக் கதைகளில் வரும் பாத்திரங்கள் போல் நடந்து கொள்ளவும், பழகவும் விரும்புவது இயற்கையே. குறிப்பாக பீற்றர் பானுடன் (Peter Pan) பறப்பது, அலிசின் விநோத உலகில் சஞ்சரிப்பது போன்றவை, குழந்தைகளுக்கு விருப்பமான செயல்கள்.

இப்பகுதி 1983 இல் பெரும் மாற்றத்துக்குள்ளாகியது. இதன் காட்சிச்சாலைகள் பவேரியன் கிராமியச் சூழலைப் பிரதிபலிப்பது போன்று மாற்றியமைக்கப்பட்டன. இதன நுழைவாயில் தூங்கும் அழிகியின் மாளிகைக் கூடாக அமைக்கப்பட்டது. இம்மாளிகையின் முற்றத்தில், டிஸ்னி உலகின் வரலாற்று உறை (Time Capsule) புதைக்கப்பட்ட இடத்தில் ஒரு விளம்பரப்பட்டயம் அமைக்கப்பட்டுள்ளது. இது பூங்காவின் 40) ஆண்டு நிறைவின் போது புதைக்கப்பட்டது. இது 2035 இல் திறக்கப்பட உள்ளது. இந்த நிலப்பகுதியில் விநோத வாணவேடிக்கை முதலில் 1956 இல் ஆரம்பிக்கப்பட்டது.

Fantasy Land

விநோத நிலப்பகுதியில் குழந்தைகளைக் கவரக்கூடிய பல காட்சிச் சாலைகள் உண்டு. இவையாவும் அவர்கள் வாசிக்கும் கதைகளை அடிப்படையாக வைத்தே, அமைக்கப்பட்டுள்ளன. எனினும் பெரியவர்களும் இவற்றைப் பார்த்துக் பரவசமடைகிறார்கள். ஒவ்வொரு காட்சிச்சாலையும் பல்வேறு தொழிநுட்பக் கருவிகளையும் பொம்மைகளையும் கொண்டு பல வல்லுனர்களால் அமைக்கப்பட்டுள்ளன. இவை உயிருள்ளவை போன்று தத்தரூபமாக அமைக்கப்பட்டிருப்பது வியக்க வைக்கிறது.

இங்கேயுள்ள காட்சிச்சாலைகள் வருமாறு:

1.   ஸ்நோ வைற்றின் திகிலூட்டும் பயணம்.

2.   ஸ்நோ வைற்றின் நந்தவனக் குகை.

3.   பினாக்கியோவின் பங்கரப் பிரயாணம்.

4.   டம்போ என்ற பறக்கும் யானை.

5.   கேசியின் சாகசத் தொடர் வண்டி.

6.   மிஸ்டர் றோட்டின் திகில் சவாரி.

7.   விநோத உலகில் அலிஸ்.

8.   பைத்திய தேநீர் விருந்து.

9.   பீற்றர் பானின் பறத்தல்.

10.   உறங்கும் அழகியின் மாளிகை.

11.   ஆர்தர் அரசரின் கூடாரம்.

12.   பிபிடி பொபிடி கடை

13.   டிஸ்னி அரசகுமாரியின் கற்பனைச் சந்தை.

14.   இது ஒரு சிறிய உலகம்.

15.   மற்றஹோணின் இழுவண்டி

16.   கதை புத்தக உலகு.

இவற்றைத் தவிர இங்கு பல உணவுச் சாலைகளும் சிறுவர்களைக் கவரும் விநோதமான பொம்மைகளும் விளையாட்டுப் பொருட்களும் விற்கும் கடைகளும் உள்ளன.

நாளைய நிலப்பகுதி - (Tommorow Land) இது மஜிக் இராட்சியத்திலுள்ள 5 திட்டமிடப்பட்ட பூங்காக்களில் ஒன்று. இது ஜாலை *17, 1955* இல் ஆரம்பிக்கப்பட்டது. வோல்ற் டிஸ்னி தனது தொலைக் காட்சி நிகழ்ச்சிகளுக் கூடாக எவ்வாறு உலகின் எதிர்காலம் இருக்குமென்பதை அமெரிக்க மக்களுக்கு எடுத்துக் காட்டினார். அவற்றின் செயல் வடிவமே இந்தப் பகுதி. இக்காலத்தில்

விஞ்ஞானிகள் விண்வெளி ஆய்வில் ஈடுபட்டு, இதுவரை தெரியாத பல விடயங்களை வெளிப்படுத்திய வண்ணம் உள்ளனர். இவ்வாறான புதிய உலிகல் சஞ்சரிக்கும் வாய்ப்பை இங்கு பார்வையாளர் பெறலாம்.

நாளைய நிலப்பகுதி - *1955 - 1967*

ஆரம்ப காலத்தில் செலவைக் கட்டுப்படுத்தும் நோக்கில் திட்டமிடப்பட்ட காட்சிச்சாலைகளில் பலவற்றை மட்டும் பூரணப்படுத்தினர். இதுவே கடைசியாகக் கட்டப்பட்ட பூங்காவாகும். இதில் 1986 இல் இருக்கும் ஒரு நகர வடிவமைக்கப்பட்டிருந்தது. மொன்சான்ரோ நிறுவனம், அமெரிக்கன் மோட்டோர்ஸ், நிச்பீல்ட் ஒயில், டச்போய் பெயின்ற ஆகிய முக்கிய நிறுவனங்களும் வேறு சிலவும் இங்கே காட்சிச்சாலைகளை அமைத்திருந்தன.

ஆரம்ப காலத்தின் கடலின் கீழ் 20,000 அடி ஆழத்தில் என்ற படத்திற்காக டிஸ்னி தயாரித்த 'நோட்டிலஸ் (Nautilus) இன் காட்சிப்பொருள்கள் பார்வைக்கு வைக்கப்பட்டிருந்தன. நாளடைவில் இப்பகுதியில் பல மாற்றங்கள் செய்யப்பட்டு புதிய காட்சிச்சாலைகள் அமைக்கப்பட்டன.

1950 இல் விண்வெளியில் மனிதன்' என்ற தொலைக்காட்சி நிகழ்ச்சிகளுக்குத் தயாரித்த 14/4 மூன்லைனர்' என்ற கட்டிடம் யாவரையும் கவர்ந்தது. இது உறங்கும் அழகியின் மாளிகையை விட உயரமாக இருந்தது. "ஓட்டோப்பியா' (Autopia) என்ற வருங்காலத் தேசிய நெடுஞ்சாலைகளின் அமைப்பு, ஆரம்ப காலங்களில் பார்வையாளர் கவனத்தை ஈர்த்தது. இது இன்றும் பல மாற்றங்கள் காலத்துக்குக் காலம் செய்யப்பட்டுக் காணப்படுகிறது.

1959 இல் எதிர்கால மொன்சான்ரோ வீடு என்ற அமைப்பு நடுவில் தூணமைத்து நான்கு சிறகுகளைக் கொண்டு பிளாஸ்திக்கால் கட்டப்பட்டிருந்தது. உலக கண்காட்சிச் சந்தைகளில் இவ்வாறான சகல வசதிகளும் அமைந்த வீடுகளை பின்பற்றி அமைக்கப்பட்டது. ஆனால் இவ்வீட்டில் படத் தொலைபேசிகள், தொலைக்காட்சி தூர இயக்கிகள், மைக்குறோவேவ் அடுப்பு ஆய புதிய பொருட்கள் அறிமுகப்படுத்தப்பட்டன. 1959 இல் மூன்று முக்கிய கவர்ச்சி நிகழ்ச்சிகள் சேர்க்கப்பட்டன. வையாவன டிஸ்னி மொனோ றெயில் நீர்மூழ்கிக் கப்பல் பயணம், மற்றஹோண். கடைசி நிகழ்ச்சி பின்னர் விநோத நிலப்பகுதிக்கு மாற்றப்பட்டது. இந்நிகழ்ச்சிகள் சேர்க்கப்பட்ட போது நிறைய தொலைக்காட்சியில் காட்டப்பட்டு,

டிஸ்னி உலகின் இரண்டாம் திறப்பு விழாவெனப் பாராட்டப்பட்டது. இதன் பின்னர் வோல்ற் டிஸ்னி தனது முழூக் கவனத்தையும் புதிய நாளைய நிலப்பகுதிகளிலும் புளோறிடா செயற்றிட்த்திலுங் கூடிய கவனஞ் செலுத்தினார். பின்னையது வோல்ற் டிஸ்னி உலகாகப் பரிணமித்தது.

நாளைய நலப்பகுதி - *1967 – 1998*

புதிய இப்பகுதி திறப்பதற்கு ஏழு மாதங்களுக்கு முன் டிசம்பர் 1966 இல் போல்ற் டிஸ்னி காலானார். 1967 இல் இப்பகுதி முற்றிலும் மாற்றியமைக்கப்பட்டு புதயிகாட்சிச்சாலைகள் அமைக்கப்பட்டன. முன்னேற்றக்கூடம், உள்ளரங்க விண்வெளிப்பயணம், வட்டப்பார்வை அரங்கம், சந்திரமண்டலப் பிராயணம், மக்களை ஏற்றிச் செல்லும் ஊர்தி ஆயன புதிதாகச் சேர்க்கப்பட்டன. பின்னையது 1973 இல் மாற்றமடையத் தொடங்கியது.

1974, அமெரிக்காவின் இரு நூற்றாண்டுக் கொண்டாட்டங்கள் அண்மிப்பதைக் கருத்தில் கொண்டு டிஸ்னியின் வடிவமைப்போர், அங்கிருந்தகூடார அரங்கில் 114 உயிரூட்டப்பட்ட விலங்குப் பொம்மைகளை வைத்து "அமெரிக்கா பாடுகிறது' என்ற பாடல் கலைநிகழ்ச்சியை உருவாக்கினர். சந்திரப் பயணத்தை மாற்றி செவ்வாய்ப் பயணம் என்பதை உருவாக்கினர். இதன் பின்னர் உண்மையான செவ்வாய்ப்பபணம் நாசாவால் மேற்கொள்ளப்பட்டது.

1975. டிஸ்னி தீர்மானித்திருந்த ' விண்வெளித் துறைமுக வேலைகள் ஆரம்பமாகின. இத்திட்டம் 1977 இல் 'விண்வெளிமலை' என்ற பெயருடன் திறந்து வைக்கப்பட்டது. அதே வருடம் அதிவேகச் சுரங்கப்பாதையும் கட்டப்பட்டது. 1984 இல் வட்டப்பார்வை அரங்கில் அழகான அமெரிக்கா" என்ற படத்துக்குப் பதிலாக "அமெரிக்கப் பயணங்கள்' என்ற படம் காட்டத் தொடங்கினர். இரண்டு வருடங்களின் பின் "நட்சத்திரப் பயணங்கள்' கப்டன் E.O என்ற இரு புதிய நிகழ்ச்சிகள் சேர்க்கப்பட்டன. 1990 ஆம் ஆண்டின் பிற்பகுதியில் "நாளைய நிலப்பகுதியில் மேல்தளை உணவுச்சாலை திறக்கப்பட்டது இது தென்கலிபோனியப் பதின்மவயதினரைக் கவர்ந்த ஓர் இடமாக மாறியது. வார இறுதி நாட்களில் இவர்கள் கூட்டங் கூட்டமாக இங்கு வரத் தொடங்கினர். இதனால் பல அசம்பாவிதங்களும் ஏற்பட்டன. வன்முறைக் குழுக்களும் தலைகாட்டத் தொடங்கின 1998 இல் இவ்விடம் மறு சீரமைப்புக்காகத் தற்காலிகமாக மூடப்பட்டது.

நாளைய நிலப்பகுதி 1998

இது 1998 இல் மீண்டும் திறக்கப்பட்டது. பொன்னிறம், கடுங்கபிலம், வெண்கலம் ஆகிய நிறங்களால் காட்சிச்சாலைகள் நிறம் பூசப்பட்டு புதுப்பொலிவுடன் காட்சியளித்தன. "றொக்கஸ் றெட் என்ற வேகவண்டி புதிதாகச் சேர்க்கப்பட்டது. மூன்றாண்டுகளின் பின் தொழிநுட்பக்கோளாறினால் அரங்கம், கப்டன் E.O செவ்வாய்ப் பயணம் ஆயனவும் அகற்றப்பட்டன. செவ்வாய் பயணம் இருந்த இடத்தில் ஒரு புதிய உணவுச்சாலை அமைக்கப்பட்டது. அமெரிக்கா பாடுகிறது' என்ற காலை நிகழ்ச்சி "இன்னோவென்ஷன்ஸ்' என்ற புதிய கலைநுட்ப நிகழ்ச்சியாக மாற்றியமைக்கப்பட்டது.

இன்றைய நிலை

2003 இல் மற் ஓய்மெற் என்பவர் டிஸ்னி உலகின் தலைவராக பதவியேற்றுப் பல வருவாய் குறைவான காட்சிச் சாலைகளை மூடியும், மாற்றியும் அமைத்தார். விண்வெளி மலை இரு ஆண்டுகளுக்கு மூடப்பட்டுத் திருத்தியமைக்கப்பட்டது. பெப்ரவரி 2005 இல் 50 ஆம் ஆண்டுக் கொண்டாட்டங்களுக்காக இந்நிலப்பகுதி முழுவதும், நீலம், வெள்ளை, வெள்ளி ஆகிய நிறங்களால் பூசப்பட்டது. 2007 இல் நீர் மூழ்கிக் கப்பல் பிரயாணம் நீமோவைத் தேடும் பிரயாணமெனப் பெயரிடப்பட்டது.

2007இல் டிஸ்னி நிலப்பகுதியிலிருந்த தொடர் வண்டிகள் (Monorails) புதிய வண்டிகளால் மாற்றீடு செய்யப்பட்டன. ஜனவரி 2010 இல் கப்டன் 14%. கூடம் மீண்டும் திறக்கப்பட்டு மைக்கல் ஜக்சனின் 3டி படம் காண்பிக்கப்படுகிறது. இவ்வாறு பல கேளிக்கை, விநோதம், ஆச்சரியம், பிரமிப்பு, உவகை, திகில், பயம் என்ற பல்வேறு குணவியல்புகளை அனுபவிக்கும் ஓர் இடமாக டிஸ்னி உலகம், உலக மக்களை ஈர்த்த வண்ணமுள்ளது.

இவற்றைப் பார்த்து அனுபவிக்கக் குறைந்தது 10 நாட்களாவது தேவை.

முற்றும்

ஹவாய் தீவுகள்

ஹவாய் தீவுகள் – 1 சுற்றுலாப் பயணிகளின் சொர்க்கம்

அண்மையில் ஒன்ரா ரியோ முதியோர் மன்ற உறுப்பினர்களுடன் நானும் இத்தீவுகளுக்குப் போய் வந்தேன். ஒரு வாரகால இடைவெளியில் மூன்று தீவுகளைப் பார்க்கும் சந்தர்ப்பம் எங்களுக்கு கிடைத்தது. அந்த அனுபவங்களைப் பற்றிப் பார்பதற்கு முன்னர் இந்தத் தீவுகளைப் பற்றி அறிந்து கொள்வது நல்லது.

ஹவாய் தீவுகள் 8 பெரிய தீவுகளையும், பல பவழத்தீவுபாறைகளையும், பல குறுந்தீவுகளையும், கடலுக்கடியிலுள்ள குன்றுகளையும் கொண்ட, பசுபிக்மாசமுத்திரத்தில் காணப்படும் தீவுக்கூட்டங்களாகும். இத்தீவுகள் ஏறக்குறைய 1500 மைல்களுக்கு நீண்டு காணப்படுகின்றன. இவையாவும் இங்குள்ள பெரிய தீவான ஹவாய்த் தீவின் பெயரால் அழைக்கப்படுகின்றன. ஹவாய் தீவுகள் யாவும் அமெரிக்காவின் 50வது மாகாணமாகச் சேர்க்கப்பட்டிருந்தன. முன்பு இவை சாண்ட்விச் தீவுகளென கப்டன் குக் என்பவரால் பெயரிடப்பட்டிருந்தன. இத்தீவுகள் யாவும் பூமியின் மேற்பரப்பில் ஏரிமலைச் செயற்பாட்டினால், கடலுக்கடியில் தோன்றிய 'ஹவாயன் பேரரசின் குன்றுத் தொடரின்' வெளியில் காணப்படும் உச்சிகளாகும். இத்தீவுகள் அமெரிக்கக் கண்டத்திலிருந்து 1860 மைல் தூரத்தில் பசுபிக் சமுத்திரத்தில் அமைந்துள்ளன. இத்தீவுகள் யாவற்றினதும் மொத்தப்பரப்பளவு 6423.4 சதுர மைல்களாகும்.

இத்தீவுகளுள் மிகப் பெரிய தீவான ஹவாய் தீவுதான் வயதில் குறைந்தது. இது ஐந்து ஏரிமலைகளின் வெலிக்கிளம்பல்களினால் உண்டானது. இங்கு இன்னும் இதன் உச்சியிலிருந்து புகை வெளிவந்து கொண்டிருக்கின்றது. இதன் உயரம் கடல் மட்டத்திலிருந்து 2.5 மைல்களாகும்.

ஹவாய் தீவுகள் பற்றிய விபரம்

	தீவு	பரப்பளவு	2010சனத்தொகை	உயரந்தமலை	உயரம்
1.	ஹாவாய்	4028.0சதுரமைல்	185,079	மௌனாசீயா	13796அடி
2.	மெனமோய்	727.2 சதுரமைல்	144,444	ஹலோகலா	10023அடி
3.	ஓவாகு	596.7 சதுரமைல்	953,207	காலா	4003 அடி
4.	குவை	552.3 சதுரமைல்	66,921	கவாய்சினி	5423 அடி
5.	மொலோகை	260.0 சதுரமைல்	7345	கமாக்கு	4961 அடி
6.	லானாய்	140.5 சதுரமைல்	3135	லானைகலே	3366 அடி
7.	நீகௌ	69.5 சதுரமைல்	170	பனியென	1250 அடி
8.	ககுலாவி	44.6 சதுரமைல்	0	பூமௌலானுய	1483 அடி

இத்தீவுகள் அடிக்கடி சுனாமி அலைகளினால் தாக்கப்படுகின்றன. இந்த அலைகள் எங்காவது பூமி அதிர்ச்சி ஏற்பட்டால் கடலில் உருவாகும். இவை மணித்தியாலத்துக்கு 400-500 மைல்கள் வேகத்தில் பிரயாணஞ் செய்யும். இவை பல்லாயிரம் மைல்களுக்கு அப்பாலுள்ள கடற்பகுதிகளைத் தாக்கும். அண்மையில் சென்ற மாதம் நாங்கள் சென்றுவந்த அடுத்த நாள் சுனாமி தோன்றக் கூடுமென அபாயநிலை அறிவிக்கப்பட்டு, ஏறக்குறைய 10ஆயிரம் சுற்றுலாப் பயணிகள் உயரமான இடங்களுக்கு அழைத்துச் செல்லப்பட்டனர்.

இத்தீவுகளின் சீதோஷ்ண நிலைகள் உஷ்ணமண்டலப் பிரதேசங்களுக்குரியவை. எனினும் உயரத்துக்கும் காலநிலைக்கும் ஏற்ப இவை வேறுபடும். இத்தீவுகளின் வடகிழக்குப்பகுதிகள் காற்றிலிருந்து பெருமளவு மழைவீழ்ச்சியைப் பெறுகின்றன. தெற்கு, மேற்குப் பகுதிகள் பெரும்பாலும் வரட்சியாகவே இருக்கும். இது மே முதல் செப்ரெம்பர் வரை காணப்படும். ஒக்ரோபர் முதல் ஏப்ரல் வரை மழை அதிகமாக இருக்கும். வெப்ப காலங்களில் சூறாவளிகள் ஏற்படும்.

ரொறொன்ரோவிலிருந்து முதியோர் சங்க உறுப்பினர்கள் 60 பேருக்கு ஹவாய்க்குப் பயண ஏற்பாடுகள் தங்கும் விடுதிகள், போக்குவரத்து வசதிகள் யாவும் ஒரு பிரயாண முகவரால் ஒழுங்கு செய்யப்பட்டிருந்தன. ரொறொன்ரோவில் நண்பகல் விமானத்தில் பயணித்து 6 மணித்தியாலங்களின் பின் வன்கூவரை அடைந்தோம். பின்னர் அங்கிருந்து அமெரிக்க விமானமொன்றில் ஹவாயின் தலைநகர் ஹொனொலுலுவை இரவு 11 மணியளவில் சென்றடைந்தோம். எதிர்பார்த்த வண்ணம் அங்கே ஒரு பெண் வழிகாட்டியும் எங்களை ஏற்றிச் செல்வதற்கு பஸ்வண்டியும் தயாராக இருந்தன.

ஏறக்குறைய 30 நிமிடப் பிரயாணத்தின் பின் எமது ஹோட்டலை அடைந்தோம். அங்கே எமக்கு அறைகள் ஒழுங்கு செய்யப்பட்டிருந்ததால் யாவரும் எமது அறைத்திறப்புகளைப் பெற்றுக்கொண்டு இளைப்பாறச் சென்றோம்.

அடுத்தநாட் காலை அதே பெண்ணும் பஸ்வண்டியும் எல்லோரையும் ஏற்றிக் கொண்டு முக்கிய இடங்களைப் பார்ப்பதற்கு புறப்பட்டோம். எங்கும் ஒரே பச்சைப் பசேலென்று மரங்களும், பூ மரங்களும், தென்னை மரங்களும் நிறைந்து காணப்பட்டன. ஏராளமான உல்லாசப் பயணிகளும் பஸ்வண்டிகளும், அந்நகரம் எந்நேரமும் ஆரவாரமாகவே இருந்தது. இத்தீவின் முக்கிய வருமானம் சுற்றுலாப் பயணிகளால் கிடைக்கின்றது என்பது கூறாமலே விளங்கும். வழிநெடுகலும் இருக்கும் கட்டிடங்களையும் முக்கிய இடங்களையும் பற்றி வழிகாட்டியும் பஸ்சாரதியும் கூறிக் கொண்டே வந்தார்கள். எங்கள் பஸ்சாரதியும் ஒரு பெண். அவர் இத்தொழிலைப் பல ஆண்டுகளாகச் செய்து வந்ததால் இடங்களின் வரலாற்று முக்கியங்களையும் எடுத்துக் கூறிக் கொண்டே வந்தாள். நாங்கள் முதன் முதலில் சென்றது பேர்ள்துறை முகம் இந்நகரின் முக்கியமான ஒரு சுற்றுலாப் பயணிகளின் இடம். இதற்கு மிக முக்கிய வரலாற்றுப் பின்னணி உளது.

இங்கு அரிசோனா ஞாபகார்த்த மண்டபம் அமைக்கப்பட்டுள்ளது. இரண்டாம் உலக மகாயுத்தத்தின் போது 1941 டிசம்பர் 7 ஆம் நாள் ஜப்பானிய விமானங்கள் போர்ன்துறைமுகத்தில் நங்கூரமிடப்பட்டிருந்த போர்க்கப்பலான அரிசோனா மீது குண்டுகள் வீசித் தாக்கி அழித்தது. அதில் 1,102 மாலுமிகள் கொல்லப்பட்டனர. இதனால் அமெரிக்காவும் யுத்தத்தில் கலந்து கொள்ள வேண்டிய நிர்ப்பந்தம் ஏற்பட்டுவிட்டது. தாழ்ந்த கப்பலை அப்படியே கடலுக்குள் விட்டுவிட்டு அதற்கு மேலே அழகான மண்டபம் அமைக்கப்பட்டுள்ளது. இங்கு வருடாந்தம் ஒரு மில்லியன் பார்வையாளர்கள் வருகிறார்கள்.

ஒவ்வொரு குழுவுக்கும் ஒரு குறிக்கப்பட்ட நேரம் கொடுக்கப்படும். நுழைவுக் கட்டணமாக $12 வாங்குகிறார்கள். மண்டபத்துக்குச் செல்வதற்கு இரு இயந்திரப்படகுகள் சேவையிலுள்ளன. பார்வையாளருக்கு அன்று நடந்த சம்பவத்தை விளக்குவதற்கு ஒரு மாலுமி சேவையாற்றுகிறாள். இறந்தோரின் பெயர்ப் பட்டியல் அங்குள்ள சுவரில் எழுதப்பட்டுள்ளது. சிறந்த மாலுமிகளின் உடல்கள் கூட அப்படியே கப்பலுக்குள்ளேயே விடப்பட்டுள்ளன. இந்த மண்டபத்தை வடிவமைத்தவர் அல்பிறெட் பிறெய்ஸ் என்ற கட்டிடக்கலைஞர். இது 184 அடி நீளமானது. அதன் இருமுனைகளிலும் உயரமான பகுதிகளையும் நடுவில் தாள்வான பகுதியையும் கொண்டுள்ளது. கப்பலின் புகை போக்கியும் அதன் சில

பகுதிகளும் துருப்பிடித்துப் பாசிகள் படர்ந்திருப்பதைக் காணக்கூடியதாய் உளது. இம்மண்டபம் 1980 இல் பார்வையாளர்களுக்குத் திறந்து வைக்கப்பட்டது. இத்தாக்குதலில் 30 மாலுமிகள் மட்டுமே உயிர்பிழைத்தனர் என்பது கவனத்திற்குரியது. மேலும் இந்த மண்டபத்தைப் பார்வையிடுவதற்கு முன்னர் பார்வையாளர் யாவருக்கும் 23 நிமிட விவரணப்படம் ஒன்று காண்பிக்கப்படுகிறது. இது அன்று நடந்த தாக்குதலின் போது நடைபெற்ற சம்பவங்களை தத்ரூபமாக எடுத்துக் காட்டுகின்றது. அப்போது எடுக்கப்பட்ட கறுப்பு வெள்ளைப் படங்களோடு மேலும் சில விவரணப் படங்களும் சேர்க்கப்பட்டு மிக அருமையாகப் படமாக்கி இருக்கிறார்கள். ஹொனொலுலுவுக்குப் போகிறவர்கள் கட்டாயம் பார்க்க வேண்டிய இடமிது.

அடுத்து நாங்கள் எம்மா அரசியின் மாளிகைக்குச் சென்றோம். இது நகரத்தின் மத்தியபகுதியிலுள்ள மலைப்பகுதியில் கட்டப்பட்டுள்ளது. இது அரசியின் கோடை கால வசிப்பிடமாக இருந்தது. இங்கே அரசியும் அரசன் கமெஹாமெஹாவும் அவர்களது மகன் இளவரசர் அல்பேட் எட்வேட்டும் 1857 முதல் 1885 வரை வந்து தங்குவது வழக்கம். தற்போது இது வரலாற்றுப் பாதுகாப்பிடமாகவும் அருங்காட்சியகமாகவும் திகழ்கிறது. காலையில் 9 மணி முதல் பி.ப 4 மணிவரை இது பார்வையாளர்களுக்காகத் திறந்து வைக்கப்படுகிறது.

1848 இல் இந்த மாளிகையின் அடிப்படைச் சட்ட வேலைகள் கொண்டு வரப்பட்டன. ஜோன் லூயிஸ் என்பவர் ஹவாய் அரசிடமிருந்து இதன் காணியை விலைக்கு வாங்கி இந்த மாளிகையை 1850 இல் கட்டி முடித்தார். இதை ஜோன் யங் என்பவர் ஏலத்தில் வாங்கினார். 1857 இல் அவர் தனது மருமகளான அரசி எம்மாவுக்கு அன்பளிப்பாகக் கொடுத்தார். அதன் பின்னர் ஹவாய் அரசாங்கம் இதனை வாங்கியது. இவ்விடத்தில் ஒரு பேஸ்போல் விளையாட்டு மைதானம் அமைக்கும் நோக்கத்தைக் கேள்விப்பட்டு ஹவாயின் புத்திரிகள் என்ற அமைப்பு இம்மாளிகையைப் பாதுகாக்கும் நோக்குடன் அரசாங்கத்திடமிருந்து வாங்கியது. இந்த மாளிகையைச் சுற்றிலும் அழகான பூ மரங்களும் காணப்படுகின்றன. உள்ளே அரச குடும்பத்தினர் பாவித்த பலபொருட்கள் அப்படியே வைக்கப்பட்டுள்ளன. படுக்கையறையில் அவர்களது பெரிய கட்டில், குழந்தையின் தொட்டில், அக்காலத்து மர அலுமாரிகள், நாற்காலிகள், விக்டோரியா மகாராணியின் பரிசுப் பொருள்கள், எம்மா 1865 இல் பிரான்சுக்குச் சென்றபோது நெப்போலியன் ||| கொடுத்த ஸ்லைட் புரொட்ஜெக்டர் (Slide Projector) அரச குடும்பத்தினரின் தனிப் படங்களும் குழுப்படங்களும் சுவரில் தொங்க விடப்பட்டுள்ளன. தரையில் புல்லினால் பின்னப்பட்ட பாய்கள்

காணப்படுகின்றன. இவை பனையோலைப் பாய்களை எமக்கு நினைவுபடுத்தின. அரசி எம்மா ஒரு சிறந்தபாடகி என்றும் பியானோ வாசிப்பார் என்றும் எங்களுக்கு வழிகாட்டிய பெண் கூறினார். மாளிகைக்குச் சிறுதூரத்தில் அரசியினால் கட்டப்பட்ட ஒரு அழகான கிறிஸ்தவக்கோயில் இருப்பதாகவும் அப்பெண் கூறினாள். மாளிகையின் பின்புறத்தில் ஒரு பெரிய மரமொன்றிருந்தது. அதன் அடிப்பாகத்தைக் கட்டிப் பிடிப்பதற்கு ஐந்து பேர் தேவைப்பட்டது. அது 300 ஆண்டுகளுக்கு மேற்பட்டதாயிருக்குமென நாம் பேசிக் கொண்டோம். அதன் அடியிலிருந்து எமது குழுவினர் படம் பிடித்துக் கொண்டனர்.

அங்கிருந்து வரும் வழியில் பாலி நோக்கிடம் ஒன்றுக்குச் சென்றோம். அதாவது எரிமலை பல்வேறு வடிவங்களில் வெளிவந்து மலைத்தொடர்களுக்கு மத்தியில் ஒரு பள்ளத்தாக்கையும் கொண்டிருந்தது. அப்பள்ளதாக்கில் வளர்ந்திருந்த மரங்களும் செடிகளும் வித்தியாசமானவையாகவும் அழகான ஒரு காட்சிப் பொருட்களாகவும் அமைந்திருந்தன. இவ்வாறு பல இயற்கைக் காட்சிகளை இத்தீவில் நாம் பார்த்து மகிழ்ந்தோம்.

ஹவாய் தீவுகள் – 2 சுற்றுலாப் பயணிகளின் சொர்க்கம்

முதல் நாள் பிற்பகல் நாமெல்லோரும் நெருப்பு நடனம் அல்லது ஜெர்மெயின் விருந்து என்ற நிகழ்ச்சிக்குச் சென்றோம். ஹானொலுலூருவுக்குப் போகும் சுற்றுலாப் பயணிகள் யாவரும் செல்லும் ஒரு முக்கிய விருந்தாகக் கருதப்படுகிறது. இதனை 'லுவாவு' என ஹவாய்மொழியில் அழைக்கிறார்கள். இதன் அர்த்தம் விருந்து அல்லது கொண்டாட்டம் ஆகும். இது முதன் முதலில் 1970 இல் ஆரம்பிக்கப்பட்டது. இது பாபர் வெளிச்ச வீட்டுக்கு அண்மையிலுள்ள கடற்கரையில் அமைக்கப்பட்டுள்ளது. இங்கே ஹவாய் நாட்டின் கலாச்சார நடனங்களையும் உணவையும் சுற்றுலாப்பயணிகள் கண்டும், உண்டும் கழிக்க வசதிகள் செய்யப்பட்டுள்ளன.

நாங்கள் தங்கியிருந்த ஹோட்டலுக்கு பிற்பகல் 5 மணியளவில் ஒரு பஸ் வந்து எங்கள் யாவரையும் அவ்விடத்துக்கு அழைத்துச் சென்றது. நுழைவுக் கட்டணமாக பஸ் பிரயாணம் உட்பட $53 வாங்குகிறார்கள். பஸ் பிரயாணம் ஏறக்குறைய ஒரு மணித்தியாலத்துக்கு மேல் செல்லும். இவ்விடம் நகரிலிருந்து கிராமப் பகுதிக்குச் செல்லும் வீதியில் சென்று ஒரு கடற்கரையின் அருகே அமைத்திருக்கிறார்கள். வழியிலுள்ள முக்கிய இடங்களை விபரிப்பதற்காக ஒரு வழிகாட்டிப் பெண்ணும் எங்களோடு பஸ்சில் பிரயாணஞ் செய்தார். பெரும்பாலும் வழிகாட்டிகளாகப் பணியாற்றுபவர்கள் பல்கலைக்கழக மாணவர்களே. நாங்கள் பஸ்சிலிருந்து இறங்கியவுடன் யாவருக்கும் சோகிகளால் செய்யப்பட்ட மாலைகளைத் தந்தார்கள். அங்கு ஒரு குடிசையில் திறந்த வெளி மேடை ஒன்று அமைக்கப்பட்டிருந்தது. அதற்கு எதிரில் இன்னுமொரு கட்டிடத்தில் குளிர்பானங்களும் மதுபானங்களும் வழங்கிக் கொண்டிருந்தார்கள். இந்த இரு கட்டிடங்களுக்குமிடையிலிருந்த மணற் பரப்பின் மேல் வரிசையாக மேசைகளும் வாங்குகளும் அடுக்கி வைக்கப்பட்டிருந்தன. அன்று சுற்றுலாப் பயணிகள் பெருமளவில் அங்கு கூடியிருந்தனர். ஏறக்குறைய முந்நூறு பேரளவில் இருந்திருப்பார்கள். ஒவ்வொருவருக்கும் இரண்டு சீட்டுக்கள் கொடுத்தனர். அதைக் கொடுத்து நீங்கள் விரும்பிய பானத்தை இலவசமாய் பெற்றுக்கொள்ளலாம். எங்களை வரவேற்பதற்கு அழகிய இளம் பெண்கள் அரைகுறை ஆடையில் ஆங்காங்கே நின்று கொண்டிருந்தனர். இவர்கள் பின்னர் மேடையில் ஏறி ஹவாய் தீவுகளின் வெள;வேறு தேசிய நடனங்களை ஆடினர். குறிப்பாக இடுப்பை வேகமாக ஆட்டி ஆடுவது பெரும்பாலும் எல்லா நடனங்களிலும் சிறப்பம்சமாக இருந்தது. அரையில்

சிறு துண்டைக் கட்டிக் கொண்டு அதற்குமேல் இலைகுழைகளோடு சிலர் நடனமாடினர். எங்களுக்கு ஒதுக்கப்பட்ட மேசைகளில் அன்னாசிப் பழங்கள் சிறு துண்டுகளாக நறுக்கி வைக்கப்பட்டிருந்தன. அவை நல்ல ருசியாக இருந்தன என்று சொல்லவும் வேண்டுமா? முன்பெல்லாம் ஹாவாய் தீவுகள் அன்னாசிப்பழத்துக்குப் பெயர் போனவை. ஆனால் தற்போது அன்னாசிப்பழச் செய்கை செலவு மிக்கது என கைவிடப்படடு விட்டது. பிலிப்பீன்ஸ் போன்ற வேறு நாடுகள் மலிவாக அவற்றைப் பயிரிட்டு வெளியேற்றுவதால் இத்தீவுகளில் பயிர்ச் செய்கை கைவிடப்பட்டு விட்டது.

இங்கு நடைபெற்ற நடனங்களை ஹாலா நடனம் என அழைக்கிறார்கள். ஒவ்வொரு தீவுக்கும் ஒரு சிறப்பான நடனம் இருக்கிறது. இத்துடன் பீஜி ராஹிற்றி (Tahiti) சமோவா போன்ற பிற பசுபிக்குத் தீவுகளின் நடனங்களும் ஆடப்பட்டன. ஆண்களும் பெண்களும் அரைகுறை ஆடையில் ஆடிய நடனங்களை யாவரும் கைதட்டி ஆரவாரித்துக் கண்டு கழித்தனர். ஒவ்வொரு நடனமும் ஆரம்பிக்க முன்னர் அதைப்பற்றி ஆங்கிலத்தில் ஒரு பெண்ணும் ஒரு ஆணும் விபரித்தனர். ஹாவாயில் எங்கு சென்றாலும் நாம் வணக்கம் சொல்வது போன்று 'அலோஹா' எனக் கூறி வரவேற்கதிறார்கள். அன்றைய நடனங்களின் போதும் ரசிகர்களை உற்சாகப்படுத்துவதற்காக அடிக்கடி 'அலோஹா' என அறிவிப்பாளர் கூறிக் கொண்டிருந்தார். நடனங்கள் நடைபெற்றுக் கொண்டிருந்தபோது மேடையின் பிற்பகுதியில் மேளமடிப்பவர்களும் வெள;வேறு தேசிய வாத்தியக்காரரும் அமர்ந்து இசைக் கருவிகளை வாசித்துக் கொண்டிருந்தனர். நாகரிக உலகின் முன்னேற்றத்தினால் பண்டைய கலைகள் அழியாமல் பாதுகாக்கப்படும் இம்முயற்சி பாராட்டுக்குரியதே. எமது தாயகத்திலும் இவ்வாறான கலைகளைப் பிற நாட்டவருக்கு அறிமுகஞ் செய்து வைக்கும் முயற்சிகள் மேற்கொள்ளப்பட வேண்டும். அருமையான இயற்கைக் காட்சிகள் நிறைந்த இடங்கள் எம்மிடம் நிறையவே உள்ளன.

அடுத்து இங்கே ஹாவாய் நாட்டுத் தெய்வங்களுக்கு காணிக்கையாகச் செலுத்தப்படும் 'கலுவா பண்டி' (kalua pig) தயாரிக்கும் முறையைச் செய்து காண்பித்தனர். காட்டுப்பண்டியைக் கொன்று அதன் குடலை வெளியே எடுத்து விட்டு அதற்குள் பலசரக்குப் பொருட்களை வைத்து மூடிவிட்டு, ஒரு கம்பி வலையின் மீது அதை வைத்து அப்படியே மண்ணுக்குள் புதைத்து விட்டு மேலே விறகுகளை மூட்டி விடுகிறார்கள். இரண்டு மூன்று மணித்தியாலங்களின் பின் எரிந்த சாம்பலையும் மேலுள்ள மண்ணையையும் அகற்றி விட்டு கிடங்கிலிருந்து

அப்பண்டியின் உடலை கம்பியைப் பிடித்து வெளியே தூக்கி எடுத்தனர் இரு பலசாலிகள். நாமெல்லோரும் பண்டியின் உடலை வெளியே எடுத்தபோது பார்த்துக் கொண்டிருந்தோம். திருவிழாக்களிலும் பண்டிகைகளின் போதும் இவ்வாறு பண்டிகள் தயாரிக்கப்படுகின்றன. வெளியே எடுத்த பண்டியின் உடல் நன்கு வெந்து தசைகள் தோலைவிட்டு கழன்று இருந்தன. எலும்புகளும் தனியாக இருந்தன. தசைகளை ஒரு பாத்திரத்தில் எடுத்துச் சேர்த்தனர்.

அதன் பின்னர் யாவருக்கும் விருந்தளிக்கப்பட்டது. உணவு வகைகள் மேசைகள் மீது அழகாக அடுக்கி வைக்கப்பட்டிருந்தன. பெயர் பலகைகளும் அவற்றுக்கு மேலே தொங்கிக் கொண்டிருந்தன. தேசிய உணவுகளும் மேலைத்தேய உணவுகளும் வைக்கப்பட்டிருந்தன. கேசிய உணவில் 'போய்' என்ற ஒரு கிழங்கு சிறப்பான நாளாந்த உணவு எனக் கூறப்பட்டது. அதன் நிறம் இராச வள்ளிக்கிழங்கை நினைவு படுத்தியது. சீனி சேர்க்கப்படாததால் சாடையான புளிப்பும் இனிப்பும் கலந்ததாய் இருந்தது. மரக்கறி உணவுகள் குறைவாயிருந்தன. ஆனால் மாமிச கடலுணவுகள் வகைவகையாக இருந்தன.

சாப்பாட்டின் பின்னரும் சில நடனங்கள் இடம் பெற்றன. பார்வையாளரையும் மேடைக்கழைத்து நடனத்தைப் பழக்கினார்கள். கோப்பி, தேநீர், குளிர்பானங்கள் தாராளமாகப் பரிமாறப்பட்டன. மொத்தத்தில் இது ஒரு புதிய அனுபவமாக இருந்தது. இரவு பத்து மணிக்குமேல் ஹோட்டலுக்கு வந்தோம். அடுத்த நாள் காலை அத்தீவிலுள்ள சுற்றுலாப் பயணிகள் அதிகமாகச் செல்லும் இடங்களைப் பார்ப்பதற்கு பஸ்சில் புறப்பட்டோம். எங்கும் பச்சைப் பசேலென்று தாயகத்தில் காணப்படும் தென்னை, சிதம்பரத்தை, வாழை, குரோட்டன், கடதாசிப் பூ மணிவாழை போன்ற மரங்கள் வழிநெடுகலும் நிறைந்திருந்தன. வானளவிய கட்டிடங்களைச் சுற்றி அழகான பூந்தோட்டங்கள் காட்சியளித்தன. நாங்கள் சென்ற போது காலநிலையும் சிறப்பாக இருந்தது. பெரும்பாலும் அங்கு மழைக் காலமாக இருந்தபோதும் வெயில் நன்கு எறித்தும் இடைக்கிடை மப்பும் மந்தாரமாகவும் இருந்தது. மனதுக்கு நிறைவைத் தந்தது. பசுபிக்மாகாண சமுத்திரத்தில் கிளம்பிய தீவாதலின் மலைகளுக்கு அருகிலேயே கடற்கரையும் காணப்பட்டது. கடல்மேற்பரப்பு நீலநிறமாகக் காட்சியளித்தது. முதலில் ஒரு வளைகுடாப் பிதேசத்தைச் சென்று பார்த்தோம். கரையில் கற்பாறைகள் நிறைந்திருந்ததால் இது குளிப்பதற்கு ஏற்ற இடமாக இருக்கவில்லை. ஆனால் இயற்கையின் வனப்பை யாவரும் கண்டு களித்தோம்.

அங்கிருந்து பியோடா கோவில் எனப்படும் புத்த கோவிலுக்குச் சென்றோம். இது 200 அடி உயரமான கூலாவு மலையடிப் பள்ளத்தாக்கில் கட்டப்பட்டுள்ளது. இது ஹவாய் தீவிலுள்ள கரும்புத் தோட்டங்களில் வேலைக்கு வந்த ஜப்பானியர்களால் 100 ஆம் ஆண்டு நினைவாக 1960 இல் கட்டப்பட்டது. இது 750 ஆண்டு பழமை வாய்ந்த ஜப்பனிலுள்ள உஜி என்னுமிடத்திலுள்ள கோவிலின் மாதிரியைப் பின்பற்றிக் கட்டப்பட்டுள்ளது. அழகான மரவேலைப் பாடுகளையும், ஜப்பானிய கட்டிடக் கலைவண்ணத்தையும் காட்டும் வண்ணக் கோவிலாகக் காட்சியளிக்கிறது. இதன் சுற்றாடல் மிகவும் நன்கு அழகிய பூமரங்களாலும் பிறவண்ணச் செடிகளாலும் அலங்கரிக்கப்பட்டு நன்கு பராமரிக்கப்படுகிறது. ஜப்பானியரின் தோட்டக்கலைக்கு இது சிறந்த உதாரணமாகத் திகழ்கிறது. கோவிலுக்குப் போவதற்கு ஒரு அழகான மரப்பாலத்தைக் கடந்து செல்ல வேண்டும். கோவிலைச் சுற்றி நீரோடை அமைத்துள்ளார்கள். அங்கே பலவண்ண மீன்களைக் காணக்கூடியதாய் இருந்தது. இவை நிறையக் காணப்படுகின்றன. இவற்றை எவரும் பிடிக்க முடியாது. அத்துடன் வாத்து, குருவி போன்ற பல பறவையினங்களும் இங்கே அதிகளவில் காணப்படுகின்றன. கோவிலின் இடது பக்கத்தில் ஒரு பெரிய மணி காணப்படுகிறது. இதற்குத் தனியாக ஒரு சிறிய கோபுரம் அமைத்திருக்கிறார்கள். மணிக்கு அருகில் பெரிய மரக்குத்தி தொங்குகின்றது. இதனை ஓங்கி அசைத்து மணியை அடிக்கலாம். இந்த மணியின் ஓசை அங்குள்ள சுற்று வட்டாரங்களில் கேட்கும். இதனைச் சமாதான மணி என அழைக்கிறார்கள். இச்சமாதான மணிக்கு அருகில் தியான மண்டபம் உள்ளது. இக்கோவிலின் சுற்றாடலும் அமைதியும் அழகும் மனுக்கு நிம்மதியைத் தருகின்றன. கோவிலின் உள்ளே விசாலமான மண்டபத்தில் அமர்ந்த நிலையிலுள்ள பொன்னிறமான புத்தர்சிலை ஒன்று உள்ளது. இங்கு மதவேறுபாடின்றி யாவரும் சென்று வழிபடலாம். பாதணிகள் அணிந்து உள்ளே செல்வதற்கு அனுமதி கிடையாது. கோவிலின் உள்ளேயும் வெளியேயும் அமைதியான சூழல் நிலவுகிறது கோவிலின் வலது பக்கத்தில் பரிசுப் பொருட்கள் விற்கும் கடையொன்றுள்ளது. இதனை ஒரு ஜப்பானியத் தம்பதியர் நடத்துகின்றார்கள். இங்கு ஜப்பானிய, சீன கைவேலைபாட்டுப் பொருட்களை வாங்கலாம். இது கட்டாயம் பார்க்க வேண்டிய ஓரிடம்.

ஹவாய் தீவுகள் - 3 சுற்றுலாப் பயணிகளின் சொர்க்கம்

கோவிலிலிருந்து வைமியாய் பள்ளத்தாக்கு எனப்படும் இடத்தைச் சென்று பார்த்தோம். அங்கு பூமிக்கடியிலுள்ள எரிமலைக் குழம்பின் அசைவின் காரணமாக சிறு சிறு குன்றுகளும் அவற்றுக்கிடையேயுள்ள பள்ளத்தாக்குகளும் ஒரிடத்தில்  அமைந்திருந்தன. இவ்வாறான குன்றுகளும் பள்ளத்தாக்குகளும் ஒரே இடத்தில் காணப்படுவது மிகவும் அருமை. இதனால் இவ்விடத்துக்கு நாள்தோறும் ஏராளமான சுற்றுலாப்பயணிகள் வருகிறார்கள். நாங்கள் இக்காட்சிகளை 8800 அடி உயரத்திலிருந்து பார்த்து இரசித்தோம். கீழே உள்ள இடங்களை இணைப்பதற்கு வீதிகள் அமைத்திருந்தார்கள். நாங்கள் உச்சியிலிருந்து பார்த்த இடத்திற்கு வருவதற்கு மலை அருகுகளை உடைத்தும் வெட்டியும் வீதிகள் சுழன்றும் வளைத்தும் அமைக்கப்பட்டிருந்தன. இவ்வீதிகளை 1897 இல் அமைக்க ஆரம்பித்து 1898 இல் முடித்ததாக அங்கிருந்த ஒரு பலகை இடத்தை 'நூவாமிப் பாலு' என அழைக்கிறார்கள். நாங்கள் பஸ்ஸில் மேல் நோக்கிச் சென்ற போது மண்ணின் நிறம் செம்மண்ணாகவும், சில இடங்கள் காய்ந்து போன புற்றரைகளைக் கொண்டனவாகவும் சில இடங்கள் பச்சைப் பசேலென மரங்கள் நிறைந்த பகுதிகளாகவும் காட்சியளித்தன. அதாவது மலைப்பகுதிகளில் காற்று வீசும் பக்கம் மழை நிறையப் பெய்வதால் மரங்களும் செடிகளும் செழித்து வளர்கின்றன. எதிர்ப்பகுதி மழை இன்மையால் வரண்டு காணப்படுகிறது. நாங்கள் மலையைச் சுற்றிச் சுற்றி ஏறியதால் இரு பகுதிகளையுங் காணக்கூடியதாய் இருந்தது. மலை அடிவாரத்தில் சில இடங்களில் கோப்பித் தோட்டங்கள் வீதியின் இருமருங்கிலும் காணப்பட்டன. அந்நாட்களில் கரும்புத் தோட்டங்களும் அன்னாசித் தோட்டங்களும் இத்தீவுகளில் பெருமளவு காணப்பட்டன என்றும், தற்போது பிலிப்பைன்ஸ் தீவுகளில் அன்னாசித் தோட்டங்களும், கரபியன் தீவுகளில் கரும்புத் தோட்டங்களும், பெருமளவில் இருப்பதால், அவற்றுடன் போட்டி போட முடியாமல், அப்பயிர்கள் கைவிடப்பட்டன என்றும் பஸ்சாரதி என்னிடம் கூறினார். கோப்பித் தோட்டங்கள் கூட இப்போது குறைந்து கொண்டே போவதாகவும் அவர் கூறினார். ஹவாய் தீவுகளின் பிரதான வருமானம் சுற்றுலாப் பயணிகளால்

கிடைப்பதால் பயிர்ச்செய்கையில் அதிகம் நாட்டஞ் செலுத்தப்படுவதில்லை எனவும் அறிந்தேன்.

மலை உச்சியிலிருந்து இறங்கி வந்து இத்தீவின் மறு புறத்துக் கூடாகச் சென்றோம். அங்கே கரிய கற்பாறைகளும் மணலும் கடற்கரைக்கருகில் கிடப்பதைக் கண்டோம். கடற்கரை கரிய நிறமாகக் காட்சியளித்தது. இது கருங் கடற்கரை என்;றே அழைக்கப்படுகிறது. பூமிக்கடியிலிருந்து வெளிவந்த தீக்குழம்பு இறுகிய பாறைகளாகவும் பின்னால் மணலாகவும் மாறியிருக்கிறது. பல்லாயிரம் வருடங்கள் சென்ற பின்னும் அவை நிறம் மாறாமல் காட்சியளிக்;கின்றன. இவ்வாறான கருங்கடற்கரையை வேறிடங்களில் காணமுடியாது. இதனால் இங்கு பல சுற்றுலாப் பயணிகள் வருகிறார்கள். வழியில் கோப்பிப் பயிர்ச்செய்கையில் ஈடுபடும் ஒரு பண்ணைக்குப் போனோம். இங்கே பண்ணையில் பயிரிடப்படும் கோப்பி, மலை வாழைப்பழம், அன்னாசி, மக்கடமியா பருப்பு முதலியவற்றுக்கும் கடையொன்று உளது. நமது தாயகத்தில் மலை நாட்டில் அதாவது கண்டி கம்பளை போன்ற பகுதிகளில் காணப்படும் பச்சை வாழைமரங்கள் இங்கு அதிகங் காணப்பட்டன. மேலும் இங்கே வளரும் கோப்பிச் செடிகளிலிருந்து 'கோனா' கோப்பித் தூள் தயாரிக்கிறார்கள். அங்கு வந்தவர்களுக்கு அக்கோப்பியை இலவசமாகக் குடிப்பதற்குக் கொடுக்கிறார்கள். இதனால் விற்பனை நன்கு நடைபெறுகிறது. இன்னுமொரு சிறப்பான பொருள் மக்கடமியாய் பருப்பு. இது பெரிய மரங்களில் கிடைக்கும் பழங்களின் விதையிலிருந்து பெறப்படுகிறது. கஜூ மரத்தைப் போன்றே இவையும் காட்சியளிக்கின்றன. ஆனால் மிகவும் உயர்ந்து வளர்ந்திருக்கின்றன. இந்த விதைகள் கஜூவைக் காட்டிலும் விலை கூடியனவாயும் மிகுந்த சுவையுள்ளனவாயும் உள்ளன. நாம் சென்ற இப்பண்ணையில் இந்த விதைகளைத் தோல் நீக்கி, இனிப்பு, கொக்கோ முதலியனவற்றோடு கலந்தும், சிலவற்றை உப்பு, உறைப்புப் போட்டும் வெள;வேறு சுவைகளில் தயாரித்து சிறுசிறு பக்கற்றுகளில் அடைத்து வெளி நாடுகளுக்கு அனுப்புகிறார்கள். தகர டப்பாக்களிலும் இவை விற்கப்படுகின்றன. பிஸ்ராசியோ விதை, நிலக்கடலை (கச்சான்) விதை போன்று இவ்விதைகளும் இங்கு கிடைக்கின்றன. ஆனால் விலை கூடுதலாக இருக்கும். இந்தப் பண்ணைக் கடையில் பல்வேறு கற்களால் செய்யப்பட்ட மாலைகள், கைச்சங்கிலிகள் போன்றவையும் விற்கப்படுகின்றன. இவற்றுட் சில இயற்கையான நவரத்தின கற்கள் என்றும் விலை கூடியன என்றும் அறிந்தேன். விலை குறைந்த கற்களும் விற்கப்பட்டன. எம்முடன் வந்த சில பெண்மணிகள் அவை கனடாவைக் காட்டிலும் அங்கு மலிவாக இருப்பதாகக்

கூறிவாங்கினார்கள். சிறீலங்காவைப் போன்று இக்கற்களும் ஆற்றுப்படுக்கைகளிலிருந்து பெறப்படுவதாக அறிந்தேன்.

இங்கிருந்து வரும் வழியில் அரிய தாவரங்கள் நிறைந்த பூந்தோட்டத்துக்குப் போனோம். இது 1853 இல் இராணி கலாமா சிறிய நிலத்தை வில்லியம் ஹில்பிறாண்ட் என்ற ஒரு வைத்தியருக்கு குத்தகைக்கு கொடுத்தார். இக்கணியில் வைத்தியருக்கு குத்தகைக்கு கொடுத்தார். இக்காணியில் வைத்தியர் ஒரு வீட்டைக் கட்டியதுடன் பல தாவரங்களையும் வளர்த்தார். பின்னர் நகரசபை பிற தனியாட்களின் உதவியுடன் இப்பகுதியை 1315 ஏக்கராகக் காணிகளைச் சேர்த்து பெரிதாக்கினார். இத்தோட்டத்தில் பல உஷ்ணவலயத் தாவரங்களும், அருகிப் போனவையும் அருகிக் கொண்டு வருவனவாயும் உள்ள பல தாவரங்கள் உள்ளன. இங்குள்ள சில வாகை மரங்கள் 300 ஆண்டுகள் பழமையானவை என அறிந்தோம். இலங்கை பெரதெனியாத் தோட்டத்தைப் போன்று இங்கும் பல்வேறு வகையான ஒர்க்கிட் தாவரங்களும், ரோஜாப் பூ வகைகளும், பல்வேறு வகையான கற்றாழை, மா, பலா, வாழை போன்ற தாவரங்களும் ஏராளமாகக் காணப்படுகின்றன.

இவற்றையெல்லாம் பார்த்த பின் அன்று பிற்பகல் குவை ஆதீனம் அமைந்திருக்கும். குவைத் தீவுக்கு விமானத்தில் பயணமானோம்.

படங்கள்

1.மக்கடமியா மரம் - தாவரப் பெயர் மக்கடமியா இன்ரெக்றி போலியா (Macadamia Integrifolia). இது அவுஸ்திரேலியாவிலுள்ள குயீன்ஸ் லாண்டை பூர்வீகமாகக் கொண்டமரம். இதன் பூக்கள் வெள்ளை அல்லது வெண் சிவப்பு நிறமுள்ளவை. பழங்கள் வட்டமாக 2 முதல் 3.5 சென்.மீ விட்டமுள்ளவை. இதன் பருப்பு மிகவும் சுவையானது.

2.வைமியாப் பள்ளத்தாக்கிலுள்ள நீர்வீழ்ச்சி.

3.பொஸ்டரின் பூந்தோட்டம். இதில் அரிய பூத் தாவரங்கள் இருப்பதைக் கவனிக்கவும்.

4.வைமியாப்பள்ளத் தாக்கின் இன்னுமொரு காட்சி.

ஹவாய் தீவுகள் - 4 சுற்றுலாப் பயணிகளின் சொர்க்கம்

ஹவாய் ஹொனொலுலு விமான நிலையத்திலிருந்து ஏறக்குறைய 25 நிமிடங் களில் குவைத்தீவை அடைந்தோம். இது மிகவும் அழகான ஒரு தீவு. இதைப் பற்றி எனது முதல் கட்டு ரையில் விரிவாக எழுதியுள்ளேன். இத்தீவு ஒரு எரிமலை வெடித்துக் கிளம்பியதால் உருவானது.

இங்கு அதிகமழை பெய்வதால் எந்நேரமும் பச்சைப் பசேலென்று இருக்கும். அழகான பூமரங்களும் வானளாவிய பெரிய மரங்களும் இத்தீவு முழுவதிலும் நிறைந்திருக்கும். இத்தீவில் தான் குவை இந்து ஆதீனமும் கடவுள் கோவிலும் அமைந்துள்ளன. இத்தீவில் இது எவ்வாறு அமைக்கப்பட்டது என்பதற்கு ஒரு ஆச்சரியமான நிகழ்வு உளது.

ஈழத்துச் சித்தர் சிவயோக சுவாமிகளின் தலையாய சீடரான சிறீ சுப்பிரமணிய சுவாமிகள் அமெரிக்காவில் வாழ்ந்த போது ஒரு நாள் சிவபெருமான் கனவில் தோன்றி ஹவாயிலுள்ள குவைத் தீவில் எனது சிவலிங்கம் ஒன்றுள்ளது. அதைக் கண்டெடுத்து எனக்கொரு ஆயலம் அமைக்க வேண்டுமெனப் பணித்தார். அதை சிரமேற் கொண்டு அத்தீவுக்குச் சென்றார். இரண்டு நாட்களாகப் பல இடங்களுக்குச் சென்று தேடிப் பார்த்தனர். மூன்றாம் நாள் ஒரு மரத்தின கீழ் களைத்து ஒரு கல்லின் மீது அமர்ந்திருந்தபோது திடீரென அம் மரத்தில் இலைகள் சலசலத்தன. அப்போது காற்று எதுவும் வீசவில்லை. சுவாமிகளுக்கு ஒரு உள்ளுணர்வு ஏற்பட்டது. உடனே இவர்கள் எடுத்துச் சென்ற உலோகம் கண்டறி கருவியை (Metla detector) எடுத்து மரத்தின சுற்றாடலை வலம் வந்தார். ஓரிடத்தில் அக்கருவி சமிக்ஞை காட்டியது. அவ்விடத்தை தோண்டிப் பார்த்த போது அங்கொரு சுயம்புலிங்கம் பளிங்கினாலானது கண்டுபிடிக்கப்பட்டது. யாவரும் ஆச்சரியத்தால் பேச்சின்றி நின்றனர். அதைக் கவனமாகத் தோண்டி எடுத்து ஒரு பெட்டிக்குள் வைத்தனர். அந்த இடத்தில் கோவில் கட்டுவதற்கான ஆயத்தங்கள் செய்யும் பொருட்டு அக்காணியை வாங்குவதற்கு முயற்சித்தனர். விடயமறிந்த காணிச் சொந்தக்காரர் முதலில் அதை

விற்க மறுத்து விட்டார். அங்கு கோவில் கட்டுவதை அவர் விரும்பவில்லை. எனவே ஏமாற்றத்துடன் சிவலிங்கத்தையும் எடுத்துக் கொண்டு அமெரிக்கா திரும்பினார் சுவாமிகள்.

எனினும் அக்காணிக்காரருடன் தொலை பேசித் தொடர்புகளை வைத்திருந்தனர். எடுத்துச் சென்ற சிவலிங்கத்தை ஒரு தற்காலிக இடத்தை வாடகைக்கு எடுத்து நாளந்தம் பூசைகள் செய்து வந்தார். இவருக்கு உதவியாகச் சிலர் பணியாற்றினர். ஒரு நாள் எதிர்பாராத விதமாக காணிக்காரர் தொலைபேசியில் சுவாமிகளை விலை பேசுவதற்கு அழைத்தார். எனவே சுவாமிகள் அங்கு சென்று விலைபேசி முடித்தனர். எனினும் தற்போது அங்கு இருந்த விலையைக் காட்டிலும் சற்று அதிகமாகவே இருந்தது. அதன்பின் கோவில் கட்டுவதற்கு அங்குள்ள நகரசபையிடம் அனுமதி பெறுவதற்கு விண்ணப்பிக்கப்பட்டது. இந்துக் கோவில் கட்டுவதை அவர்கள் விரும்பவில்லை. எனினும் பல பிரயத்தனங்களின் பின் கட்டுமான வேலைகள் ஆரம்பிக்கப்பட்டு 1973 இல் கோவில் திறக்கப்பட்டது. முதலில் 3 அடியும் 700 இறாத்தல் நிறையுங் கொண்ட பளிங்குச் சிவலிங்கம் பிரதிஷ்டை செய்யப்பட்டது. இது உலகிலேயே மிகவும் உயரமான சுயம்பு லிங்கமாகும். பின்னர் படிப்படியாக தென்னிந்தியாவிலிருந்து பல விக்கிரங்கள் செய்யப்பட்டுக் கொண்டு வரப்பட்டன.

இனி இக்கோவிலின் இன்றைய நிலை பற்றிப் பார்ப்போம். நாங்கள் யாவரும் காலையில் பஸ்ஸில் புறப்பட்டு 9 மணிக்குக் கோவில் வாசலை அடைந்தோம். நுழைவாயிலில் ஒரு அழகான விநாயகர் சிலை எம்மை வரவேற்றது. 15 நிமிடங்கள் கழிந்ததும் இரு தொண்டர்கள் (பெண்மணிகள்) வந்து எங்களை உள்ளே அழைத்துச் சென்றனர். ஏறக்குறைய 300 அடி நீளமான பாதை கோவிலுக்கு இட்டுச் செல்கிறது. பாதையின் இரு மருங்கிலும் பூமரங்களும் பேண் (Penn) மரங்களும் ஆலமரங்களும் காணப்படுகின்றன. கோவிலின் வாசலுக்குகெதிரே கருங்கல்லால் செய்த ஒரு நந்தி கம்பீரமாகக் காட்சியளிக்கிறது. வாசலில் பாதரட்சைகளைக் கழட்டி வைத்துவிட்டு சிவபெருமான் நடனமாடிக் கொண்டிருக்குங்காட்சியைக் கண்டு மெய்மறந்து நின்றோம். இடதுபுறத்தில் முருகன் அருங்காட்சி தருகிறார். சிவனுக்கு முன்னால் பளிங்குச் சிவலிங்கம் காட்சியளிக்கின்றது. கோவிற் சுவரின் நாலாபக்கங்களிலும் 108 பொற்சிலைகள் சிவதாண்டவத்தின் பல்வேறு நிலைகளையும் காட்டும் வகையில் உட்பதிக்கப்பட்டுள்ளன. இக்கோவிலை ஸ்தாபித்த குருதேவரின் (சிவாலய சுப்பிரமணிய சுவாமியின்) சிலை வலது புற மூலையில் அமைக்கப்பட்டுள்ளது. கோவிலுக்குள் நுழைந்ததும் ஒரு விபரிக்க முடியாத உணர்வும் மன அமைதியும் ஏற்பட்டது. தரையில் வெண்சிலை

விரிக்கப்பட்டிருந்தது. ஆண்கள் ஒரு புறமும் பெண்கள் மற்றொருபுறமாக நாங்கள் யாவரும் அமர்ந்தோம். அன்று மண்டபம் நிறைந்து விட்டது. மிகவும் அடக்கமான ஆனாபில் அழகான முறையில் அக்கோவில் கட்டப்பட்டிருந்தது. சரியாக 9:30 மணிக்கு வெள்ளை அந்தணர் ஒருவர் பூசைகளை ஆரம்பித்தார். தானே ஒரு கையால் மணியொன்றைக கிலுக்கிக் கொண்டு சுலோகங்களை அட்சரசுத்தியோடும் பயபக்தியோடும் செய்ய ஆரம்பித்தார். அவர் செய்த பூசை முறைகள் சிலவற்றை நான் இங்குள்ள எக்கோவிலும் காணவில்லை. சிலவேளை இவை புராதனமான பூசை முறையாக இருக்கலாம். ஏறக்குறைய 45 நிமிடங்களுக்கு சிவனுக்கும் பிற விக்கிரங்களுக்கும் பூசை செய்யப்பட்டன. அவருக்கு ஒரு சுவாமி உதவியாளராக இருந்தார். மிகவும் பக்தியான சூழ்நிலையில் யாவரும் கடவுளை வழிபட்டனர். இது ஒரு புதிய அனுபவமாக எனக்கிருந்தது. இவ்வாறான பூசைகள் ஒவ்வொரு மூன்று மணித்தியாலத்துக்கு ஒருமுறை கோவிலில் ஆரம்பிக்கப்பட்ட வருடத்திலிருந்து (1973) அங்கு வசிக்கின்ற சுவாமிகளால் செய்யப்படுகின்றன என்பதை அறிந்து கொண்டேன். மேலும் இங்கு செய்யப்படும் பூசை முறைகள் ஆயிரம் வருடங்களுக்கு முன் செய்யப்பட்ட முறைகளைப் பின்பற்றப்பட்டிருந்தன என்பதையும் தெரிந்து கொண்டேன். பூசைகளின் முடிவில் வழக்கம் போல் அங்குள்ள சுவாமிகள் இருவர் விபுதி, சந்தனம், தீர்த்தம் யாவருக்கும் வழங்கினர். ஆர்ச்சனை என்று பணம் எதுவும் அறவிடப்படவில்லை. ஆனால் விரும்பியவர்கள் தமது பெயர், நட்சத்திரம் முதலிய விபரங்களை ஒரு துண்டில் எழுதி அங்கிருந்த ஒரு கூடையில் போட்டனர். அதை ஒரு சுவாமி பூசை செய்த அர்ச்சகரிடம் கொடுக்க, அவர் பெயர்களையும் நட்சத்திரங்களையும் வாசித்து ஒரு ஆராத்தி காட்டி அர்ப்பணஞ் செய்தார்; இந்த முறை வேறெந்தக் கோவிலிலும் நான் காணவில்லை. கோவிலுக்குக் காணிக்கை செலுத்துவதற்கென ஓர் உண்டியல் ஓரிடத்தில் வைக்கப்பட்டிருந்தது. இதைத்தவிர நன்கொடை கொடுத்தவர்களுக்குக் கோவிலுக்கு அப்பால் அமைந்திருந்த புத்தகசாலை அலுவகத்தில் ரசீதுகள் வழங்கப்பட்டன. இப்புத்தகசாலையில் சுப்பிரமணிய சுவாமிகள் எழுதிய நூல்கள் உட்படப் பல ஆன்மீக நூல்களும் ருத்திராட்ச மாலைகளும் விற்பனைக்கிருந்தன. இம்மாலைகள் கோவில் தோட்டத்திலுள்ள ஏராளமான ருத்திராட்ச மரங்களிலிருந்து பெறப்பட்டவை என்பது முக்கியமாகும். உத்திராட்ச மென்ற பெயரில் பல போலியான விதைகள் விற்பனைக்குள்ளன என்பதை வாசகர்களுக்கு நினைவுபடுத்த விரும்புகின்றேன்.

ஒரு கோவிலுக்குத் தேவையான பூக்கள், பழங்களுக்கு கோவிலுக்குப் பக்கத்திலேயே தோட்டங்கள் அமைப்பது வழக்கம். அவ்வாறே இங்கும் ஆரம்பிக்கப்பட்ட தோட்டம் கடந்த 20 ஆண்டுகளாக பல அரிய பூமரங்களையும் பழமரங்களையும் கொண்ட ஒரு பெருந் தோட்டமாகக் காட்சியளிக்கிறது. இத்தோட்டத்தில் ஓர் ஓடையும், பெரியகுளமொன்றும் பின்னால் மலைத் தொடரும் இயற்கையாக அமைந்திருக்கின்றன. இத்தீவின் காலைநிலைகள் ஆசிய நாடுகளின் தாவரங்கள் செழித்து வளரக் கூடியவாறு அமைந்திருப்பது ஒரு முக்கிய காரணமாகும். இங்கு நாங்கள் இதுவரை பாரத்;திராத அரிய பூமரங்களும், பழமரங்களும் ஏராளமாகக் காணப்படுகின்றன. இந்தியா, இலங்கை போன்ற ஆசிய நாட்டுத் தாவரங்களான மா, பலா, அன்னாசி, கொய்யா, விளா, பப்பா, மங்குஸ்தான,; ரம்புட்டான் போன்றவை பயிரிடப்பட்டுள்ளன. தென்னை, கமுகு, ரப்பர், கொக்கோ இவையயும் காணப்படுகின்றன. இவற்றுடன் மருத்துவப் பயனுள்ள வில்வம், வேம்பு, கறிவேப்பிலைஇ வெற்றிலை, உருத்திராட்சம், சந்தனமரம், வாழை, டுறியான், சிக்கு, லிச்சி போன்றவையும் காணப்படுகின்றன. இதைத் தவிர இத்தோட்டத்துக்கு கூடாக ஓடுகின்ற சிற்றோடைக்கு நர்மதா எனப் பெயரிடப்பட்டுள்ளது. இது தோட்டத்தின் ஊடாக ஓடி சிறிய நீர்வீழ்ச்சியாக விழுந்து குளத்தை அடைகிறது. இந்த மனோரம்மியமான தோட்டத்தை நன்கு திட்டமிட்டு அரிய தாவரங்களை பல்வேறு நாடுகளிலிருந்து வரவழைத்துப் பெயரிட்டுப் பாதுகாத்து வந்த பெருமைக்குரியவர் எமது குருதேவர் ஆவர். இவர் இலங்கையில் குறிப்பாக யாழ்ப்பாணத்திலும், மட்டக்களப்பு செங்கல்லடியிலும் ஏழு ஆண்டுகள் வசித்தவர் என்பது இங்கு நினைவு கூறத்தக்கது.

இறைவழிபாட்டை முடித்துக் கொண்டு இரு தொண்டர்களின் வழிகாட்டலில் இத்தோட்டத்தை வலம் வந்தோம். ஒவ்வொரு அரிய பூமரத்தையும் பிற மரங்களையும் பற்றி அவர்கள் வழி நெடுக விபரித்துக் கொண்டே வந்தார்கள். யாவரும் ஆச்சரிய மேலீட்டால் கேட்டுக் கொண்டே வந்தோம். இங்கு தாமரை, லில்லி, நீலோற்பலம் போன்ற நீர்த் தாவரங்களும் உள்ளன. இங்கு 300 வகையான உஷ்ணவலயப் பூமரங்களும் 250 வகை மரங்கள், அரியபல pயடஅள வகை மரங்களும் உள்ளன.

குவை ஆதீனமும் இறைவன் ஆலயமும்

ஹவாய் தீவுகள் - 5 சுற்றுலாப் பயணிகளின் சொர்க்கம்

குவைத் தீவில் இவை அமைவதற்கு காரணகர்த்தாவாக இருந்தவர் குருதேவர் என அழைக்கப்படும் சிறீசிவாய சுப்பிரமணிய சுவாமிகள். இவருக்கு இத்தீவைப் பற்றிப் பல தடவை சிவபெருமான் கனவில் தோன்றிக் காட்சி கொடுத்துள்ளார். உண்மையிலேயே சுப்பிரமணியர் என எமது ஈழத்துச் சித்தர் சிவயோக சுவாமிகளால் நாமஞ் சூட்டப்பட்ட அமெரிக்கர் சைவத்துக்காக அந்நாட்களில் எமது நாயன்மார்கள் செய்த அரும்பெரும் சேவைகளைப் போன்று இக்கால உலகுக்குச் சைவத்தின் மேன்மையைக் குறிப்பாக மேலைத் தேயத்துக்கு இறைவனால் அனுப்பி வைக்கப்பட்டார் எனக் கூறின் மிகையாகாது. அனுப்பிய தோடு மட்டுமல்லாமல் காலத்துக்குகாலம் கனவில் தோன்றி வழிகாட்டியும் வந்துள்ளார். இவற்றை யாரும் புழுகுக் கதைகளெனக் கூறி நகைக்க முடியாது என்பது நாமெல்லோரும் அறிந்த உண்மை.

இவ்வாறான எமது சுப்பிரமணிய சுவாமிகள் ஆரம்பித்து வைத்த அரும்பெரும் பொக்கிஷமாக இன்னும் பல்லாயிரம் வருடங்களுக்கு விளங்கப் போதும் இறைவன் கோவில் பற்றிப் பார்ப்போம். வைலுவா ஆற்றுப் பள்ளத்தாக்குக்கு குறுக்கே, வையாலியாலே மலையைப் பின்னணியாகக் கொண்டு கம்பீரமாகக் காட்சியளிக்கும் கோவில் கோபுரங்களில் தங்கமுலாம் பூசப்பட்ட உச்சியிலிருந்து வீசும் சூரியவொளி எம் கண்களைக் கவர்ந்திழுத்தது. யாவரும் அக்கோவிலை நோக்கிச் சென்றோம் இக்கோவில் முழுவதும் வெண்கற்களால் கட்டப்பட்டுள்ளது. இக்கற்கள் பங்களூரில் பல ஆசாரியார்களின் கைவண்ணத்தில் செதுக்கப்பட்டு அவர்களால் கட்டப்பட்டு வருகின்றன. ஆயிரம் ஆண்டுகளுக்கு மேலாக நிலைத்திருக்கும் வண்ணம் ஆகமங்களில் கூறப்பட்டுள்ள விதிகளுக்கமைய இக்கோவில் கட்டப்பட்டு வருகிறது. பத்தாயிரம் மைல்களுக்கப்பாலுள்ள தீவில் ஒரு சிவன் ஆலயம் அமைக்கப்படுவது ஓர் உலக சாதனை என்றே கூற வேண்டும். இது மனிதனால் செய்யப்படக் கூடியதன்று என்பது இக்கோயிலைப் பார்த்தவர்கள் யாவருக்கும் விளங்கும். இக்கோயிலைக் கட்டுவதற்கு உலகின் மூலை முடுக்குகளிலிருந்து பணம் வந்து குவிகிறது. யார் நன்கொடை கொடுத்தார்கள் எவ்வளவு கொடுக்கப்பட்டது எந்த நாட்டிலிருந்து அனுப்பப்பட்டது என்ற விபரங்கள் ஆதீனம் காலாண்டுக்கொருமுறை வெளியிடும் புதினப் பத்திரிகையில் வெளியிடப்படுகிறது. இப்பத்திரிகை நன்கொடையாளர் யாவருக்கும

அனுப்பப்படுகிறது. இவ்வாறு நன்கு திட்டமிடப்பட்டு சீரிய முறையில் நடத்தப்படும் ஒரு நிறுவனமாக இது திகழ்வது பெருமைப்படக் கூடிய விடயமே. சைவர்கள் யாவரும் இக்கோவில் திருப்பணிக்குத் தம்மாலான தொகையை அனுப்பி உதவுவது இப்பிறவிப் பெருங்கடன் என்பது என் தாழ்மையான வேண்டுகோள். ஆடம்பரச்; செலவுகளைக் குறைத்து நமக்கு வாரி வழங்கும் இறைவனுக்கு ஒரு சிறு தொகையாவது காணிக்கை செலுத்துவது எமது கடமை. 'ஏழு பிறப்பும் ஏமாப்பு இடத்து' என்ற வள்ளுவர் வாக்கை நினைவு கூர்வது இங்கு பொருத்தமாயிருக்கும். பெப்ரவரி 25, 1975 இல் அதிகாலையில் சிவனின் மாயக் காட்சிகளால் குருதேவருக்கு உணர்த்தப்பட்டதன் காரணமாக இக்கோயில் ஆரம்பிக்கப்பட்டது. காட்சிகள் ஒன்றில் இத்தீவின் காட்டுப் பகுதியொன்றில் இருந்த கற்பாறை மீது சிவன் அமர்ந்திருப்பதைக் குருதேவர் கண்டார். அதைத் தேடி அலைந்து குவைத்தீவின் இப்பகுதிக்கு இறுதியில் வந்து சேர்ந்தார் என அவர் தனது நூலொன்றில் எழுதியுள்ளார்.

இதைப் பற்றிச் சென்ற கட்டுரையில் விபரமாகக் குறிப்பிட்டிருந்தேன். எல்லாம் அவன் செயல். அவன் ஆட்டுவிக்கிறான். நாம் ஆடுகிறோம். இக்கோவிலோடு எனக்குள்ள தொடர்பை இங்கு நான் குறிப்பிட்டே ஆக வேண்டும். குருதேவரை நான் முதலில் சந்தித்தது 1995 இல் றிச்மண்ட் பிள்ளையார் ஆலயத்தில் நடை பெற்ற சைவ மகாநாட்டில். அதுவும் ஓர் அதிசயமே. பார்வையாளர்களோடு அமர்ந்திருந்த போது சுவாமியாருக்குப பக்கத்திலே நின்று அவரது ஆங்கில உரையைத் தமிழில் மொழி பெயர்த்துக் கொண்டிருந்த இளைஞனைப் பார்த்ததும் எங்கோ பழக்கப்பட்ட முகம் போலிருந்தது. வெள்ளை உடையில் மொட்டைத் தலையோடு அவன் காட்சியளித்தான். பேச்சுக்கள் யாவும் முடிந்து எல்லோரும் வரிசையாக நின்று சுவாமிகளிடம் பிரசாதம் வாங்குவதற்கு தயாரானார்கள். அப்போது அவ்விளைஞன் என்னை நோக்கிச் சிரித்துக் கொண்டே வந்து 'சேர் என்னைத் தெரியாதோ? நான் தான் ரமேஷ்' என்றான். நான் கோப்பாய் கிறிஸ்துவக் கல்லூரியில் அதிபராக இருந்த போது இவன் ஆறாம் வகுப்பில் படித்துக் கொண்டிருந்தது நினைவுக்கு வந்தது. இவனின் தமையனாரும் அங்கு படித்தவர். பின்னால் சந்திக்கும் வாய்ப்பு எதுவும் ஏற்படவில்லை. இவ்வாறு படித்தவர்கள் பலர் இங்கிருக்கிறார்கள். இப்பையன் பின்னர் சுப்பிரமணிய சுவாமிகளோடு அளவெட்டி ஆச்சிரமத்தில் அவர் இருந்தபோது தொடர்பு ஏற்பட்டு, அமெரிக்காவுக்கு வந்து சமயக் கல்வியில் பட்டம் பெற்றுச் சுவாமிகளின் அடியாராக மாறி ஹவாயில் வாழ்ந்து வருவதாக அறிந்தேன். சுவாமிகள் செல்லும் நாடுகளுக்குச் சென்று அவரது ஆங்கில உரைகளைத் தமிழில்

உரை மாற்றிக் கூறிவருவதாகவும் தனது தற்போதைய பெயர் தொண்டுநாதன் எனவும் கூறினார். அவர் சுவாமியிடம் அழைத்துச்சென்று என்னை அறிமுகம் செய்து வைத்;தார.; குருதேவர் எனக்கு நெற்றியில் விபூதி இட்டு ஆதீனம் பற்றிய ஒரு கைநூலையும் தந்தார். அன்று தொடங்கியது எனது ஆதீனத்தொடர்பு. எனது குலதெய்வம் யோகர் சுவாமிகள் கூறியது போல் 'இது எல்லாம் எப்பவோ முடிந்த காரியம்' அதன் பிறகு குருதேவரை எட்மண்டன் ஆலய முதலாவது கும்பாபிஷேகத்தில் 2000 ஆம் ஆண்டு இரண்டாவது முறையாகச் சந்தித்து அவரது நூலாகிய 'டழுள்பெ புயநெள்hய' வாங்கியதுடன் அதில் அவரது கையெழுத்தையும் பெற்றுக்கொண்டேன்;. அதன் பிறகு அவருக்குப் பின் ஆதீன முதல்வராக வணபோதி நாத வேலன் சுவாமிகளைப் பலமுறை சந்திக்கும் வாய்ப்புக் கிடைத்தது. நாங்கள் இறைவன் கோவிலைப்பார்த்து திரும்பிய பின்னர் எங்கள் யாவரையும் வேலன் சுவாமிகள் சந்தித்து உரையாடினார். அப்போது அவரை நான் திருவடி நிலைய (ஸ்காபரோ)த்தில் சந்தித்ததை நினைவு கூர்ந்தார். முன்னைய ஏற்பாட்டின் படி 2012 ஆம் ஆண்டில் இறைவன் ஆலயம் கட்டி முடிக்கப்பட்டுக் கும்பாபிசேகம் நடத்துவது எனத் தீர்மானிக்கப்பட்டது. அது அறிவிக்கப்பட்ட போது 2012 இல் கும்பாபிசேகத்தில் கலந்து கொள்ள வேண்டும் என மனதில் நினைத்துக் கொண்டேன் இது பற்றி மனைவியிடமும் கூறியிருந்தேன். பின்னர் கும்பாபிசேகம் பிற்போடப்பட்டது என்பதை யறிந்து நான் குவைக்குச் செல்வதைப் பற்றி யோசிக்கவில்லை. இவ்வாறு முன் தீர்மானித்தது 2012 இல் நிறைவேறும் என நான் எதிர்பார்க்கவேயில்லை.   பாருங்கள்   எதிர்பாராமல்   நான்   அங்கு அழைக்கப்பட்டுள்ளேன்.

குவை ஆதீனம் பற்றிய விபரங்களைப் பார்போம். இங்கு பல்வேறு நாடுகளிலிருந்து ஆன்மீக சேவையில் பலர் ஈடுபட்டுள்ளனர். இவரகள் வழிபாடு தியானம் சேவை மனமாற்றம் ஆகிய முக்கிய நோக்கத்தோடு இறைபணியில் இணைந்துள்ளனர். இது ஓர் ஆச்சிரமல்ல. இங்கு கட்டுப்பாடுகள் அதிகமுள்ளன. இதற்குப் பணிந்து நடப்பவர்களே இங்கு சேர்த்துக் கொள்ளப்படுகிறார்கள். இங்குள்ள குருமார்களில் சிலர் மஞ்சளுடையிலும் சிலர் வெள்ளை அல்லது செம்மஞ்சள் உடையிலும் காட்சியளிப்பதை நீங்கள் காணலாம். இந்த ஆதீனத்தின் முதல்வராக வண போதிநாதவேலன் சுவாமி உள்ளார். இவர் வாரந்தோறும் ஆன்மீகச் சொற்பொழிவுகளை ஆற்றுவதுடன், ஆசிர்வாதம் பெறவரும் அடியார்களைச் சந்திக்கிறார். இங்கு பிறகுருமார்களுக்குப் பயிற்சி வழங்குதல் அதிகாலையில் தியானித்தல், வழிநடத்தல், வாராந்த அக்னி பூசையில் தலைமை தாங்குதல், கோவில்

உறுப்பினர்களுக்கும் குருமாருக்கும் தீட்சை கொடுத்தல் ஆகியவற்றில் ஈடுபடுகிறார். இவற்றுடன் வெள;வேறு நாடுகளுக்கு அழைப்பின் பேரில் சென்று ஆன்மீகப் பணிகளில் ஈடுபடுவதுடன் அமெரிக்காவிலுள்ள பல்வேறு மாகாணங்களுக்குச் சென்று பல்வேறு பணிகளை ஆற்றுகிறார். இங்குள்ளவர்கள் ஐந்து கூட்டங்களாகப் பிரிக்கப்பட்டுள்ளனர்.

1.   கோவிலையும் சமையலையும் கவனிப்பது.

2.   கற்பித்தலும் கோவில் நிர்வாகமும்

3.   நிதியும் வர்த்தகமும்

4.   கட்டிடங்களும் நிலங்களும்

5.   வெளியீடுகள்

இவர்கள் பிரமச்சரியம், அடக்கம், கீழ்ப்படிவு, அந்தரங்கம் பேணல் ஆகிய சபதங்களுடன் ஆனந்தமாக ஆன்மீக வாழ்வை வாழ்கின்றனர். இவர்களின் நாளாந்த வாழ்வு அதிகாலையில் கடவுள் கோவிலில் சேவை செய்வதுடன் ஆரம்பமாகிறது. இவர்கள் 3 மணித்தியால கவனிப்பு நிலையில் நாடோறும், வருடந்தோறும் மாறி மாறி ஈடுபடுகிறார்கள். ஆன்மீகக் கூட்டங்களில் குருதேவரின் போதனைகளை கற்பது, மந்திரங்கள் ஓதுவது, பஜனைகள் பாடுவது, தியான முறைகள் கற்பது ஆகியவற்றில் ஈடுபடுகிறார்கள். இவர்கள் தமக்குத் தேவையான காய்கறிகளைப் பயிரிடுவதுடன் பால், தயிர், நெய் தேவைகளுக்கு பசுக்கூட்டத்தையும் பராமரித்து வருகிறார்கள். மேலும் தேவையான தளபாடங்களை அங்குள்ள மரங்களைத் தறித்துச் செய்வதுடன் கன்றுகளை வளர்த்து மரங்களை நடுகிறார்கள். இத்துடன் உலகளாவிய ரீதியில் சைவத்தைப் பரப்புவதில் *Hinduism Today* என்ற சிறப்பான அச்சு வேலைப்பாடுகளோடு கூடிய காலாண்டு சஞ்சிகையையும் *Himalayan Academy* என்ற வலைத் தளத்தையும் செம்மையான முறையில் நடத்தி வருகிறார்கள்.

இதுரை காலமும் சைவ உலகில் குறிபாக இந்தியா, இலங்கை போன்ற தென் கிழக்கு ஆசிய நாடுகளில் மட்டும் பரவியிருந்த சைவ சமயத்தின் சிறப்பை உலகறிய வைத்த பெருமை குருதேவருக்கும் அவரது குரு பரம்பரைக்கும் உரியதாகும். இதற்கு சைவர்களாகிய நாமெல்லாம் அவர்களுக்கு என்றென்றும் கடமைப்பட்டவர்கள் ஆக இருக்க வேண்டும்.

அத்தியாயம் – 6

உண்டபின் அங்குள்ள பிரபலமான வைமியா கணவாயைப் பார்க்கச் சென்றோம். இது பசுபிக்கின் மாபெரும் கணவாய் என அழைக்கப்படுகின்றது. இது ஏறக்குறைய பத்துமைல் நீளமும் 3,000 அடி ஆழமுள்ளது. இது குவைத்தீவின் மேற்குப் பக்கத்தில் அமைந்துள்ளது. வைமியா என்றால் ஹவாய் மொழியில் 'செந்நீர்' என்று பொருள்படும். இக்கணவாய் வயாலேலே என்ற மலையிலிருந்து ஆரம்பமாகும். வைமியா ஆறு வேகமாக ஓடிய மண்ணரிப்பினால் ஏற்பட்டதாகும். இக்கணவாய் பகுதியின் மண் சிவப்பு நிறமாக இருப்பதனால் ஆற்று நீர் சிவப்பு நிறமாகக் காட்சி கொடுக்கிறது. இம் மலைப் பகுதியில் மழை ஆண்டுதோறும் அதிகமாகப் பெய்யும்.

இத்தீவின் கிழக்குப் பகுதி எரிமலைக் குழம்பு உறைந்து கடினமானதாக இருக்க மேற்குப் பகுதி மிகவும் மெல்லியதாய் இருந்ததால், அது ஆரம்ப காலத்தில் கீழே இறங்கியதால் இப்பள்ளம் ஏற்பட்டதெனவும் அதன் வழியாக ஆறு ஓடியதால் அருகிலிருந்த பகுதிகள் அரிக்கப்பட்டு கணவாய் இன்னும் அதிகரித்தது எனவும் ஆய்வாளர்கள் கூறுகிறார்கள். இப்பகுதிக்கு ஏராளமான சுற்றுலாப்பயணிகள்

வருவதால் ஏறுவதற்குப் படிகள் அமைத்தும் பள்ளத்தை மலை உச்சியிலிருந்து பார்ப்பதற்கு கம்பி வலைகளும், இரும்புச் சட்டங்களும் போட்டு, பார்வை நிலையங்கள் அமைத்திருக்கிறார்கள். மேலிருந்து பார்க்கும் போது சிவந்த மண்ணும் ஆங்காங்கே அழகான பச்சைப்பசேலென்ற மரஞ் செடிகளும் சில பூமரங்களும் ஒரு வரைபடத்தைப் பார்ப்பது போன்று கொள்ளை அழகைத் தரும். நாம் தங்யிருந்த விடுதியிலிருந்து ஏறக்குறைய ஒன்றரை மணித்தியாலத்துக்கு உல்லாச பஸ்சில் பிரயாணஞ் செய்து இக் கணவாயை அடைந்தோம். வழி நெடுகிலும் ஒரே அடர்த்தியான காடுகளையும், ஆசிய நாடுகளில் காணப்படும் தாவரங்களையும், பூ மரங்களையும் பார்க்கக் கூடியதாய் இருந்தது.

குவைத்தீவு 4 மில்லியன் வருடங்களுக்கு முன் தோன்றியிருக்கலாமெனவும், எரிமலைக் குழம்பு வெளித்தோன்றியிருக்கலாமெனவும், எரிமலைக்குழம்பு வெளித்தள்ளிக் கொண்டிருந்த போதே மேற்குப் பகுதி கீழே இறங்கி இருக்கலாமெனவும் சில ஆய்வாளர்கள் கருதுகிறார்கள். வைமியா கணவாய் தேசிய பூங்காவாகப் பிரகடனப்படுத்தப்பட்டுள்ளது. இதன் பரப்பளவு 1866 ஏக்கர். இது ஒரு பிரபலமான சுற்றுலா இடமாக விளங்குகின்றது. இப்பகுதியில் பலர் நடையாகச் சென்று இயற்கை எழிலை இரசிப்பதற்கான நடைபாதைகள் அமைக்கப்பட்டுள்ளன. இக்கணவாய்ப் பகுதிக்குச் செல்லும் வழி சில இடங்களில் கடற்கரையோரமாகச் செல்கிறது. அப்போது தூரத்திலிருந்த நிகோ என்ற தீவை நாம் காணக்கூடியதாய் இருந்தது. இத்தீவில் பணம் படைத்த பல அமெரிக்கர்கள் அழகான மாளிகைகளைக் கட்டி வாழ்கின்றார்கள் எனவும், இங்கே கோப்பிச் செடிகளும் பல பழவகைகளும் கிடைக்குமெனவும் எமது பஸ் சாரதி கூறினார். எனினும் முக்கிய மான பாவனைப் பொருட்கள் குவைத் தீவிலிருந்து இத்தீவுக்குப் படகுகள் எடுத்துச் செல்லப்படுவதாகவும் அவர் கூறினார். அன்றிரவு நாங்கள் தங்கியிருந்த விடுதிக்குத் திரும்பி வந்து அடுத்த நாள் காலை விமானம் மூலம் பெருந்தீவுக்கு பயணமானோம்.

பெருந்தீவும் புகையும் எரிமலையும்

எனது முதலாவது கட்டுரையில் நான் குறிப்பிட்டவாறு முக்கியமான ஹவாய் தீவுகள் எழில் மிகப் பெரிய பரப்பளவு (4028 சதுர மைல்) கொண்ட பெரிய தீவு ஹவாய் என அழைக்கப்படுகிறது. இதன் பெரிய நகரம் ஹிலோ (Hilo) என அழைக்கப்படுகிறது. இது ஹவாய்லோவா என்ற பொலினீசிய மாலுமியால் கண்டு பிடிக்கப்பட்டமையால் ஹவாய் என அழைக்கப்படுகிறது. இங்கு உலகத்திலேயே உயரமான மவுனாசியா என்ற மலை இருக்கிறது. இதன் உயரம் 13,796 அடி

இத்தீவு ஐந்து தனிப்பட்ட எரிமலைத் தகடுகளால் ஆனது. இத்தகடுகள் ஒன்றன் பின் ஒன்றாகத் தோன்றி ஒன்றை ஒன்று மேவிய நிலையில் உள்ளன. முதலில் தோன்றியது கோகலா. இது மறைந்துவிட்டது. இது இப்போது அடங்கிவிட்டது. இது உயிர்ப்புள்ளது. அதனால் தற்போது வெளித்தள்ளாது அடங்கி இருக்கிறது. மவுனா லோவா ஹவாய் எரிமலை தேசியப் பூங்காவிலுள்ள பகுதி மட்டும் செயற்படுகிறது. கிலோயா இது 1983 முதல் தொடர்ச்சியாக வெளித்தள்ளிக் கொண்டிருக்கிறது. இதுவும் எரிமலைத் தேசியப் பூங்காவின் ஒரு பகுதியாகும்.

இறுதியாக கூறப்பட்ட இரு எரிமலைகளும் குழம்புகளை வெளியே தள்ளிக் கொண்டிருப்பதால் இத்தீவு வளர்ந்து கொண்டே வருகிறது. ஜனவரி 1983 க்கும் செப்ரெம்பர் 2002 க்கும் இடைப்பட்ட காலத்தில் 543 ஏக்கர் நிலப்பரப்பால் இத்தீவு வளர்ந்துள்ளது. மேலும் கிலோயா எரிமலையிலிருந்து வெளிவந்த குழம்பு, 1960 இல் கபோகோ என்ற நகரையும் 1990 இல் கலபனா, கைமு என்ற நகரங்களையும் அழித்தது. இத்துடன் கலபான பகுதியிலிருந்த ஒரு 'ட' வடிவான நன்னீர்த் தடாகத்தையும் நிறைத்து விட்டது. இத்தீவிலிருந்து 35 கி. மீற்றர் தூரத்தில் சமுத்திரத்துக்கு கீழே லோகி என்ற எரிமலையுள்ளது. இது குழம்பை வெளித்தள்ளிக் கொண்டிருக்கிறது. இதன் உயரம் 3,200 அடியாகும். இது சமுத்திரத்துக்குக் கீழே உள்ளதால் தொடர்ந்தும் செயற்படுமாகில் பத்தாயிரம் முதல் ஒரு இலட்சம் வருடத்துக்குடையில் சமுத்திர மட்டத்துக்கு மேலே கிளம்பக்கூடும்.

பெருவெடிப்பு

கோவு என்ற பகுதியில் 8 மைல் நீளமும் 60 அடி அகலமும் 600 அடி ஆழமும் கொண்ட ஒரு பிளவு உளது. இது கொதி குழம்பு மேற்கிளம்பிய போது பூமியின் கடினமான மேற்பரப்பு விரிந்தால் ஏற்பட்டது என அமெரிக்க புவியியல் ஆய்வாளர்கள் கூறுகிறார்கள். இதைச் சுற்றிப் பல புதைபொருள் ஆய்வு மையங்கள் அமைந்துள்ளன.

இத்தீவில் பூகம்பங்களும் கடற்பெருக்குகளும் (சுனாமிகளும்) அடிக்கடி நிகழ்வதுண்டு. 1868 ஏப்பிரலில் ஏற்பட்ட 7.8 நிச்சர் (richter) அளவு பூகம்கத்தினாலும் சுனாமியினாலும் 77 பேர் உயிரிழந்தனர். பல கிராமங்களும் அழிவுக்குள்ளாகின. சுனாமியின் போது கடல் நீர் 60 அடி உயரத்துக்கு மேலெழுந்து கால் மைல் தூரத்துக்குப் பரவியது. மார்ச் 2011 இல் ஜப்பானின் கிழக்குக்கரையில் ஏற்பட்ட 9.0 நிச்சர் அளவு பூகம்பத்தால் ஏற்பட்ட சுனாமியின் போது இத்தீவும் பலத்த

சேதங்களுக்கே உள்ளானது. பல வீடுகளும் உல்லாசப் பயணிகள் தங்கும் சில ஹோட்டல்களும் தாக்கப்பட்டன.

நூறாண்டுகளுக்கு மேலாக கரும்புச் செய்கை இத்தீவின் முக்கிய வருவாயைத் தந்தது. பின்னர் இது படிப்படியாகக் கைவிடப்பட்டு 1996 இல் முற்றாக மூடப் பட்டது. இதற்குப் பிற நாடுகளில் இப் பயிர்ச் செய்கை மலிவாக மேற்கொள்ளப் பட்டதே காரணமாகும். குவேயிலிருந்து காலை 8 மணிக்கு விமானமூலம் ஹொனொலுலு விமான நிலையத்தை அடைந்து பின் அங்கிருந்து வேறொரு விமானத்தில் பெருந்தீவுக்குப் பயணமானோம். ஏற்கனவே ஒழுங்கு செய்யப்பட்ட படி ஒரு உல்லாச பஸ்சும் சாரதியும் கோணா நகரின் சியாஹோஸ் விமான நிலைய த்தில் எம்மை வரவேற்றார். யாவரும் அங்கிருந்து புறப்பட்டு, தீவின் மறு கரையிலி ருந்து ஹிலோ விமான நிலையம் நோக்கிப் புறப்பட்டோம். வழி நெடுகலுமுள்ள முக்கிய இடங்கள் பற்றியும் அவற்றின் வரலாறுகள் பற்றியும் சாரதி ஒரு காதில் பூட்டப்பட்ட ஒலிபெருக்கி மூலம் சொல்லிக் கொண்டே வந்தார். ஹவாய் தீவுகள் யாவற்றிலுமுள்ள சுற்றுலாப் பயணிகளை ஏற்றிச் செல்லும் பஸ்சாரதி யாவரும் பஸ்சைச் செலுத்திக் கொண்டே வழிகாட்டிகள் போல விபரங்களைச் சொல்லிக் கொண்டே வந்தார்கள்.

முதலில் கோணாப் பகுதியிலுள்ள ஒரு கோப்பி விற்பனை நிலையத்துக்குச் சென்றோம். உலகிலேயே கோணாக் கோப்பி பிரபலமானது. இப்பிரதேசத்தில் விளையும் கோப்பியின் ருசி ஒரு விசேடமானது என பஸ்சாரதி கூறினார். விற்பனை நிலையத்தின் முன்னால் பல்வேறு வகையான கோப்பிப் பானங்களைத் தயாரித்துச் சிறிய 'பிளாஸ்க்' போன்ற குடுவைகளில் பார்க்க வரும் பயணிகள் இலவசமாக அருந்துவதற்கு வைத்திருந்தார்கள். எமது குழுவினர் யாவரும் யாவற்றையும் சில நிமிடங்களில் குடித்து முடித்து விட்டார்கள் எனச் சொல்லவும் வேண்டுமா? அங்கு கோப்பித்தூள் வாங்கியோர் சிலர் என்பதும் நான் சொல்லத் தேவையில்லை.

பஸ் சாரதியின் யோசனைப்படி யாவரும் 40 நிமிடங்கள் கழிய தாகந்தீர்த்து, கழிக்க வேண்டியன கழித்து பஸ்ஸில் வந்து ஏறினோம். அப்போது பத்து மணியிருக்கும் வழியில் ஒரு நல்ல சாப்பாட்டுக் கடையில் 60 பேரும் ஒரே நேரத்தில் சாப்பாடு ஓடர் செய்து சாப்பிடுவது சிரமமாயிருக்குமென்பதற்காக இப்போதே தொலைபேசி மூலம் தேவையானவற்றை நாம் ஓடர் செய்வதற்கு வசதியாக அச்சாப்பாட்டுக் கடையின் உணவு விபரங்களையும் விலைகளையும் கொண்ட பட்டியலை (25 பிரதிகள்) எம்மிடம் தந்தார். அவற்றை பஸ்சுக்குள் இருந்த யாவருக்கும் விநியோகம் செய்தோம். அத்தோடு ஒவ்வொருவரிடமும் ஒரு துண்டைத் கொடுத்து அதில் அவர்

தமது பெயரையும் அவருக்கு விருப்பமான சாப்பாட்டு எண்ணையும் விபரத்தையும் எழுதித் தரும்படி கொடுத்தோம். அவர்கள் எழுதிய துண்டுகளைச் சேகரித்து யாவற்றையும் பார்த்து ஒன்று சேர்த்து ஒரு முழு விபரங்களையும் உள்ளடக்கிய ஒரு பட்டியலைத் தயாரித்தோம். இதில் ஒருவர் பஸ் ஓடிக் கொண்டிருந்த போது ஈடுபட்டனர். பின்னர் இப்பட்டியலின்படி ஒவ்வொரு எண் சாப்பாட்டிலும் எத்தனை பேருக்குச் சாப்பாடு என்று அங்கு தொலைபேசி மூலம் அறிவித்தோம். உ-ம் எண் - 5 கிழங்குப் பொரியலும் ஹம்பேகரும் 10 பேர். எண் - 12 மரக்கறிச்சான்விச்சும் கிழங்குப் பொரியலும் 5 பேர். வழியில் கரிய கடற்கரை இருந்தது. அதைப் பார்ப்பதற்கு யாவரும் இறங்கினோம். எரிமலையிலிருந்து வெளிவந்த கறுப்பு நிறக்குழம்பு உறைந்து கடற்கரையெல்லாம் பரவி மலையாவும் கறுப்புக்கடற்கரை இது மட்டும் தான். இது புனலூ கறுப்பு மண் கடற்கரை என அழைக்கப்படுகிறது.

பிற்சேர்க்கை :

பெருந்தீவிலுள்ள கிலோயா எரிமலை மே மாதம் 2018 ஆம் ஆண்டு வெடித்துக் கிளம்பிப் பெருஞ்சேதத்தை விளைவித்தது. இதனால் பல வீடுகள் , தோட்டங்கள் நகர்புறங்கள் யாவும் அழிந்து போயின.இதிலிருந்து வெளிவந்த குழம்பு கடலைச் சேர்ந்து உறையத் தொடங்கியது. 135 நாட்களுக்குப் பின்னரே மக்கள் தமது இடங்களுக்குத் திரும்பிச் செல்ல  அனுமதிக்கப்பட்டனர். உறைந்த குழம்பு கடற் கரையில் தற்போது கரிய பாறைகளாகக் காட்சி தருகின்றது. ஏராளமான சுற்றுலாப் பயணிகள் இவற்றைச் சென்று பார்க்கின்றனர் . இதனால் ஏற்பட்ட அழிவை மீளமைக்க 150 மில்லியன் டொலர்களுக்கு மேல் செலவாகுமென மதிப்பிட்டிருக்கிறது நகரசபை.

சுற்றுலாப்பயணிகளின் சொர்க்கம் – 7 ஹவாய் தீவுகள்

கடந்த கட்டுரையில் பெருந்தீவில் கரிய கடற்கரையைப் பார்த்த பின் பிரயாணத்தைத் தொடர்ந்தோம் என எழுதியிருந்தேன். வழியிலிருந்த உணவகத்து க்கு முன்னரே 60 பேருக்கான உணவுக்கு ஏற்பாடு செய்யப்பட்டிருந்தது பற்றியும் எழுதியிருந்தேன். ஏறக்குறைய ஒரு மணியளவில் அவ்வுணவகத்தைச் சென்றடைந் தோம். அங்கு ஏற்கனவே பெருங்கூட்டமிருந்தது. யாவரும் சுற்றுலாப் பயணிகள். அங்குள்ள ஊழியர் யாவரும் பம்பரம் போல் சுழன்று வேலை செய்து கொண்டிருந் தனர். எம்மவர்களுக்கு உணவு வழங்கத் தாமதம் ஏற்பட்டதெனினும் விரைவாக வழங்கப்பட்டது. எமது பயணிகள் சிலர் தாம் கேட்டுக்கொண்ட உணவு மாறிவிட்ட தெனக் குறை கூறினர். ஆனால் அவர்கள் கேட்டுக் கொண்ட உணவின் பட்டியல் என்னிடமிருந்தால் அதனைக் காட்டிச் சமாளிக்கக் கூடியதாய் இருந்தது. உணவை முடித்துக்கொண்டு எமது பஸ்ஸில் மீண்டும் பிரயாணத்தைத் தொடர்ந்தோம்.

மூன்று மணியளவில் அங்குள்ள எரிமலைத் தேசிய பூங்காவுக்குச் சென்றோம். இது 1916 இல் நிறுவப்பட்டது. இப்பூங்காவில் இரு உயிர்ப்பான எரிமலைகள் உள்ளன. அவை கிலோமியா என்ற அதிகம் இயங்கும் எரிமலையும், மோனாலோவா என்ற உலகின் மிகப் பெரிய எரிமலையாகும். இவற்றின் செயற்பாடுகளைக் கவனிக்கும் ஆய்வாளர்கள், ஹவாய் தீவுகள் எவ்வாறு ஆரம்பித்தன என்றும் எரிமலைகள் எவ்வாறு இயங்குகின்றன என்பதைப் பற்றியும் நன்கு அறிந்து கொள்கிறார்கள். இப்பூங்காவில் அரிய விலங்கினங்களையும் தாவரங்களையும் காணலாம். இப்பூங்கா உலகின் பாரம்பரிய இடமாக 1987 இல் பிரகடனப்பட்டது. இப் பூங்காவின் பரப்பளவு 323,431 ஏக்கர்களாகும். இது கடற்கரையிலிருந்து ஆரம்பித்து 13,677 அடி உயரமுள்ள மோனாலோவா எரிமலை வரை பரந்துள்ளது. இங்கு பச்சைப்பசேல என்றுள்ள மழை கூடிய காலநிலைப் பகுதியையும் மிகவும் வரண்ட பாலைவனப் பிரதேசத்தையும் கொண்டுள்ளது.

நாங்கள் இங்கேயுள்ள தொமல் ஜாகர் அருங்காட்சியகத்துக்குச் சென்றோம். இதற்கருகிலேயே ஹவாய் எரிமலை பார்வைக் கூடமும் அமைந்துள்ளது. இதன் முதலாவது நிர்வாகியான தொமஸ் ஜாகரின் நினைவாக அருங்காட்சியகம் அவரின்

பெயரைக் கொண்டுள்ளது. அருங்காட்சியகத்திலிருந்து தூரத்திலே உயிர்ப்பான 'ஹலிமா உமர்' என்ற எரிமலையைக் பார்க்கக் கூடியதாய் இருந்தது.

அதன் உச்சி யிலிருந்து புகைவந்து கொண்டிருந்தது. சில பகுதிகள் மிகவும் கரிய நிறமுள்ள கற்கள், பாறைகளைக் கொண்டிருந்தன. மிகவும் ஆழமான ஒரு பள்ளமாக அப் பிரதேசம் காட்சியளித்தது.

அருங்காட்சியகத்துக்குள் பல்வேறு வரைபடங்கள், பெரிய ஒளிப்படங்கள், குறும்படங்கள் மூலம் எரிமலை எவ்வாறு தோன்றுகின்றது, எவ்வாறு தீக்குழம்பு வெளியே வருகிறது என்பவை மிகவும் துல்லியமாகக் காட்டப்பட்டு விளக்கம் அளிக்கப்பட்டது. ஒளிப்படங்களை விளக்கச் சில பணியாளர்களும் அங்கிருந்தனர். மேலும் எரிமலை எப்போது தீக்குழம்பை வெளியே தள்ளியது. இதனால் இறந்தோர், பாதிக்கப்பட்டோர், அழிந்து போன இடங்கள் போன்ற தகவல்களும் அங்கே தரப்பட்டிருந்தன. உண்மையாகவே எரிமலை தீப்பிழம்பை வெளித்தள்ளுவது போன்று தத்ரூபமாகச் சில காட்சிப் பொருள்கள் அமைக்கப்பட்டிருந்தன. பெரும் பாலான சுற்றுலாப் பயணிகள் அங்கு பஸ்வண்டிகளில் வந்து போவதைக் காணக் கூடியதாய் இருந்தது.

அங்கு ஒரு பகுதியில் புத்தக விற்பனை நிலையமும் அமைக்கப்பட்டிருந்தது. அங்கு எரிமலைகள் பற்றியும் ஹவாய் தீவுகள் பற்றியும் விபரங்களும் அழகான படங்களுமுள்ள நல்ல நூல்களைக் காணக்கூடியதாய் இருந்தது. இத்துடன் நினைவுச் சின்னங்கள் படத் தபால் அட்டைகள், கொடிகள், ஒளிப்படங்கள் எனப்பலவும் அங்கு விற்பனைக்கிருந்தன. இதற்கருகே ஒரு சிற்றுண்டிச்சாலையும் அமைந்திருந்தது. இங்கே ஏறக்குறைய ஒரு மணித்தியாலத்துக்கு மேல் செலவழித்த பின்னர் எமது பயணத்தைத் தொடர்ந்தோம். போகும் வழியில் வானவில் நீர்வீழ்ச்சி யையும் காணக்கூடியதாய் இருந்தது.

பின்னர் ஹிலோ நகரத்துக்கூடாகச் சென்றோம். பஸ்ஸில் இருந்தபடியே பல முக்கியமான தெருக்களுக்கூடாகச் சென்றோம். அங்கிருந்த கமகமெகா மன்னனின் உருவச் சிலையையும் பார்த்தோம். வழியிலுள்ள முக்கிய இடங்களைப் பற்றி பஸ்சாரதி விளக்கங் கூறிக் கொண்டே வந்தார். இரு மருங்கிலும் பெரிய விசால மான

ஆலமரங்களைக் கொண்ட தெருவுக்கூடாகப் பயணித்தோம். பல ஆண்டு களுக்கு முன் இங்கு வாழ்ந்தோர் நட்டார்கள் என பஸ்சாரதி கூறினார். உண்மை யில் இது ஒரு விநோத காட்சியாக அமைந்திருந்தது. ஏறக்குறைய ஐந்தாறு மைலகளுக்கு இத்தெரு நீண்டிருந்தது. இது நகரின் புறநகர் பகுதியைச் சுற்றி வருகிறது. இப்பகுதியில் விலியோக்கலானி என அழைக்கப்படும் பூங்காவுமுள்ளது. இங்கு தென்கிழக்காசிய நாடுகளில் காணப்படும் பல அழகான பூ மரங்களையும், குரோட்டன், மணிவாழை, பல்வேறு பாம் மரங்களையும் காணக்கூடியதாய் இருந்தது. இந்நகரம் வழக்கமான அமெரிக்க நகரங்களைப் போன்று வானளாவிய மாடிக் கட்டிடங்களையும் அழகான வீடுகள், காரியாலங்கள் யாவற்றையும், அகன்ற தெருக் களையும் கொண்டிருந்தது. இங்கு பெரும்பாலும் வந்தேறுகுடிகள் பலரைக் காணக் கூடியதாய் இருந்தது. குறிப்பாக பிலிப்பைன்ஸ், பர்ம,h கம்போடியா, சீனா, ஹொங்கொங், ஜப்பான் பிற பசுபிக் தீவுகளைச் சேர்ந்த பழங்குடி மக்கள் அமெரிக்க மக்களோடு சேர்ந்து வாழ்வதைக் காணலாம்.

ஹவாய் தீவுகளின் முக்கிய வருவாய் சுற்றுலாத்துறை என்பது கூறாமலே விளங்கும். இதனால் இங்கு அமெரிக்காவின் அங்காடி நிறுவனங்கள், உணவு நிறுவனங்கள் யாவும் கிளைகளைக் கொண்டுள்ளன. இவற்றைத் தவிர ஹோட்டல்களும் உல்லாச விடுதிகளும் இங்கு நிறையவே உள்ளன. ஹிலோ நகரம் 46 சதுரமைல் பரப்பளவைக் கொண்டது. இங்கு 2010 ஆண்டுக் கணக்கின் படி 185,079 பேர் வசிக்கிறார்கள். இந்நகரத்தை நிர்வகிப்பதற்கு 9 பேரடங்கிய நகரசபை ஒன்று தேர்தலில் தெரிவு செய்யப்படுகிறது. நிர்வாகத் தலைவராக ஒரு மேயர் (நகரபிதா)உள்ளார். நகரசபை ஒவ்வொரு நான்காண்டும் தெரிவு செய்யப் படுகிறது. இத்தீவில் மக்கடமியா பருப்பு, பப்பாசி, கோப்பி, மரக்கறிகள் பல்வேறு பூத்தாவரங்கள் ஆகியன பயிரிடப்படுகின்றன. முன்பு கரும்புச் செய்கை முக்கிய இடத்தை வகித்து வந்தது. பின்னர் போதிய வருவாய் இன்மையால், அது கைவிடப்பட்டது. இதைத் தவிர கோணாப் பிரதேசத்தில் வளர்க்கப்படும் கோப்பி உலகப் பிரசித்தி பெற்றது. மேலும் ஓர்க்கிட் தாவரங்களும் இங்கு பெருமளவில் வளர்க்கப்படுகின்றன. இப்பூக்கள் வெளிநாடுகளுக்கு ஏற்றுமதியாகின்றன. இவற்றைத் தவிர இங்கு மந்தைகள் வளர்க்கும் பெரிய பண்ணைகளும் உள்ளன. அமெரிக் காவின் மிகப் பெரிய பண்ணையான பார்க்கர் பண்ணை வைமியா என்ற இடத்திலுள்ளது. இதன் பரப்பளவு 175,000 ஏக்கர்களாகும்.

இங்கு நாம் பார்த்த வானவில் நீர்விழ்ச்சி 80 அடி உயரமும் 100 அடி விட்டமும் உடையது. இது தேசிய பூங்காவின் ஒரு பகுதியாகவுள்ளது. வைலுக்கு ஆறு

வானவில் நீர்வீழ்ச்சியாக வந்து ஒரு தடாகத்துக்குள் விழுகிறது. இத்தடாகத்தைச் சுற்றிலும் பச்சைப் பசேலென்ற மரங்களும், செடிகளும் அடர்த்தியாகக் காணப்படு கின்றன. இத்தடாகத்தின் நீர் கூட நீலநிறமாகக் காட்சியளிக்கும். இந்நீர் வீழ்ச்சி யிலிருந்து கிளம்பும் நீர்ப் புகாரில் வானவில் தோன்றும். இது பெரும்பாலும் காலை 10 மணியளவில் நிகழும்.

இவ்வாறு பல முக்கிய இடங்களைப் பார்த்துக் கொண்டு சாயங்காலம் ஆறு மணியளவில் ஹிலோ விமான நிலையத்தை அடைந்தோம். அங்கிருந்து நாம் தங்கியிருந்த தீவுக்கு விமானமூலம் எட்டு மணியளவில் புறப்பட்டு இரவு 9 மணிக்குச் சென்றோம்.

சுற்றுலாப்பயணிகளின் சொர்க்கம் - 8 ஹவாய் தீவுகள்

எமது பயணப் பொதிகளை விடுதிச்சாலை அறையிலிருந்து எடுத்து வந்து வெளியே இதற்கென ஒதுக்கப்பட்டிருந்த வெளிமண்டபத்தில் அடுக்கி வைத்தோம். காலை உணவை முடித்துக் கொண்டு நகரின் மத்திய பகுதியிலிருந்த பஸ்தரிப்பு நிலையத்திற்குச் சென்றோம். அங்கே பொலினிசியக் கலாச்சார மண்டபத்துக்குச் செல்லும் பயணி களை ஏற்றிச் செல்வதற்கென ஒழுங்கு செய்யப்பட்டிருந்த பல பஸ்கள் தயாராக விருந்தன. எமக்கு ஒதுக்கப்பட்ட வண்டியில் நாமெல்லோரும் ஏறினோம். அதில் ஒரு வழிகாட்டியும் இருந்தார். ஏறக்குறைய 9 மணியளவில் பஸ் புறப்பட்டது. எமது பிரயாணம் 45 நிமிடங்கள் என அறிவிக்கப்பட்டது. இதற்கிடையில் பொலினிசியத் தீவுகள் பற்றித்தெரிந்து கொள்வது நல்லதென நினைக்கிறேன்.

பசுபிக் சமுத்திரத்தில் 20,000 முதல் 30,000 தீவுகள் உள்ளன. கற்கட ரேகைக்குத் தெற்கிலுள்ள தீவுகள் ஓசியர்னியா (Oceania) என அழைக்கப்படுகின்றன. இவை மூன்று பிரிவுகளாகப் பிரிக்கப்பட்டுள்ளன. அவை மெலனீசியா, மைக்குறோனீசியா, பொலினீசியா. இங்கே பொலினீசியா பற்றிப் பார்ப்போம். பெலினீசியா என்றால் பல தீவுகள் எனப்பொருள்படும். இவற்றில் பெரும்பாலானவை பூமத்திய ரேகைக்கு தெற்கே உள்ளன. இவை நியூசிலாந்து, ஹவாய்தீவுகள், றொட்மா, மிட்வே தீவுகள், சமோவா, அமெரிக்கன் சமோவா, தொங்கோ, துவாலு, குக்தீவுகள், வாலிசும் புட்டுனாவும், தொக்கேலோ, நியூபிரெஞ்சு, பொலினீசியா, ஈஸ்டர் தீவு. இதுவே மிகப்பெரிய தீவாகும். பொலினீசியாத் தீவுகள் தாழ்ந்த தீவுகளாகும். அதாவது இவை சிறியனவாயும் வளங்குறைந்தனவாயும் இருக்கும். இவற்றில் முக்கியமான சில தீவுகள் பற்றிப் பார்ப்போம்.

அமெரிக்கன் சமோவா - இது அமெரிக்காவின் ஒரு பகுதியாகும். இங்கு *55,519* பேர் வசிக்கிறார்கள். *(2010 சனத்தொகை மதிப்பீடு)* இதன் பரப்பளவு *76.1* சதுரமைல் களாகும். இதன் தலைநகரம் பாகோ பாகோ. இதன் தேசியமொழி சமோவன். இது *1899* இல் அமெரிக்காவின் ஆட்சிக்குள்ளாகியது. அரசாங்கத்தின் தலைவராகத் தேசாதிபதி ஒருவர் நான்காண்டுக்கொருமுறை தெரிவு செய்யப்படுகிறார். செனட்சபை யும் பிரதிநிதிகள் சபையும் உள்ள அரசாங்க முறை இங்கு காணப்படுகிறது.

உலக அரங்கில் பிரபலமான சுமோ மல்யுத்த வீரர்கள் இத்தீவில் அதிகமாக வாழ்கின்றனர். மேலும் தொழில்முறை மல்யுத்தம், றக்பி, அமெரிக்க் கால்பந்து முதலியன இங்கு பிரபலமான விளையாட்டுக்களாகும். இங்கே ஊனா *(வுரயெ)* மீன்களைக் தகர டப்பாக்களில் அடைத்து அமெரிக்காவுக்கு அனுப்பும் தொழிற்சாலை உளது. தொங்கா *(Tonga)* - இது முடியாட்சியுள்ள தொங்கு அரசு எனப்படுகிறது. இது *176* தீவுகளைக் கொண்ட ஒரு கூட்டு அரசாகும். இது *290* சதுர மைல் பரப்பளவைக் கொண்டது. பசுபிக் சமுத்திரத்தில் இத் தீவுகள் *270,000* சதுரமைல்களுக்கு பரந்து காணப்படுகின்றன. இத்தீவுளுள் *50* தீவுகளில் மட்டுமே *103,000* மக்கள் வாழ்கிறார்கள். தொங்கா அரசு எந்த ஐரோப்பிய நாடும் கைப்பற்ற முடியாது எதிர்த்து நின்ற பெருமைக்குரியதாக விளங்குகிறது.

இங்கு தீனி நாடாளுமன்றக் குடியாட்சி அரசு முறை நடைமுறையிலுள்ளது. இதன் தலைநகர் நுக்கு அலோபா. இங்குள்ள மக்கள் பெரும்பாலும் விவசாயத்திலும் பணந்தரும் தாவரங்களான வாழை, தென்னை, கோப்பி, வனிலா, மரவள்ளி போன்றவற்றை வளர்ப்பதிலும் ஈடுபட்டுள்ளனர். பெரும்பாலும் வெளிநாடுகளில் வசிக்கும் தொங்கா மக்கள் அனுப்பும் பணத்தில் உள் நாட்டு மக்கள் பெரிதும் தங்கியுள்ளனர்.

சுற்றுலாப் பயணத்துறை இன்னும் விரிவாக்கப்படவில்லை. எனினும் அரசாங்கம் இத்துறையை விரிவாக்கக் கூடிய அக்கறை எடுத்து வருகிறது. வாவு துறைமுகம் திமிங்கிலங்கள் பார்வை இடமாகவும், மீன் பிடித்தல், கடலில் பலகைச் சவாரி (Surfing), கடற்குளிப்பு ஆகியவற்றில் ஈடுபடும் இடமாகவும் மாறிக் கொண்டு வருகிறது. தொங்காவின் தேசிய விளையாட்டாக றக்பி விளங்குகிறது. உலக அரங்கில் இவ்விளையாட்டில் தொங்கா சிறப்பாக விளையாடியுள்ளது. மல்யுத்தம், நீச்சல் ஆகியவற்றிலும் தொங்கா சிறந்து விளங்குகிறது.

குக் தீவுகள் - இவை நியூசிலாந்தின் வடகிழக்குப் பகுதியில், அமெரிக்கன் சமோவாவுக்கும் பிரெஞ்சுப் பொலினீசியாவுக்கும் இடையிலுள்ள தென் பசுபிக் சமுத்திரத் தீவுகளாகும். இதில் 15 முக்கிய தீவுகளாகும். இவை சமுத்திரத்தில் 2.2 மில்லியன் சதுர கிலோமீற்றர் பரப்பில் பரந்து காணப்படுகின்றன. இவை தெற்கு குக் தீவுகள் வடக்கு குக் தீவுகள் என இருதொகுதிகளாகப் பிரிக்கப்பட்டுள்ளன. இத்தீவுகளில் 6 ஆம் நூற்றாண்டில் அருகிலுள்ள தாகிற்றித் தீவுகளிலிருந்து சென்ற மக்கள் முதலில் குடியேறினர். இதன் தலைநகர் அவறுவா. இங்கு சட்ட பூர்வமான

அரசு நடைமுறையில் உளது. இரண்டாம் எலிசபெத் மகா இராணியார் அரசியாக வும், சேர். பிரெடெறிக் கொட்வின் தேசாதிபதியாகவும், ஹென்றி பூனா பிரதம மந்திரியாகவும் உள்ளனர். இவற்றின் மொத்த நிலப்பரப்பளவு 91 சதுரமைல்கள். இங்கு 2006 சனத்தொகை கணக்கின்படி 19,569 மக்கள் வாழ்ந்தனர். தற்போது இன்னும் கூடியிருக்கும். இத்தீவுளில் ஆங்கிலத்துடன் மாவோறியும் பல தீவு வட்டார மொழிகளும் புழக்கத்திலுள்ளன. இம் மக்களிடையே மரச் செதுக்கு வேலை மிகவும் பிரபலமானது. மேலும் தென்னோலை, பாய்கள், பைகள், தொப்பிகள் முதலியனவும் இங்கு இழைக்கப்படுகின்றன. பனாமாத்; தொப்பிகள் இங்கு பிரபல மானவை. மேலும் ஓவியம் வரைதல், நெசவுத் தொழில், மரச் செதுக்கல் ஆகியன பிரபலமானவை.

பிரஞ்சு பொலினீசியா - இது பல தீவுகளைக் கொண்டது. மிக முக்கியமான தீவு தாகிற்றி (Tahiti). இதன் தலைநகர் பபீற்றி என்பது. இது பிரான்சு நாட்டின் ஆட்சிக்கு உட்பட்ட பகுதியாகும். இங்கு அரசமொழியாக பிரெஞ்சு உளது. இது பிரித்தானிய பொதுநலவாய நாடுகள் போன்று பிரெஞ்சு ஆதிக்கத்தில் இருப்பதால் பிரெஞ்சு ஜனாதிபதியாகவும் உள்ளார். எனினும் பொலினீசியா ஜனாதிபதியே இதன் தலைவராகப் பணியாற்றுகிறார். இங்கு நாடாளுமன்ற பிரதிநிதித்துவ ஜனநாயக

அரசுமுறை பின்பற்றப்படுகிறது. இத்தீவுகளின் மொத்தப் பரப்பளவு 1609 சதுர மைல்களாகும். 2010 ஜனவரி மதிப்பீட்டின் படி இங்கு 267,000 பேர் வசிக்கிறார்கள். பிரெஞ்சுப் பொலினீசியாவில் 130 தீவுகள் உள்ளன. இவை சமுத்திரத்தில் 200,000 சதுர கிலோமீற்றர் அளவுக்குப் பரந்து காணப்படுகின்றன. இதன் பொருளாதாரம் கணிசமானளவு அபிவிருத்தி அடைந்துள்ளது. பெரும்பாலான பொருட்கள் இறக்குமதி செய்யப்படுகின்றன. சுற்றுலாத்துறையும், விவசாயமும் வருவாயை தருகின்றன. தென்னை, வனிலா, பழமரங்கள், மரக்கறிகள் எராளமாகப் பயிரிடப்படுகின்றன. மரங்கள், மீன், கோபோல்ற் இயற்கை மூலவளங்களாக உள்ளன. சங்கீதமும், நடனமும் உலகப் புகழ்பெற்றவை. இனி எமது பயணம் பற்றிப் பார்ப்போம்.

ஹானொலுலு நகர் மத்தியிலிருந்து புறப்பட்ட பஸ் கடற்கரை அண்டியிருந்த வீதி வழியாகச் சென்றது. வழிநெடுகலும் அழகான வீடுகள், தென்னை, வாழை, வாகை, செவ்வரத்தை, றோசா போன்ற உஷ்ணவலய நாடுகளுக்குரிய தாவர வர்க்கங்களை யாவரும் பார்த்து இரசித்தோம். எமது குழுவில் வந்த ஒரு பிரபல சட்டத்தரணி பழைய ஜனரஞ்சகமான சினிமாப் பாடல்களை அருமையான குரலில் பாடி மகிழ்வித்தார். அப்பாடல்களை அவர் இன்னும் மறக்காமல் பாடியது பாராட்டுக்கு ரியது. மேலும் எங்களோடு பிரயாணஞ் செய்த வழிகாட்டி தன்னைப் பற்றியும் கலாச்சாரமையம் பற்றியும் கூறினார். 40 ஏக்கர் பரப்பளவில் அமைக்கப்பட்டுள்ள இந்நிலையம் மிகவும் சிறிய அளவில் ஆரம்பிக்கப்பட்டு தற்போது சுற்றுலாப் பயணிகளைக் கவரும் உலகப் புகழ்பெற்ற மையமாக மாறியுள்ளது பற்றிப் பெருமையாகப் பேசினார்கள். இங்கு பணியாற்றும் ஆயிரக்கணக்கானவர்களுள் ஹவாய்ப் பல்கலைக்கழக மாணவர்களே பெரும்பான்மையானவரகள் என்றும் பகுதி நேர வேலையாட்களாக அவர்கள் பணம் சம்பாதிக்கும் ஒரு முக்கிய நிலையம் என்றும் கூறினார்.

காலை 10 மணியளவில் நாம் நிலையத்தை அடைந்தோம். அப்போது தான் அது திறக்கும் நேரம். ஏற்கனவே பலர் அங்கு வாசலில் குழுமி நின்றனர். எமது குழுவில் இருந்த அனைவரையும் சிறு சிறு குழுக்களாகச் சேர்த்து மையத்தைப் பார்த்து விட்டு பிற்பகல் 4 மணிக்கு வாசலுக்கு வரும்படி கூறினோம். 5 மணிக்கு நாங்கள் விமான நிலையத்துக்குச் செல்ல வேண்டும். எமது விமானம் 7:30 மணிக்குப் புறப்படும் என்றும் கூறினோம். எங்கள் குழுவில் 6 பேர் இருந்தனர். அங்கிருந்த எண் எழுதிய அம்புக்குறிகளைப் பார்த்து எமது சுற்றுலாவை ஆரம்பித்தோம். இக்கலாச்சார நிலையம் பல மில்லியன் டொலர் செலவு செய்து செயற்கையான மலைக்குன்றுகள்,

நீர்வீழ்ச்சிகள், தடாகங்கள், கால்வாய்கள் பல்வேறு தீவுகளின் குடில்கள், வீடுகள், பார்வையாளர் மண்டபங்கள், போசனசாலைகள், பயணிகள் இளைப்பாறும் இடங்கள், வழிநெடுகிலும் மரக்குத்திகள், கற்கள், பலகைகள் யாவையும் பயன்படுத்தி இருப்பிடங்கள், வெள;வேறு வகையான உஷ்ணவலயப் பிரதேச மரங்கள், பூமரங்கள், வாழைகள், கமுகு, மூங்கில், குறோட்டன், செவ்வரத்தை, பலவகைக் கற்றாளை போன்ற இன்னோரன்ன பலவற்றையும் உண்டாக்கி அதனை ஒரு புதிய உலகமாக ஆக்கியிருந்தார்கள். இது உண்மை யிலேயே பாராட்டத்தக்கது.

ஒவ்வொரு தீவின் கலாசாரத்தையும் பிரதிபலிக்கும் வீடுகள், குடில்கள், மண்டபங்கள் யாவற்றையும் அத்தீவிலேயே கிடைக்கக் கூடிய மரங்கள், ஓலைகள், மூங்கில்கள், யாவற்றையும் பயன்படுத்தி அத்தீவிலே நாம் இருப்பது போன்ற ஒரு சூழலை ஏற்படுத்தியிருந்தார்கள். இவற்றுடன் அத்தீவுக்கே உரிய நடனங்கள், பாடல்கள், வாத்தியக் கருவிகளைப் பாவித்து ஆண்களும், பெண்களும், ஆடியும் பாடியும் விருந்தினரை மகிழ்வித்தார்கள். மேலும் இதில் பங்கு பற்றிய யாவரும் தத்தமது தீவின் தேசிய உடையில் காட்சியளித்தனர். இவர்களுடைய உடைகள் பெரும்பாலும் கண்ணைப் பறிக்கும் நிறங்களில் பல வேலைப்பாடுகள் உள்ள பற்றிக் முறை வண்ணங்களைக் கொண்டிருந்தன. உடைக்கு மேல் புற்களால் அல்லது ஓலைகளால் செய்யப்பட்ட ஒரு ஆடையை இடையில் அணிந்திருந்தார்கள். இவர்களுடைய நடனங்கள் பெரும்பாலும் இடையையும் கைகளையும் ஆட்டி அசைக்கும் எளிய தாளங்களை அடிப்படையாகக் கொண்டிருந்தன. இவர்களது பாடல்களில் ஸ்பானிய, பிரெஞ்சு இராகங்களின் தாக்கங்களை கேட்கக் கூடியதாக இருந்தது. தூகிற்றி, பிரெஞ்சு பொலினீசியாத் தீவுகள் பிறெஞ்சுக்காரரால் ஆளப் பட்டதால் இத்தாக்கம் ஏற்பட்டது. மேலும் இவர்களது வாத்தியக் கருவிகளுள் கிற்றார், மொறொக்கோஸ், பெரிய மேளங்கள் முக்கியமானவையாய் இருந்தன. இவர்கள் மூங்கில் தடியின் ஒரு முனையின் அருகுகளைப் பிளந்து, தாளவாத்தி யமாகப் பாவித்து கேட்பதற்கு அருமையாய் இருந்தது. மேலும் பீஜித் தீவு மக்கள் மூங்கில் தடிகளை நிலத்தில் தட்டி தாளவாத்தியமாகப் பாவித்ததும் அருமையாக இருந்தது. சிரட்டையையும் தாள வாத்தியமாகப் பாவித்தனர். மேலும் காய்ந்த சுரக்காய், பெரிய மரக்குத்திகள், மூங்கில்கள் யாவற்றையும் மேளங்களாகப் பாவித்தனர். ஆதிகால மக்கள் எவ்வாறு இயற்கைப் பொருட்களை வைத்துக் கொண்டு இசையோடு பாடல்களைப் பாடினர் என்பதை நாம் உணரக்கூடியதாய் இருந்தது.

பெரும்பாலும் ஒவ்வொரு தீவுக்கும் ஓர் இடத்தை ஒதுக்கி அங்கே அவர்களின் தீவுச் சூழலை ஏற்படுத்தி, அவர்கள் வாழ்க்கை முறைகள், உணவு வகைகள், அவற்றைத் தயாரிக்கும் முறைகள், தேவையான பொருள்கள், பாரம்பரியக்கலைகள், ஓவியங்கள், சிற்பங்கள் (பெரும்பாலும் மரச் சிற்பங்கள்) ஆகியன பற்றிய தகவல்களை சுவரில் பலகைகளாகத் தொங்கவிட்டிருந்தனர். மேலும் ஒவ்வொரு தீவுக்கென குடில்கள், மண்டபங்கள் அவர்களது பாரம்பரிய முறையில் அமைக்கப் பட்டிருந்தன. அங்கே நடனங்கள், பாடல்கள், கதை கூறுதல் முதலியன நடைபெற்றன. அவர்கள் தாம்பாடிய பாடல்களையும் நடனங்களையும் பார்வையாளர்களுக்கும் சொல்லிக் கொடுத்துப் பாடவும் ஆடவும் வைத்தது மிகவும் சிறப்பாக இருந்தது. எளிய தாளமுள்ள நடனங்கள் ஆதலால் யாவரும் மகிழ்ச்சி யாக ஆடினர். ஒவ்வொரு குடில்களிலும் அத்தீவுக்குரிய விளைபொருட்களைத் தொங்கவிட்டு அலங்கரித்திருந்தனர். மேலும் நிலத்தில் குழி தோண்டி காட்டுப் பன்றியை முழுதாகவே வேக வைத்து வெளியே எடுத்துச் சுவைக்கக் கொடுத்தது இன்னுமொரு சிறப்பு நிகழ்வாகும்.

அன்று 3 மணியளவில் அங்கிருந்த கால்வாயில், இரு படகுகளை, இணைத்து, மேடையமைத்து அதன்மேல் ஆண்களும் பெண்களும் தத்தமது தேசிய உடையில் நடனமாடியது கண்கொள்ளாக் காட்சியாக இருந்தது. தொங்கா, தாகிற்றி, ஹவாய், பீஜி, பிரெஞ்சு பொலினீயா, குக்தீவுகள், சமோவா போன்ற தீவுகள் இந்நிகழ்ச்சியில் பங்கு பற்றின. கால்வாயின் இருமருங்கிலுமிருந்து யாவரும் பார்த்து மகிழ்ந்தோம். இவர்களின் நடனங்களுக்கு ஒலி பெருக்கியில் பாடல்கள் ஒலிபரப்பாயின. இது ஏறக்குறைய 30 நிமிடங்களுக்கு நடைபெற்றது. அதன் பின்னர் அங்குள்ள பல்வேறு நிலையங்களையும் பார்த்துவிட்டு 4:30 மணியளவில் வெளியே வந்தோம். அன்று இரவு மேடையில் கலைநிகழ்ச்சிகளும் விருந்தும் ஒழுங்கு செய்திருந்தார்கள். விருந்துக்கு மட்டும் பணம் செலுத்த வேண்டும். எங்களுக்கு நேரமில்லாததால் நாங்கள் புறப்பட்டு விட்டோம். உண்மையில் அன்று முழுநாளும் செலவு செய்யக் கூடிய இடமிது. எங்களுக்கு இது முன்னரே தெரிந்திருந்தால் கடைசி நாள் வரை பிற்போடாமல் ஹொனொலுலு வந்த மறுநாள் இங்கு சென்றிருக்கலாம். எனினும் இப்பிரயாணம் ஒரு மறக்க முடியாதது. விரைவாக பல இடங்களுக்குச் சென்றதால் முதியோர் சிலர் களைத்துப் போயினர். இன்னும் ஒரிரு நாட்கள் கூட செலவழி த்திருக்கலாமெனப் பலரும் அபிப்பிராயப்பட்டனர்.

(தகவல்: விக்கிப்பீடியா)

மயக்கும் மொறோக்கோ

அத்தியாயம் 1

மொறோக்கோ இராஜதானி வட ஆபிரிக்காவின் மேற்குக்கரையில் அமைந்துள்ளது. இது ஸ்பெயின், பிரான்ஸ் நாடுகள் போன்று அத்திலாந்திக்கும், மத்தியதரைக்கடல் கரையோரங்களையும் கரடுமுரடான மலைப் பகுதியை உள்நாட்டிலும் கொண்ட ஒரு நாடு. இதன் பரப்பளவு 446,550 சதுர கிலோமீற்றர் (172,400 சதுரமைல்). இதன் சனத்தொகை 32 மில்லியன். இதன் தலைநகர் றபாற் (சுயடியவ). மிகப் பெரிய நகரம் கசபிளங்கா. பிறமுக்கிய நகரங்கள்: மறக்கேஸ், ரஞ்சியா, ரெற்றோன,; பெஸ், அகடிர், மெக்னெஸ் முதலியன. இதன் கலாச்சாரம் அரேபிய, பெர்பெர் (பூர்வீக ஆபிரிக்கம்) கலந்த ஒன்று. பிற ஆபிரிக்க ஐரோப்பியக் கலாச்சாரங்களின் தாக்கமும் இதற்குண்டு.

மொறோக்கோ அரசாங்கம் ஒரு யாப்பு ரீதியான அரசர் ஆட்சி. நாடாளுமன்றம் மக்களால் தெரிவு செய்யப்படுகிறது. மொறொக்கோ அரசர், பாதுகாப்புப் படை, வெளிநாட்டு, சமய விடயங்களில் பரந்த செயற்பாட்டு அதிகாரங்களையும் சட்ட ரீதியான அதிகாரங்களையும் கொண்டுள்ளார். செயற்பாட்டு அதிகாரங்களை அரசாங்கம் செயற்படுத்தும் சட்டரீதியான அதிகாரங்கள் அரசாங்கத்துக்கும் நாடாளுமன்றச் சபைகளான பிரதிநிதிகள் சபைக்கும், ஆலோசகர்கள் சபைக்கும் கொடுக்கப்பட்டுள்ளன. அரசருக்குச் சட்டங்கள் வழங்கும் அதிகாரமுண்டு. பிரதம

மந்திரியையும், யாப்புச் சபையின் தலைவரையும் கலந்தாலோசித்த பின்னர் அரசர் நாடாளுமன்றத்தைக் கலைக்கும் அதிகாரத்தையும் கொள்ளுள்ளார். இங்கே இஸ்லாம் முக்கிய சமயம். உத்தியோக பூர்வமான மொழிகள் பெர்பெரும், அரபிக்கு மாகும் (மொறோக்கன் அராபிக்கு) இது டறிஜா (Darija) எனப்படுகிறது. பிரெஞ்சும் ஆங்கிலமும் இங்கு பேசப்படுகிறது.

பூர்வீக வரலாறு

தற்போது மொறோக்கோவின் பகுதி பலேயோ விதிக்காலம். அதாவது கி.மு 90,000 க்கும் 190,000 க்கும் இடைப்பட்ட காலத்திலேயே மக்கள் வாழ்ந்தனர். மேல் பலேயோவிதிக் காலத்தில் இப்பகுதி தற்போதைய வரண்ட பகுதியைப் போலல்லாமல் மிகவும் வளமான பகுதியாக இருந்தது. 22,000 வருடங்களுக்கு முன்னிருந்த ஆற்றீரியன் கலாச்சாரத்தைத் தொடர்ந்து ஐபிறோ மௌறூசியன் கலாச்சாரம் நிலவியது. இது ஐயீரியன் கலாச்சாரத்தைப் போன்று சில ஒற்றுமை களைக் கொண்டிருந்தது. இதன் பின் பிக்கர் கலாச்சாரம் மொறொக் கோவில் நிலவியது. ஆரம்ப காலங்களில் பீனிசியர்கள் இங்கு வியாபாரக் குடியேற்றங்களை நிறுவினர். இவை செல்லா, லிக்சுஸ், மொகடோர் நகரங்களில் கி.மு 6ஆம் நூற்றாண்டுகளில் நிறுவப்பட்டன. சுதந்திர மொறொக்கோ அரசாட்சி பொக்குஸ் அரசால் நிறுவப்பட்டது. உரோமப் பேரரசு கி.மு முதலாம் நூற்hண்டிலிருந்து இப்பகுதியை தனது கட்டுப்பாட்டில் வைத்திருந்தது. கி.மு 5 ஆம் நூற்றாண்டில் அதன் ஆதிக்கம் குறையவே வண்டல்களும், விசிகொத்துக்களும் படையெடுத்தனர். கி.மு 6 ஆம் நூற்றாண்டில் மொறொக்கோ, பிசான்சுப் பேரரசின் ஒரு பகுதியாக இருந்தது. ஆனால் இக்காலங்களில் உயர்ந்த மலைப் பகுதிகளில் வாழ்ந்த பெர்பெர் மக்கள் யாருக்கும் அடிபணியாது சுதந்திரமாக வாழ்ந்தனர். அரசியல் வரலாறு சிக்கல் மிகுந்தது. அது பற்றிய விபரம் எமக்குப் பயன்தராது என்பதால் அது பற்றி இங்கு எழுதவில்லை.

மெறோக்கோவின் புவியியல் நிலை

அத்திலந்திக் சமுத்திரத்தின் ஒரு கரையோரம் மொறொக்கோவிலிருந்து ஆரம்பமாகி ஜிப்றோல்ரர் தொடுவாய்க் கூடாக மத்தியத்தரைக் கடலை அடைகின்றது. இதன் வடபகுதியில் ஸ்பெயினும், கிழக்கே அல்ஜீரியாவும், தெற்கே மேற்கு சஹாராவும் அமைந்துள்ளன. மேற்குச் சஹாராவின் பெரும் பகுதியை மொறொக்கோ தன் கட்டுப்பாட்டுக்குள் வைத்திருப்பதால், இதன் உண்மையான எல்லை மோறிற்றானியா வாகும். அத்திலாந்திக் சமுத்திரத்திலிருந்து ஆரம்பமாகும்

மொறோக்கோவின் பரப்பளவு சஹாராப் பாலைவனத்தின் மலைப்பகுதிகள் வரைக்கும் பரந்துள்ளது. மொறோக்கோவின் பெரும் பகுதி மலைப் பிரதேசமாகும். அற்லஸ் மலைகள் நாட்டின் மத்தியிலும் தெற்கேயும் காணப்படுகின்றன. வடக்கே றிவ் (Rif) மலைகள் உள்ளன. இப்பகுதிகளில் பெரும்பாலும் பெர்பெர் (Barber) மக்களே வாழ்கின்றனர். மொறொக்கோ உலகின் பெரிய நாடுகளுள் 57வது இடத்திலுள்ளது. மொறொக்கோ வின் கிழக்கு, தென்கிழக்கு எல்லையாக அல்ஜீரியா உளது. எனினும் இவ் வெல்லைகள் 1994 முதல் மூடப்பட்டு உள்ளன. மொறொக்கோவின் தலைநகரம் றபாட். இதன் பெரிய நகரமும், துறைமுகமும் கசபிளங்காவாகும். அகடிர், மறக்கேஷ், பெஸ், மெக்னெஸ் போன்ற பல முக்கிய நகரங்களும் உள்ளன.

காலநிலை

மொறொக்கோவின் காலநிலை மத்திய தரைப் பிரதேசக் காலநிலையாக வடபகுதியிலும் சில மலைப் பிரதேசங்களிலும் இருக்கும். உட்பிரதேசங்களில் காலநிலை மோசமானதாய் இருக்கும். வடபகுதி நிலப் பிரதேசம் வளமுள்ளதாயும் விவசாயத்துக்கு ஏற்றதாயும் இருக்கும். காட்டுப் பிரதேசம் 12மூ ஆகவும் விவசாய நிலப்பகுதி 18மூ மாகவும் இருக்கும். அற்லஸ் மலையின் நடுப்பகுதியில் வெள;வேறு விதமான காலநிலைகள் காணப்படுகின்றன. மத்தியதரைப் பிரதேசக் காலநிலை யையும், கடல்சார் குளிர்வலயக் காலநிலையும் இருக்கும். பின்னைய காலநிலை யில் ஓக் மரஇனங்கள், பாசிகள், யுனிபர், அத்திலந்திக் செடர்கள் நிறைந்த ஈரலிப்புள்ள காடுகள் காணப்படும். அற்லஸ் மலைப்பகுதிகளின் கிழக்குப் பிரதேசத்தை நோக்கிச் சென்றால் மலைத் தொடரின் காரணமாக காலநிலை உலர்ந்து, கோடையில் மிகுந்த வெப்பமாய் இருக்கும். இக்காலநிலை மலையடி வாரத்திலும் சஹாராவை நோக்கியிருக்கும் பள்ளத்தாக்குகளிலும் காணப்படும். இங்கிருந்து பாலை வனம் ஆரம்பமாகிறது. குறாப் பள்ளத்தாக்கில் பாலைவனச் சோலைகளும், மணல்மேடுகளும், கற்கள் நிறைந்த கட்டாந்தரைகளும் காணப்படும்.

மயக்கும் மொறோக்கோ

அத்தியாயம் 1 (தொடர்ச்சி)

அரசியல்

ஏற்கனவே எழுதியவாறு மொறொக்கோ ஒரு நாடாளுமன்ற யாப்பு ரீதியான அரசாட்சி உள்ள நாடாகும். பிரதம மந்திரி அரசாங்கத்தின் தலைவராகவும் பல கட்சிகள் கொண்ட அமைப்பின் தலைவராகவும் உள்ளார். செயலாற்றும் அதிகாரம் அரசாங்கத்துக்கு உண்டு. சட்டரீதியான அதிகாரம் நாடாளுமன்த்தின் இருசபை களுக்கும் உண்டு. தற்போதைய பிரதம மந்திரியாக அப்டிலைலா பென்கிறேன் இருக்கிறார். தற்போதைய அரசாங்க மொகமட் ஏஐ பணியாற்றுகிறார்.

பாதுகாப்பு படை

செப்ரெம்பர் 2006 வரைக்கும் கட்டாயம்; படைச்சேவை அமலில் இருந்தது. ஆனால் ஒதுக்கு படைச்சேவையில் 50 வயதுக்குட்பட்டவர்கள் பணியாற்ற வேண்டுமென்ற கடப்பாடு இன்னும் நடைமுறையில் உள்ளது. நாட்டுப்படையின் பிரிவுகளாக சேனைப்படை, கப்பல்படை, விமானப்படை ஆகியன உள்ளன. இதைத்தவிர தேசிய பொலிஸ் படையும், உபடைகளும் உள. மேற்குச் சஹாராவில் பெரும்பாலான படையினர் சேவையில் உள்ளனர். ஏனெனில் அங்குள்ள பொலிசாரியோக்குழு அடிக்கடி மொறொக்கோப் படைகளைத் தாக்கி வருகிறது. இதனால் ஐ.நாவும் அங்கு ஒரு கண்காணிப்புப் படையை நிறுவியுள்ளது.

பொருளாதாரம்

மொறொக்கோவின் பொருளாதாரம் தேவையும் விநியோகமும் என்ற சட்டப்படி, ஒரு கட்டுப்பாடற்ற பொருளாதாரமாக உளது. அரசாங்கத்தின் கைகளிலிருந்த சில பொருளாதாரப் பகுதிகளை தனியார் மயமாக்கியது அரசாங்கம். உலகவங்கியின் எதிர்வு கூறுதலின் படி மொறொக்கோவின் பொருளாதாரம் 2013 இல் 4.2மூ வீதத்தாலும் 2014 இல் இன்னும் கூடுதலாகவும் அதிகரிக்கும் வாய்ப்புள்ளது. சேவை வழங்குதுறைகள் மூலமாக வாருவாய் அரைவாசிக்கும் மேலாகவும், சுரங்கம், கட்டிடவேலை, தயாரிப்பு ஆகியன மூலம் இன்னும் கால்வாசியாகவும் உள்ளன. சுற்றுலாத்துறை, தொலைபேசி, தொலைத்தொடர்பு, தொழில்நுட்பம், புடவை தயாரிப்பு ஆகியன உயர்ந்த வளர்ச்சியைக் காட்டியுள்ளன. விவசாயம் மூலம் 14மூ

வருவாய் கிடைக்கிறது. ஆனால் 40-45மூ வேலையாட்கள் இதில் ஈடுபட்டுள்ளனர். மொறொக்கோவின் பொருளாதாரம் பெரும்பாலும் காலநிலையிலேயே தங்கியுள்ளது. எனினும் சுற்றுலாத் துறையாலும் மொறொக்கன் வெளிநாட்டவர்கள் அனுப்பும் அந்நியச் செலவாணியாலும் சிறிதளவு மேலதிகச் சேமிப்பு உண்டு.

56மூ மின்சாரம் 2008 ஆம் ஆண்டு கரியிலிருந்து பெறப்பட்டது. ஆண்டுதோறும் பாவனை 6மூ அதிகரிக்கும் என்பதால் மாற்று வழிகளைத் தேடுமாறு அரசாங்கம் வலியுறுத்தியுள்ளது. சூரிய சக்தியைப் பயன்படுத்துவதும் இயற்கை வாயுவைப் பயன்படுத்துவதும் அரசாங்கத்தால் ஆராயப்படுகிறது. சூரிய சக்தி வயல்கள் நிறுவி, ஈற்றில் ஐரோப்பாவுக்கு மின்சாரம் வழங்கும் நோக்கோடு அரசாங்கம் முனைப்பாக ஈடுபட்டுள்ளது.

போதைப் பொருட்கள்

7 ஆம் நூற்றாண்டு முதல் றிவ் பிரதேசத்தில் கஞ்சா பயிரிடப்பட்டு வருகிறது. 2006 ஆம் ஆண்டு பிரெஞ்சு அமைச்சின் அறிக்கையின் படி ஐரோப்பாவில் உபயோகிக் கப்படும் ஹசிஸின் 80மூ றிவ் பிரதேசத்தில் இருந்து வருகிறது. மேலும் தென் அமெரிக்காவிலிருந்து மேற்கு ஐரோப்பாவுக்குச் செல்லும் கொக்கெயினின் கடத்தல் இடமாக மொறெக்கோ விளங்குகின்றது.

போக்குவரவு

மொறொக்கோவில் (தேசிய பிரதேச, மாகாண) ரீதியாக 56,986 கிலோமீற்றர் தூரத்துக்கு வீதிகள் உள்ளன. இத்துடன் 1,416 கி.மீ வேகப்பதைகளும் உள்ளன. ரஞ்சியருக்கும் கசபிளங்காவுக்குமிடையில் வேகத் தொடர்வண்டி ஓடுகிறது. இன்னும் பல வேகத்தொடர்வண்டிகள் அமைக்கத் திட்டங்கள் திட்டப்பட்டுள்ளன.

சனத்தொகை விபரம்

பெரும்பாலான மொறொக்கோ மக்கள் அரேபியா, பெர்பெர், நைஜர் கொங்கோ பூர்வீகக் குடிகள் சேர்ந்த ஒரு கலப்பினமாக உள்ளனர். அரேபிய பெர்பெர் மக்கள் 99.1மூ மாகும். பெர்பெர் மக்களே இந்நாட்டின் பூர்வீகக் குடிகள். இவர்கள் கூடுதலாக அரேபிய மயமாக்கப்பட்டுள்ளனர். வட சஹாரா ஆபிரிக்கக் குடியேறிகள் 20,000 பேர் இங்கு வாழ்கின்றனர். பெரும்பாலான வெளிநாட்டவர்கள் பிரெஞ்சுக் காரரும் ஸ்பானியரும். இவர்களில் பெரும்பாலானோர் காலனித்துவ ஆட்சியாளரின் வழித்;;;தோன்றல்களாகும். இவர்கள் பல வெளிநாட்டு நிறுவனங்களில் வேலை பார்க்கின்றனர். சிலர் மொறொக்கர்களை மணஞ் செய்து இங்கேயே வாழ்கின்றனர்.

சுதந்திரத்துக்கு முன்னர் அரைமில்லியன் ஐரோப்பியர்கள் மொறொக்கோவில் வாழ்ந்தனர். மொறொக்கர்கள் பெரும்பாலும் வாழும் நாடு பிரான்ஸ். இங்கு ஒரு மில்லியன் மொறொக்கர்கள் வாழ்கின்றனர். அடுத்து ஸ்பெயினில் 700,000 பேர் வாழ்கின்றனர். இத்துடன் இத்தாலி, இஸ்ரேல், கனடா, ஐக்கிய அமெரிக்கா, நெதர்லாந்து, பெல்ஜியம் ஆகிய நாடுகளில் பலர் வாழ்கின்றனர்.

மொறோக்கோவில் முதல் தமிழ்த் திருமணம்

அத்தியாயம் 2

சென்ற கட்டுரையில் மொறோக்கோ பற்றிக் கூறியிருந்தேன். முக்கியமாக நான் அங்கு சென்றது எனது உறவினரின் திருமணத்துக்காக. சென்ற நவம்பர் மாதம் 23 ஆம் திகதி சாயி பாபா பிறந்த தினத்தன்று மறக்கேஷ் என்ற நகரில் இத்திருமணம் நடந்தது. இளஞ் சந்ததியினர் எவ்வளவு தூரத்துக்கு வலைத் தளத்தையும் மின்னஞ்சலையும் நம்பி வாழ்வைத் தீர்மானிக்கிறார்கள் என்பதற்கு இந்நிகழ்ச்சி ஒரு சிறந்த உதாரணம். மேலும் வாழ்க்கைத் துணைகளையும் வலைத்தளமாகிய 'பேஸ்புக்' இலும் பார்த்தும் பேசியும் தெரிவு செய்து கொள்ளும் காலமிது. இத் தம்பதியர் வலைத் தளத்திற்குச் சென்று பல இடங்களைப் பார்த்த பின்னர் மறக்கேஸ் நகரிலுள்ள 'ராஜ் ஒமைமா' என்ற ஹோட்டலைத் தெரிவு செய்தனர்.

இந்த இடம் மரக்கேஸிலிருந்து 23 மைல் தூரத்திலுள்ளது. அர்லஸ் மலையடி வாரத்திற்கு அண்மையில் பரந்த வெளியில் 'ஐக்கியா' (IKEA) நிறுவனப் பாணியில் விசேடமாக அமைக்கப்பட்டது இந்த ஹோட்டல். இதற்கு விடுதி என்பது சாலப் பொருத்தமான பெயராக இருக்குமென நினைக்கிறேன். ஒவ்வொரு அறையும் ஒரு தனியான கட்டிடமாக, கழிவிட வசதிகள் இணைக்கப்பட்டு 'நவீன முறையில் அமைக்கப்பட்டிருந்தது. இங்குள்ள தளபாடங்களும் அலங்காரங்களும் ஐக்கியா நிறுவனத்திலிருந்து வரவழைக்கப்பட்டிருக்கலாமென நினைக்கிறேன். மொறொக்கோ சிலகாலம் பிரெஞ்சு ஆதிக்கத்திலிருந்ததால் இங்கு பிரெஞ்சு மொழிப் பிரயோகமும் பிரெஞ்சுக் குடிமக்களும் பெருவாரியாகக் காணப்படுகின்றனர். இன்னுமொரு புதுமை யையும் இங்கு குறிப்பிட்டே ஆகவேண்டும். மாப்பிள்ளை சியராலியோன் நாட்டுத் தூதுவரின் மகன். இலண்டனிலேயே படித்து வேலை பார்க்கிறார். இது ஒரு காதல் திருமணம். 'யாதும் ஊரே யாவரும் கேளிர்' என்ற புறநானூற்றுப் பாடலுக்கேற்ப எமது சமுதாயத்தினர் உலகப் பிரஜைகளாக மாறிக் கொண்டு வருகிறார்கள். இது கலிகாலம் என்பதை நான் இங்கு ஞாபகப்படுத்தத் தேவையில்லை என நினைக்கிறேன். எல்லாம் நன்மைக்கே. 'ஆத்மா நித்தியமானது, அழிவில்லாதது', யோகர் சுவாமிகளின் வாக்கு.

அடுத்து 'வோசிங்ரனில் திருமணம்' என்ற எழுத்தாளர் சாவியின் நூலை உங்களில் சிலர் வாசித்திருக்கலாம். இது ஐம்பதுகளில் ஆனந்த விகடனில் தொடர் நகைச்

சுவைக் கட்டுரையாக வெளிவந்தது. பின்னர் நூலாகவும் பல பதிப்புகளாக வெற்றி நடை போட்டது. தமிழ் நாட்டிலிருந்து சமையற்காரர் முதல் புரோகிதர் வரைக்கும் தத்தமக்குத் தேவையான பொருட்களுடன் விமானத்தில் புறப்பட்டுச் சென்றமை, வாசிங்டனில் பந்தல் போட்டுத் தோரணங்கள் கட்டி, வைணவமுறைப்படி மூன்று நாட்களாகத் திருமணச் சடங்குகள் நடந்தவை யாவும் மிகவும் சுவாரசியமாக விபரிக்கப்பட்டிருந்தன. சாவி தமக்கே உரிய நகைச்சுவை பாணியில் இக்கட்டு ரைகளை எழுதியிருந்தார். இதற்கும் மறக்கேஸ் திருமணத்துக்கும் என்ன தொடர்பு என நீங்கள் நினைக்கலாம். சாவி எழுதியவற்றில் பெரும்பாலாவை கற்பனையாக இருந்தாலும் அவ்வாறான திருமணங்கள் அமெரிக்காவில் சிறிய சடங்குகளாகச் செய்யப்பட்டன. அவ்வாறான ஒரு சிறிய அளவிலான சைவத்திருமணமாக மறக்கேஸ் திருமணம் அமைந்திருந்தது.

திருமணத்துக்கு முதல்நாள் இலண்டனில் இருந்து திருமணத்தை நடத்துவதற்கு கோவில் ஐயர் ஒருவர், நெருங்கிய நண்பர் ஒருவரால் மறக்கேசுக்கு அழைத்து வரப்பட்டார். திருமணச் சடங்குக்குத் தேவையான கும்பச் சாமான்கள், தேங்காய், மாவிலை, தானியங்கள், குத்துவிளக்குகள், குடங்கள் யாவும் விசேட பைகளில் அடைக்கப்பட்டு முன்னரே பொதிகஏற்றும் விமானத்தில் அனுப்பப்பட்டிருந்தன. ஐயருக்கு ஒரு ஹோட்டலில் அறை ஒழுங்கு செய்யப்பட்டு பயணச்சீட்டும் பணமும் வழங்கப்பட்டன. திருமணத்துக்கு முதல் நாள் நல்ல மழை பெய்தது. திருமணம் திறந்த வெளியரங்கில் நடைபெறுவதற்கு ஆயத்தங்கள் செய்யப்பட்டிருந்தன. மழை குழப்பக்கூடுமென்ற பயத்தில் அன்றே அங்கு கூடாரம் அமைக்கப்பட்டது. மிகவும் அழகான முறையில் ஏராளமான பொருட்செலவில் ஒரு கூடாரத்தை அமைத்தனர். யாவும் தயாரன நிலையில் ஒழுங்குகள் செய்யப்பட்டிருந்தன.

விடுதியில் உரிமையாளரும் ஒரு பிரெஞ்சுக்காரரே. இவரும் இவரது மனைவியும் இதை நடத்தி வரும் இளம் தம்பதியினர். மிகவும் எளிமையாகப் பழகும் பண்பும் விருந்தினரை உபசரிக்கும் பண்பும் உள்ளவர்கள். இந்த விடுதியின் சுற்று வட்டாரத்தில் எந்தக்கட்டிடமோ ஆட்கள் நடமாட்டமோ கிடையாது. இதற்குச் செல்லும் வீதி கூட இன்னும் சரியாக அமைக்கப்படவில்லை. இது பிரதான வீதியிலிருந்து ஏறக்குறைய ஒரு மைல் தூரத்தில் உள்ளுக்குள் அமைந்துள்ளது. இங்கு தங்கியிருந்தால் ஏதோ வேறு உலகில் தங்கியிருப்பது போன்ற பிரமை ஏற்படும். வெற்று நிலத்தை வாங்கி ஏராளமான பணச் செலவில் புற்களும் அலங்கார மரங்களும் நாட்டி மத்தியில் ஓர் அழகான நீச்சல் தடாகத்தையும் அமைத்து நன்கு திட்டமிட்டுச் செய்துள்ளார்கள். இங்கு இணைக்கப்பட்;ட படங்களில் இவற்றை

நீங்கள் காணலாம். இந்தக் கிராமத்தை அமிஸ்மிஸ் தமிஸ் லோட் என அழைக்கிறார்கள்.

இந்தத் திருமணத்தில் உறவினர்களும் நெருங்கிய நண்பர்களுமாக 75 பேரளவில் கலந்து கொண்டார்கள். திருமணத் தம்பதியர் இலண்டனைப் பிறப்பிடமாகவும் வதிவிடமாகவும் கொண்டிருந்ததால் பெரும்பாலானோர் இலண்டனிலிருந்து வந்திருந்தனர். இலண்டனிலிருந்து மூன்றரை மணித்தியாலத்தில் மறக்கேசைச் சென்றடைவதற்கு விமான சேவையே மலிவானது. இவர்கள் விடுதியோடு சேர்ந்து விமானப் பொதியாக வழங்குகின்றனர். ரொரொன்ரோவிலிருந்து எம்மில் அறுவரும் எட்மண்டனிலிருந்து நால்வரும் திருமணத்தில் கலந்து கொண்டோம். மறக்கேஸ் திருமணத்துக்கென ஓமைமா விடுதியில் இருந்த ஐந்து அறை வீடுகளும் உறவினர்கள் சிலருக்கு ஒதுக்கப்பட்டிருந்தன. குறிப்பாகத் திருமணத்தம்பதியரின் பெற்றோரும் சகோதரங்களும் அங்கு தங்கினர். பிறர் தமக்கே வசதியான முறையில் விமனப்பயணத்தையும் தங்குமிடத்தையும் தெரிவுசெய்திருந்தனர். இவர்கள் மறக்கேஸ் நகரிலிருந்த விடுதிகளிலேயே தங்கியிருந்தனர். பெரும்பாலானவர்கள் திருமணத்துக்கு இரு நாட்களுக்கு முன் மறக்கேஸ் சென்றனர்.

திருமணத்துக்கு முதல் நள்ளிரவு மெடினா என்றழைக்கப்படும் புராதன நகரிலிருந்த ஓர் இரவு விடுதியில் (கபே அராப்) ஒரு விருந்துபசாரம் நடைபெற்றது. மேல்நாட்டு முறைப்படி ஒவ்வொருவரும் தமக்குத் தேவையான குடிபானங்களையும் சாப்பாடுக ளையும் சொல்லிப் பெற்றுப் பணஞ்செலுத்தினர். இந்த 'கபே அராப்' அமைந்திருந்த இடம் புராதன நகரமாதலினால் ஒடுங்கிய வீதிகளும் பழமையான அரேபியப் பாணிக் கட்டிடங்களையும் கொண்டிருந்தது. அவ்வாறான ஒரு பழைய கட்டிடத்தை மீளமைத்து புதிய பாணியில் அலங்காரஞ் செய்து மேலைநாட்டுமுறையில் மது பானங்களையும் சிற்றுணவுகளையும் இங்கு வழங்குகின்றனர். இதுவும் வலைத் தளத்தில் மிகவும் பிரபலம் பெற்றிருந்ததால் பெரும்பாலான சுற்றுலாப் பயணிகளை அன்று அங்கு காணக்கூடியதாய் இருந்தது. கூட்டம் நிரம்பி வழிந்தது என்றால் மிகையில்லை. அங்கு வந்த யாவரும் தமக்குப் பிடித்த உணவை பணங்கொடுத்துப் பெற்றுக் கொண்டனர். இங்குள்ள குடிபானங்களும் சிற்றுண்டிகளும் விலை கூடியனவாகவே இருந்தன. இங்குள்ள பணத்தை டிராம் என அழைக்கிறார்கள். இது கனடிய ஒரு டொலருக்கு 71/2 டிரமாகும். பிரிட்டிஷ் பவுணுக்கு 13 டிராங்கன் கொடுக்கிறார்கள். ஆனால் விலைகளில் இங்கும் அங்கும் அவ்வளவு மாற்றமில்லை. சில கடைகளில் பேரம்பேசி சில பொருட்களை மலிவாகப் பெறலாம்

மொறொக்கோவில் முக்கிய வருமானங்களிலொன்று சுற்றுலாப் பயணத்துறை என்பதை சென்ற வாரக் கட்டுலையில் பார்த்தோம். இங்கு வெளி நாட்டவரைப் போன்று எமது இளைய சந்ததியினரும் பல்வேறு குடிவகைகளைத் தாராளமாகப் பாவித்தனர். திருமணத்தன்று காலை மறக்கேஷ் நகரின் ஹோட்டல்களில் தங்கி யிருந்த விருந்தினர்களை திருமணம் நடைபெறவிருந்த விடுதிக்கு அழைத்துச் செல்வதற்கென 5 வாடகைக் கார்களை திருமணத் தம்பதியினர் ஒழுங்கு செய்திருந்தனர். காலையில் கார்கள் யாவரையும் அழைத்துக் கொண்டு அங்கே சென்றன. அங்கு சென்ற யாவருக்கும் காலை உணவுப் பொதிகள் வழங்கப்பட்டன. விடுதியைச் சுற்றி ஆபிரிக்க நாடுகளில் அமைக்கப்பட்டிருக்கும் களிமண் சுவர்கள் அமைக்கப்பட்டிருந்தன.

இவ்வேளையில் அங்கிருந்த காலநிலை பற்றிப் பார்ப்போம். நவம்பர் முதல் மார்ச்சின் ஆரம்பப் பகுதிகள் வரைக்கும் சிறப்பான காலநிலை காணப்படும். குறிப்பாகப் பகலில் சராசரி வெப்பம் 18 செல்சியஸ் ஆக இருக்கும். இரவில் 11 செல்சியஸ் கீழிறங்கி விடும். மலைத்தொடர் இவ்விடத்துக்கு அண்மையில் இருப்பதால் லேசான குளிர் காற்று வீசிக் கொண்டிருக்கும். எனவே எங்களுக்கு வசந்தகாலத்தில் அணியும் மேலங்கி (*Spring jacket*) இங்கு தேவைப்படும். எனினும் சுற்றாடலில் அழகான பூ மரங்கள் குறிப்பாக ஆசிய நாடுகளில் காணப்படும் பெரும்பாலானவை இங்கு செழிப்பாக வளர்ந்திருப்பதைக் காணலாம். இத்துடன் தோடை, திராட்சை, ஒலிவ் போன்றவையும் இங்கு நன்கு செழித்து வளர்வதைக் காணலாம். வீதிகள் அகலமாகவும் நடுவில் தோடை மரங்கள் காய்த்துக் குலுங்கியிருப்பதையும் காணலாம். இவை காட்டுத் தோடை (நாரத்தை) மரங்கள் என நினைக்கிறேன். பழங்கள் மரத்தின் கீழ் வீழ்ந்து தேடுவாரற்றுக் கிடப்பதைக் காணலாம். இவற்றோடு பேரீச்ச மரங்களும் பிற அலங்காரப் பனைமரங்களும் வீதியோரங்களில் நாட்டப்பட்டிருப்பதைக் காணலாம். அடுத்த கட்டுரையில் திருமணம் நடந்த விபரம், மாலையில் நடந்த உபசாரம் ஆகியன பற்றிப் பார்ப்போம்.

மொறோக்கோவில் தமிழ்த் திருமணம்

அத்தியாயம் 3

திருமணத்தன்று காலை லேசாக மழை தூறிக் கொண்டிருந்தது. நண்பகல் மழை திடீரென நின்று வெய்யில் எறிக்க ஆரம்பித்தது. யாவருக்கும் மகிழ்ச்சி. உடனே முன்னைய ஏற்பாட்டின்படி அங்கிருந்த வேலையாட்கள் விடுதியின் மைதானப் புல்வெளியில் தடிகளை நாட்டி ஒரு தற்காலிகப் பந்தலை அமைத்தனர். பூமாலைகளால் அதனை அலங்கரித்தனர். அதற்கு முன்னால் இருந்த மரங்களின் கொப்புகளில் படங்குச் சேலைகளை மேலே கட்டி ஒரு மண்டப அமைப்பில் ஒழுங்கு செய்தனர். அதன் கீழ் வரிசையாக நாற்காலிகளை ஒழுங்கு செய்தனர். ஒரு தற்காலிக மண்டபம் மரநிழலில் உருவாகிற்று. பிற்பகல் 4 மணிக்கு திருமணம் ஆரம்பமாகிற்று. மணப்பெண்ணும் மாப்பிள்ளையும் அமர்வதற்கு ஒரு அழகான சோபா வைக்கப்பட்டிருந்தது. அதற்கு முன் ஐயர், கும்பங்கள முதலியன வைத்து வேண்டிய ஆயத்தங்களோடு தயாராக இருந்தார். எமது சம்பிரதாய முறைப்படி ஆண்கள் வேட்டி சால்லையும் பெண்கள் சேலையும் அணியும்படி முன்னரே கேட்கப் பட்டிருந்தனர். வாழ்க்கையிலேயே வேட்டி சால்வை அணியாத சில ஆண்களும், சேலை அணியாத சில பெண்களும் அன்று அவ்வவ் உடைகளை அணிந்து குதூகலமாகக் காணப்பட்டனர். அவர்கள் அவ்வுடைகள் பற்றியும் எமது பாரம்பரியக் கலாசாரம் பற்றியும் தாம் பெருமைப்படுவதாகப் பேசிக் கொண்டனர். தமிழர்களாகப் பிறந்த பலருக்கு இது ஒரு நல்ல படிக்பினையாக இருந்திருக்கும் என நினைக் கிறேன். ஆங்கில மோகத்தால் எமது பழக்க வழக்கங்களைக் கைவிட்ட தமிழர்கள் இதனைக் கவனத்தில் கொள்வார்கள் என எண்ணுகிறேன். எமது வழக்கப்படி, மாப்பிள்ளை தோழனுடன், பாண்ட் வாத்திய இசை முழங்க விடுதியின் நுழை வாசலில் இருந்து அழைத்து வரப்பட்டார். விடுதியின் வாசலை அடைந்தவுடன் நிறைகுடம் வைக்கப்பட்டு இரு பெண்கள் மங்கல ஆராத்தியுடன் அவரை வர வழைத்தனர். அங்கிருந்து யாவரும் பந்தலுக்கு ஊர்வலமாகச் சென்றனர். அவ்விடுதியில் அன்று வேறு எவரும் இல்லாமல் திருமண வீட்டார் மட்டுமே இருந்தனர். நான் எற்கனவே கூறியவாறு மொத்தமாக 75 பேரளவில் அங்கு பிரசன்னமாயிருந்தனர். மாப்பிள்ளை சோபாவில் அமர்ந்திருக்க ஐயர் பூசைகளை ஆரம்பித்தார். சில நிமிடங்களின் பின் திருமணப்பெண் சிறப்பாக அலங்கரிக்கப் பட்டு, தோழியுடன் பிற பெண்கள் விளக்குகளை ஏந்தி முன்னால் இரு வரிசைகளில்

பவனி வர மணப்பந்தலுக்கு நடந்து வந்தாள். விடுதிச் சொந்தக்காரரும் பணியாட்க
ளும் ஆங்காங்கே நின்று ஆச்சரியமாகப் பார்த்துக்கொண்டிருந்தனர். மொறொக்கோ
வில் வாழும் இரு பிரபல ஆங்கிலேயப் புகைப்படப் பிடிப்பாளரும் இன்னொருவர்
வீடியோ எடுப்பதற்குமாக ஒழுங்கு செய்யப்பட்டிருந்தனர். இவர்களுடன் பார்வை
யாளரும் உறவினர்களும் படமெடுத்தனர். திருமணத்தை நடத்திக் கொண்டிருந்த
ஐயர், லண்டனில் வசிப்பவர். பருத்தித்துறையைப் பிறப்பிடமாகக் கொண்டவர். பல
திருமணங்களை லண்டனில் மட்டுமல்ல பிற ஐரோப்பிய நாடுகளிலும் நடத்தி
வைத்த பெருமைக்கு உரியவர். மொறொக்கோவுக்கு அவர் முதன்முதலாக
வந்திருந்தார். அவரது சகோதரர் றொறொன்றோவில் வாழ்கிறார்.
மணப்பெண்ணுக்கு காப்புக் கட்டிப் பூசைகள் நடந்த பின்னர் கூறையைப் பெற்றுக்
கொண்டு அறைக்கு அழைத்துச் செல்லப்பட்டார்.

ஏறக்குறைய 20 நிமிடங்களில் மணப்பெண் கூறை அணிந்து கையில் மாலையுடன்
ஊர்வலமாக அழைத்து வரப்பட்டார். திருமணச் சடங்குகள் நடைபெற்றபோது
மடிக் கணினியிலிருந்து நாதஸ்வர ஓசை எழுப்பப்பட்டது. மணப்பெண்ணுக்கு
மாப்பிள்ளை தாலி அணிவித்தபோது மேள ஓசை வழக்கமான முறையில்
வாசிக்கப்படுவது போன்று கணினியிலிருந்து ஒலிபரப்பப்பட்டது. கணினியின்
உதவியால் காட்டிலும் சைவத்திருமணம் நடத்தப்படலாம் என்பதற்கு இது ஒரு
சிறந்த உதாரணம். மாப்பிள்ளை வீட்டார் யாவருக்கும் இத்திருமணம் ஒரு புதிய
ஆச்சரியமான நிகழ்ச்சியாக அமைந்திருந்தது. தாலி கட்டு முடிந்து யாவரும்
அறுகரிசி வைபவம் ஆரம்பமாகிற்று. மாப்பிள்ளையின் தகப்பனாரும், தமையன்
தம்பதியினரும் அறுகரிசி போடுவது பற்றியும் அதன் முக்கியத்துவம் பற்றியும்
ஆங்கிலத்தில் அறிவுறுத்தப் பட்டனர். யாவரும் சம்பிரதாய முறைப்படி சடங்குகள்
முடிந்தபின் திருமணத் தம்பதிகளுடன் சேர்ந்து படமெடுத்துக் கொண்டனர். பின்னர்
கலந்து கொண்ட யாவரும் மணத் தம்பதிகளுடன் சேர்ந்து கூட்டாக ஒரு
படமெடுத்துக் கொண்டனர்.

பின்னர் யாவரும் தத்தமது அறைகளுக்குச் சென்று ஓய்வெடுத்துக் கொண்டு விருந்து
உபசாரத்துக்கு உணவு மண்டபத்துக்கு மேலிருந்த மொட்டை மாடியில்
சிற்றுண்டிகளுக்கும் குளிர்பானங்களுக்கும் ஒன்று கூடினர். அப்போது இலேசாக
இருள் சூழ ஆரம்பித்தது. ஆங்காங்கே மின் விளக்குகள் எரிந்து கொண்டிருந்தன.
பாண்ட் வாத்தியங்களை வாசித்த மொறொக்கர்கள் மேலே வந்து பல சாகச
விளையாட்டுக்களை யாவருக்கும் செய்து காண்பித்தனர். அப்போது இலேசான
குழலோசையும் மேளவாத்தியமும் வாசிக்கப்பட்டன. இருள் சூழ்ந்த பின்னர்

யாவரும் கீழிறங்கிச் சென்றனர். அவ்வேளை அதே குழுவினர் தீப்பந்தங்களைச் சுழட்டி விளையாட்டுகளும் செய்து காட்டி யாவரையும் மகிழ்வித்தனர். அவ்வேளை வாண வேடிக்கைகளும் நடத்தப்பட்டன. யாவரும் கைதட்டி ஆரவாரித்து அவர்களை உற்சாகப்படுத்தினர்.

ஏறக்குறைய எட்டு மணியளவில் இராப் போசன விருந்த ஆரம்பமாயிற்று. அதற்கு முன் வழக்கம்போல மாப்பிள்ளையின் தகப்பனாரும் மணப்பெண்ணின் தகப்பனாரும் தமது கருத்துக்களை நகைச் சுவையோடு வெளிப்படுத்தினர். பின்னர் மாப்பிள்ளை யும் மணப்பெண்ணும் எவ்வாறு தமது தொடர்பு ஆரம்பமாகி ஒவ்வொருவரின் குடும்பங்களைச் சந்தித்து உரையாடிய சந்கர்ப்பங்களை எடுத்துக் கூறினர். இந்நிகழ்வினை தனது நகைச் சுவைப் பேச்சாலும் சரளமான ஆங்கில வார்த்தைகளையும் அலுப்புத்தட்டாமல் யாவரும் பாராட்டும் படி நடத்தியவர் மாப்பிள்ளையின் நண்பரும் இந்தியப் பூர்வீகத்தைக் கொண்ட கலப்பு மணம்புரிந்த கிறிஸ்;டி என்பவர் இடையிடையே தனது அனுபவங்களையும் இந்திய பின்னணியோடு சேர்த்துக் கூறி யாவரையும் சிரிக்க வைத்தார். இராப்போசன விருந்து ஒன்பது மணியளவில் ஆரம்பமாகியது. அதன் பின்னர் மதுபானச்சாலை மண்டபத்தின் ஒரு மூலையில் இயங்க ஆரம்பித்தது. விருப்பமானோர் தமக்குப் பிடித்த பானங்களை வாங்கிப் பருகினர். சாப்பாடு முடிந்த பின்னர் பெரும்பாலானோர் நடனமாட ஆரம்பித்தனர். மணத்தம்பதியர் உட்பட யாவரும் நன்கு ஆடிக் குதூகலித்தனர். நள்ளிரவு வரை இது தொடர்ந்தது. தொலைவிலிருந்து வந்தவர்கள் சிலர் தமது ஹோட்டலுக்குப் புறப்பட்டனர். நாமும் காலை ஒரு மணியளவில் அங்கிருந்து கிளம்பினோம். இது வாழ்வில் மறக்க முடியாத ஒரு திருமணம் என்பதில் ஐயமில்லை.

மயக்கும் மொறோக்கோ

அத்தியாயம் 4

திருமணம் முடிந்த அடுத்த நாள் மறக்கேசிலுள்ள முக்கியமான உல்லாசப் பயணிகள் செல்லும் இடங்களைப் பார்ப்பதற்காகச் சென்றோம். முதலில் மெடினர் என்றழைக்கப்படும் சந்தைக்குச் சென்றோம். இது ஜெமாசியா எல்பினா (Jamaica –EL–Fnea) என்றழைக்கப்படுகின்றது.

இங்கு பலதரப்பட்ட வியாபார அங்காடிகள் உள்ளன. இங்குதான் பழமையும் புதுமையும் கைகோர்க்கின்றன எனக் கூறலாம். ஆபிரிக்காவின் மிகப் பிரசித்தி பெற்ற அங்காடியாக இது கணிக்கப்படுகிறது. இது 1985 இல் யுனெஸ்கோ நிறுவனத்;;தால் உலகப்பாரம்பரிய மையமாகப் பிரகடனப் படுத்தப்பட்டுள்ளது. இது காலத்துக்கு காலம் பல மன்னர்களால் புனரமைக்கப்பட்டு வந்துள்ளது. இதன் சுற்றுப்புற மதில்கள் அடி யக்குப் யுசவ், குறிப்பா யாதுப் அல்-மன்சூர் அரசர்களால் 1147-1158 காலப்பகுதியில் விஸ்தரிக்கப்பட்டன. இதைச் சுற்றியுள்ள மசூதி அரண்மனை, வைத்தியசாலை, தோட்டங்கள் முதலியனவும் புனரமைக்கப்பட்டன. ஆரம்பத்தில் இச்சதுக்கம் சிரைச்சேதங்கள் நடத்தப்படும் பொதுவிடமாக வேறு அரசர்களால் பயன்படுத்தப்பட்டு வந்தது. பொதுமக்கள் தீய செயல்களைச் செய்யாமல் தடுப்பதற்காக இவ்வாறான கொடிய தண்டனைகளை அக்கால அரசர்கள் கையாண்டனர். இச் சதுக்கத்துக்குப் பாம்பாட்டிகள், நடனமாடுவோர், வாத்தியக் கருவிகள் வாசிப்போர், மந்திரவாதிகள், குரங்காட்டிகள், பாம்பாட்டிகள், தாவரக்குடிநீர் விதைகள், பட்டைகள் இலைகள் விற்போர், கரணம் போடுவோர், கலைக்கூத்தாடிகள், பல் வைத்தியர், வேடிக்கை காட்டுவோர் எனப் பல்வேறு இனத்தவர்களும் நாட்டவர்களும் ஒன்று கூடி இருப்பதைக் காணலாம்.

நாம் சென்ற அன்று உல்லாசப்பயணிகள் பலர் வாடகைக்காரர்கள், பஸ்கள், குதிரைவண்டிகள் எனப் பல்வேறு வழிகளில் வந்து சேர்வதைக் காணக்கூடியதாய் இருந்தது. வெள்ளை, கறுப்பு, மஞ்சள், கபிலம், கடும் கறுப்பு, செம்வெள்ளை

எனப்பல்வேறு நிறத்தவர்களை அங்கு காணக்கூடியதாய் இருந்தது. பல பாரம்பரியப் பொருள்களான கம்பளம், பட்டு சால்வைகள், தலைத்துண்டுகள், ஆண்பெண் சிறுவர் உடைகள் முதலியன கண்ணைக் கவரும் வண்ணங்களில் விற்கப்பட்டன. இவற்றைத் தவிர தற்கால மின்சாரப்பொருட்கள், கமரா, தொலைபேசி போன்றவை யும் விற்பனைக்கிருந்தன. விலைகள் சில பொருட்களுக்கு மலிவாக இருந்தன. பெரும்பாலும் பேரம் பேசியே பொருட்களை வாங்க வேண்டியிருந்தது. மறக்கேசில் ஏராளமான உல்லாசப் பயணிகள் வருவதால் ஏராளமான ஹோட்டல்களும் மூலைக்கு மூலை உணவுச் சாலைகளும் காணப்பட்டன. பெரும்பாலான உணவுச் சாலைகளில் புதினாத் தேநீர் தாராளமாகப் பரிமாறப்பட்டது. அங்கு புதினா, கொத்த மல்லி இலை, இஞ்சி போன்றவற்றை தேநீரில் கலந்து குடிக்கும் பழக்கம் காணப்படுகிறது.

மேலும் இங்கு மத்தியதரைக் கடற்சுவாத்தியம் காணப்படுவதால் தோடை, எலுமிச்சை, மா, பலா, ஒலிவ், வாழை ஆகியவற்றின் பழங்களும் உலர் பழங்களும் விற்கப்படுகின்றன. பலவகை வாசனைத் திரவியங்கள், எண்ணெய் வகைகள், மிருகங்களின் தோல்கள் முதலியனவும் விற்கப்படுகின்றன. பெரும்பாலும் உலர் பழங்கள், தானியங்கள், பழவகைகள் யாவும் பெரிய தட்டுக்களில் (Basins) அழகாகக் குவித்துக் கடைகளில் வைக்கப்பட்டிருக்கும். இவற்றைப் பார்க்க மிக அழகாக இருக்கும். பெரும்பாலும் முக்காடு போட்ட பெண்கள் இக்கடைகளில் வியாபாரஞ் செய்வதைக் காணலாம். பெரும்பாலானவர்கள் ஆங்கிலம் பேசுகிறார்கள். எனினும் பிரெஞ்சு பேசுவோர் அதிகமாகக் காணப்படுகின்றனர். பிரெஞ்சுக்காரர் பலர் இங்கு வந்து பெரிய மாளிகைகள் போன்ற வீடுகளில் வாழ்கிறார்கள். இங்குள்ள காலநிலையினாலும், பெரிய வளவுகளோடு கூடிய வீடுகளின் விலை குறைவாக இருப்பதனாலும் வெளிநாட்டவர்கள் வந்து வாங்குகிறார்கள். மேலும் இங்கு செய்யப் படும் மரச்சாமான்கள், தோற்சாமான்கள் யாவும் இந்தியக் கலைப் பொருள்கள் போன்ற வடிவமைப்பையும் வண்ணக் கலவைகளையும் கொண்டுள்ளன. இவை யாவும் முகம்மதிய கலை கலாச்சாரங்களைப் பிரதிபலிப்பனவாக உள்ளன.

171

மயக்கும் மொறோக்கோ

அத்தியாயம் 5

பகியா அரண்மனை - இது மறக்கேசின் தலைசிறந்த மன்னர்களுள் ஒருவராகிய சீ அகமட் பென் மூசா என்பவரால் 19 ஆம் நூற்றாண்டின் பிற்பகுதியில் கட்டப்பட்டது. இதில் இவர் தனது நான்கு மனைவியர்களுடனும் 24 வைப்பாட்டி களுடனும் வாழ்ந்து வந்தார். இந்த அரண்மனை பகியா எனப் பெயரிடப்பட்டது. பகியா என்றால் 'ஒளி மயமானது' என அர்த்;;தமாகும். இவ்வரண்மனையைக் கட்டும்போது அந்தரங்கம் பாதுகாக்கப்பட வேண்டுமென்பதில் மூசா மன்னர் பெரிதும் அக்கறை கொண்டிருந்தார். அதனால் போவோர் வருவோர் அரண்மனையின் உட் புறத்தைப் பார்க்காமல் இருப்பதற்காக பல கதவுகளை அமைத்தார். இதனைக் கட்டுவதற்கு ஏழு ஆண்டுகள் எடுத்தன. பெஸ் நகரத்திலிருந்து வந்த கட்டுமானப் பணியளர்களும் தச்சர்களும் நூற்றுக்கணக்கானோர் இதில் வேலை செய்தனர். இவ்வரண்மனை இரு ஏக்கர் தோட்டத்தின் மத்தியில் அமைக்கப்பட்டது. அறைகள் யாவும் நடுவிலிருந்த முற்றத்தை நோக்கி வாசல்களைக் கொண்டிருந்தன. இவ்வரண்மனை மிகவும் சிறப்பானது என யாவராலும் பாராட்டப்பட்டது. குறிப்பாகப் பணக்காரர்கள் இதனைப் பார்த்துப் பொறாமைப்பட்டனர். மூசா மன்னர் 1900 ஆண்டு இறந்த பின்னர் சுல்தான் அப்டெல் அசீஸ் இவ்வரண்மனையை முற்றுகையிட்டு அழித்தான்.

நாம் சென்ற போது வெளிச்சுற்றுவபட்ட மதில்களும் மிகப் பெரிய கதவும் வாசலில் இன்னும் இருப்பதைக் காணக் கூடியதாய் இருந்தது. பிற பகுதிகள் யாவும் இடிந்தும் சிதைந்தும் காணப்பட்டன. தோட்டத்தின் நடுப்பகுதியில் தோடை மரங்களும் பூச்செடிகளும் இருந்தன. ஏராளமான சுற்றுலாப் பயணிகள் இங்கு வந்து செல்கின்றனர். இங்கு சில காவலாளிகள் மேற்பார்வைக்காக அமர்த்தப்பட்டி ருக்கிறார்கள். இடிபாடுகளிலிருந்து இவ்வரண்மனையின் விஸ்தீரணத்தையும்

பிரமாண்டமான கட்டிட வேலைப்பாடுகளையும் ஓரளவுக்கு ஊகிக்கக் கூடியதாய் இருந்தது. இவ்வாறன ஓர் அரிய அரண்மனையை அழிக்க ஒருவனுக்கு எவ்வாறு மனம் வந்தது என்பது கவலைக்குரியதே.

கூற்றோபியா பள்ளிவாசல்

இந்நகரிலுள்ள மிகப்பெரிய பள்ளிவாசல் இதுவே. இது மறக்கேஸ் மெடினாவின் தென்மேற்கில் அமைந்துள்ளது. இது அலிமொகாட் கலிப் யாகுல் அல் மன்சூர் காலத்தில் கட்டப்பட்டது. இது செங்கற்களாலும் செங்கல்லுகளாலும் கட்டப்பட்டுள்ளது. இது 2 அடி நீளத்தையும் 200 அடி அகலத்தையும் கொண்டது. அரசனின் அந்தப்புரத்தில் நடைபெறும் நிகழ்வுகளை இதன் உச்சியிலுள்ள எவரும் காணமுடியாதவாறு இதன் கோபுரம் வடிவமைக்கப்பட்டுள்ளது. இது மணற்கற்களால் கட்டப்பட்டுள்ளது. 253 அடி உயரமானது. இது ஆரம்பத்தில் மறக்கேசுக்கே உரித்தான செங்கலவையால் மேற் பூச்சுப் பூசப்பட்டிருந்தது. 1990 இல் இதன் ஆரம்ப கல் வேலைப்பாடுகள் தெரிய வேண்டுமென நிபுணர்களின் கருத்துப்படி மேற்பூச்சு அகற்றப்பட்டது. கோபுரத்தின் உச்சிப் பகுதியில் உள்ள பந்துகள் கீழுள்ளவை பெரிதாயும் மேலேயுள்ளவை சிறியதாயும் உள்ளன. இவை தங்கமுலாம் பூசப்பட்டுள்ளன. இந்த அமைப்பு மறக்கேஸ் நகருக்குத் தனித்து வமானது.

பென் யுசுவ் பள்ளிவாசல்

இது பச்சை ஓடுகளால் வேயப்பட்ட கூரையும் பச்சை நிறக் கோபுரத்தையும் கொண்டுள்ளது. இது நகரிலுள்ள மிகப் பழமையான பள்ளிவாசல். இது 12 ஆம் நூற்றண்டில் அலாபின் யுசுவ் என்ற சுல்தானால் கட்டுவிக்கப்பட்டதாகும். அப்போது அது நகரிலுள்ள பெரிய பள்ளிவாசலாக விளங்கியது. பின் நாளடைவில் இது சிதைவுற்றதனால் 1560 களில் இது மீளவும் அப்துல்லா அல் கலீப் என்ற சுல்தானால் மீளவுங் கட்டப்பட்டது. 1948 இல் இதற்கருகாமையில் கூபாபாடின் என்ற இரு மாடிகளைக் கொண்ட விற்பனைச் சாலையொன்று நிலத்துள் புகையுண்ட நிலையில் காணப்பட்டது. இது மொறோக்கன் கட்டிக் கலைப்பாணியில் அமைக்கப் பட்டிருந்தது. இதன் கூரை வளைந்ததாய் 7 கூரான நட்சத்திரங்களைக் கொண்ட தாய்க் காட்சியளித்தது. எண்கோண வடிவில் அமைந்திருந்த வளைந்த கூரையின் உட்புறத்தில் வண்ண வேலைப்பாடுகளுடன் இதனைக் கட்டிய சுல்தான் யுசுப்பின் பெயரும் பதிக்கப்பட்டதாய் அமைந்திருந்தது.

மயக்கும் மொறோக்கோ

அத்தியாயம் 6

கல்லறைகள்

நகரின் ஒரு பகுதியிலிருந்த கல்லறைகளுள் சாடியான் கல்லறை மிகவும் பிரபலமானது. இது ஒரு உல்லாசப் பயணிகளின் பார்வையிடமாக இப்போது விளங்குகிறது. நாம் மறக்கேசுக்கு சென்ற போது ஒரு குதிரை வண்டியை வாடகைக்குப் பிடித்துக் கொண்டு நகரின் சுற்றுலாப் பயணிகள்  செல்லும் இடங்களையெல்லாம் சென்று பார்வையிட்டோம். இவற்றைப் பார்ப்பதற்கு சிறு தொகை நுழைவுக்கட்டணமாகச் செலுத்த வேண்டும். சாடியான் கல்லறைகள் 16 ஆம் நூற்றாண்டில் கட்டப்பட்டவை. இவை அக்காலத்தில் வாழ்ந்த பல்வேறு சாடியான் ஆட்சியாளர்களுக்கும் கலைஞர்களுக்கும் கட்டப்பட்ட கல்லறைகளாகும். இவை பலவருடங்களாக மண்ணுள் புதைந்து கிடந்தன. இவற்றைத் திரும்பவும் 1917 இல் பிரெஞ்சுக்காரர் வானிலிருந்து எடுத்த புகைப்படங்களின் உதவியால் கண்டு பிடித்தனர். இங்கு சாடி அரச பரம்பரையைச் சேர்ந்த 60 பேரின் கல்லறை கள் உள்ளன. இவற்றுள் சாடி சுல்தானான அகமட் அல் மன்சூரின் கல்லறையும் உள்ளது. அத்துடன் அவரின் குடும்பத்தவர்களின் கல்லறைகளும் உள்ளன. அகமட்டின் கல்லறை மிகவும் ஆடம்பரமான கட்டிட வேலைப்பாடுகளுடன் மூன்று அறைகளையும் 12 தூண்களால் தாங்கப்படும் கூரையையும் கொண்டுள்ளது. இவரது மகனின் கல்லறையும் இவரது கல்லறைக்குப் பக்கத்தே அமைக்கப்பட்டு ள்ளது. இக்கல்லறை பல வண்ண வேலைப்பாடுகளைக் கொண்ட சுவர்களும், சீடர் மரங்களால் அமைக்கப்பட்ட கூரையும், கறாறா மாபிள் தரைகளையும் கொண்டு ள்ளது. இதற்கு வெளியே அழகான பூந்தோட்டமும் படை வீரர்களதும், வேலையாட் களதும், கல்லறைகள் அமைந்துள்ளன.

ஏழு நாயன்மாரது கல்லறைகள்

இவை மெடினாவுக்குள்ளேயே காணப்படுகின்றன. இங்கு மொறோக்கோவின் முக்கியமான ஏழு நாயன்மாரது கல்லறைகள் உள்ளன. இவர்கள் இக்கல்லறை களில் தூங்குகிறார்கள் என்றும் மீளவும் எழுந்து தமது நற்பணிகளைத் தொடர் வார்கள் என்றும் மக்கள் நம்புகின்றனர். மெக்காவுக்குப் புனித பயணத்தை மேற்கொள்ள முடியாதவர்கள் இக் கல்லறைகளைத் தரிசிக்கப் புனியயாத்திரை மேற் கொள்கிறார்கள். மனத் தூய்மைக்காக இப்புனித யாத்திரை மேற்கொள்ளப் படுகின்றது. புனித யாத்திரைக்காலம் ஒரு வாரத்துக்கு ஆண்டு தோறும் சியாறா எனவழைக்கப்படுகிறது. ஏழு நாயன்மார்களது கல்லறைகளையும் வரிசையாக மக்கள் வலம் வருவது வழக்கம். இவை நன்கு பராமரிக்கப்படுகின்றன.

மறக்கேஸ் அருங்காட்சிகம் (Museum)

இது பழைய நகரமத்தியில் டார் மெனெயி அரண்மனையில் அமைக்கப்பட்டுள்ளது. இந்த அரண்மனை 19 ஆம் நூற்றாண்டில் மெஹிடி மெனெபியால் கட்டப்பட்டது. இதை ஓமார் பெஞ்செலூன் நிறுவனம் கவனமாக புனரமைத்து 1997 இல் அருங்காட்சி

அகமாக மாற்றியது. இது சுண்டுலேசியா கட்டிடப் பாணியில் வண்ண வேலைப்பாடுகளுடன் நுட்பமான மரவேலைகள் தரை மாபிள்கள் போன்றவற்றைக் கொண்டதாகவும் விளங்குகின்றது. கூரை வேலைப்பாடுகள் பல்வேறு வண்ணங்க ளிலமைந்த பூ வேலைப்பாடுகளுடன் அமைந்துள்ளன. இங்கு பல புராதன, நவீன சித்திரங்களையும், நூல்களையும், நாணயங்கள் மட்பாண்டங்களையும் காணலாம்.

பிரபலமான இடங்கள்

ஆபிரிக்காவிலுள்ள முக்கிய சுற்றுலாப்பயணிகளின் இடங்களுள் ஒன்றான மறக்கேசில் 400 ஹோட்டல்களுக்கு மேலுள்ளன. பார்க்குமிடங்களில் எல்லாம் சிறிதும் பெரிதுமாகக் ஹோட்டல்கள் காணப்படுகின்றன. இவற்றுள் மிகப் பிரசித்தமானது மமோனியா ஹோட்டலாகும். இது 1925 ஆம் ஆண்டில் ஹென்றி புரோஸ்ற், ஏ. மார்க்கிஸ் என்பவர்களால் கட்டப்பட்டது. இங்கு 231 அறைகளுள்ளன. இங்கு வின்சன்ற் சேர்ச்சில், சாள்ஸ் இளவரசர், மிக் ஜாகர் போன்ற பிரபலங்கள் வந்து தங்கியிருக்கிறார்கள். இது 1986 இலும் 2007 இலும் மீளப் புதுப்பிக்கப்பட்டுப் புதுப் பொலிவோடு காட்சியளிக்கிறது. 2012 இல் புல்மன் நிறுவனத்தால் அகோர் என்ற ஹோட்டல் திறக்கப்பட்டது. இது 42 ஏக்கர் பரப்பில் 252 அறைகள் 16 அடுக்கறைகள் (Suites), 6 உணவுச் சாலைகள் 5,760சதுர அடி மாநாட்டு மண்டபம் ஆகியவற்றைக் கொண்டுள்ளது.

அடுத்து மறக்கேஸ் தொடர் வண்டி நிலையமும் மிகப் பிரபலமானது. இதன் முகப்பு ஒரு மாளிகை வாசல் போன்று அமைக்கப்பட்டுள்ளது. இது மொறொக்கோவின் முக்கிய நகரங்களான கசபிளங்கா, பெஸ், ரஞ்சியர்ஸ், மெக்னெஸ், றபாட் போன்றவற்றோடு தொடர்வண்டிப் பாதைகளால் இணைக்கப்பட்டுள்ளது. இதன் உட்புறத்தில் பல அங்காடிகளும் சிறு கடைகளும் அமைக்கப்பட்டுள்ளன. இதைத் தவிர பல கடுகதிப் பாதைகளும் மொறொக்கோவில் உள்ளன. போக்குவரத்து வசதிகள் மிகவும் நவீன முறையில் அமைந்துள்ளன.

அடுத்து மறக்கேஸ் மெனாறா விமான நிலையமும் பல உயர்தர வசதிகளைக் கொண்ட இடமாகும். இங்கு பல ஐரோப்பிய விமானங்களும் அரேபியா விமானங்களும் உள்நாட்டு விமானங்களும் வந்து போகின்றன. இது நகரமத்தியின் தென்மேற்குப் பகுதியிலிருந்து 3 கிலோமீற்றர் தொலைவில் அமைந்துள்ளது. இது மிகவும் நவீன வசதிகளுடன் மிகவும் துப்பரவாகப் பேணப்பட்டு வருகிறது. இதைத்தவிர இங்கிருந்து முக்கிய நகரங்களுக்குத் தொடர் வண்டித் தொடர்புகளும் அமைக்கப்பட்டுள்ளன.

176

மொத்தத்தில் மொறெக்கோ ஒரு முக்கிய உல்லாசப் பயணிகளின் சொர்க்கம் என்றால் மிகையல்ல. இங்கு சென்று வந்தால் இது புலனாகும். இங்கிருந்து சஹாராப் பாலை வனத்துக்குச் செல்வதற்கும், அங்குள்ள கூடாரங்களில் தங்கி வருவதற்கும் ஒழுங்குகள் செய்யப்படுகின்றன. எங்களோடு வந்த உறவினர் சிலர் இங்கு ஒட்டங்களின் மேல் ஏறி ஒன்றரை மணித்தியாலங்களுக்குச் சவாரி செய்து கூடாரத்தில் நடுங்குக்குளிரில் ஒரிரவு தங்கி வந்தனர் என்பதும் குறிப்பிடத்தக்கது.

(தகவல்: விக்கிப்பீடியா)